பண்டைய நாகரிகங்கள்

பண்டைய நாகரிகங்கள்

எஸ்.எல்.வி. மூர்த்தி

கிழக்கு

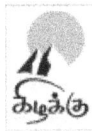

பண்டைய நாகரிகங்கள்
Pandaya Nagarigangal
S.L.V. Moorthy ©

First Edition: Jan 2015
208 Pages
Printed in India.

ISBN: 978-93-84149-05-5
Title No. Kizhakku 795

Kizhakku Pathippagam
177/103, First Floor,
Ambal's Building, Lloyds Road,
Royapettah, Chennai 600 014.
Ph: +91-44-4200-9603

Email: support@nhm.in
Website: www.nhm.in

Author's Email: slvmoorthy@yahoo.com

Images : Shutterstock, Wikimedia Commons

Printed in India by Repro Knowledgecast Limited, Thane

Kizhakku Pathippagam is an imprint of New Horizon Media Private Limited.

நுழைவாயில்

நம் ஒவ்வொருவருக்கும் ஒவ்வொரு வயது இருக்கும் என்றாலும் மனித குலத்தின் (Homo sapiens) வயது என்று பார்த்தால் ஐந்து லட்சம் வருடங்கள். இரண்டு முதல் ஐந்து லட்சம் ஆண்டுகளுக்கு முன்பு மனித குலம் தோன்றி யிருக்கவேண்டும் என்று ஆராய்ச்சியாளர்கள் (ஆன்த்ரோபாலஜிஸ்ட்ஸ்) மதிப்பிடுகிறார்கள்.

மனிதனின் பரிணாம வளர்ச்சி, புல்லாகிப் பூண்டாகி, புழுவாய், மரமாய், பல்மிருகமாகி, பறவையாகி, பாம்பாகி, கல்லாய், மனிதராய் வந்தது என்று மணிவாசகர் திருவாசகத்தில் சொல்கிறார். புல்லுக்கு முன்பாகவே உலகம் தோன்றியிருக்கவேண்டும். நம் உலகம் பிரபஞ்சத்தில் ஒரு பகுதி. உலகமும், பிரபஞ்சமும் எங்கே, எப்போது, எப்படிப் பிறந்தன?

கி.மு. *1700 - 1100* காலகட்டத்தில் இயற்றப்பட்டதாகக் கருதப்படும் ரிக் வேதம் இந்தக் கேள்விக்கு என்ன பதில் சொல்கிறது தெரியுமா?

> படைப்பு எப்படி, எப்போது, எங்கே வந்தது என்று யாரால் சொல்ல
> முடியும்?
> கடவுள்களே சிருஷ்டிக்கு அப்புறம்தானே உருவானார்கள்?
> சிருஷ்டி எப்போது, எப்படித் தொடங்கியது என்று யாருக்குத்
> தெரியும்?
> யாரால் நிச்சயமாகச் சொல்லமுடியும்?
> கடவுள் இதைச் செய்தாரா, செய்யவில்லையா?
> வானில் இருக்கும் அவருக்கு இதற்கு ஒருவேளை விடை தெரியலாம்,
> அல்லது அவருக்கும் விடை தெரியாமலிருக்கலாம்.

(को अद्धा वेद क इह प्र वोचत् कुत आजाता कुत इयंविसृष्टिः
अर्वाग् देवा अस्य विसर्जनेनाथा को वेद यतआबभूव
इयं विसृष्टिर्यत आबभूव यदि वा दधे यदि वा न
यो अस्याध्यक्षः परमे व्योमन् सो अङ्ग वेद यदि वा नवेद)

இப்படிப் புதிர்போடும் ரிக்வேதம், இன்னொரு ஸ்லோகத்தில் தன் பதிலைச் சூசகமாகச் சொல்கிறது.

तम आसीत् तमसा गूळमग्रेऽप्रकेतं सलिलं सर्वमाइदम्
तुच्येनाभ्वपिहितं यदासीत् तपसस्तन्महिनाजायतैकम्

ஆரம்பத்தில், எங்கும் காரிருள். இன்று நம் கண்ணுக்குத் தெரியும் எல்லாமே, யாருக்கும் தெரியாத நிலை. தெரியாத இந்த உலகத்தை, எல்லாம் வல்ல அவன் சக்தி மட்டுமே நிறைத்திருந்தது. அந்த சக்தியின் வெப்பத்தில் உலகம் பிறந்தது.

ரிக்வேதம் அறிவுஜீவிகளின் ஊடகம். வேதங்கள் சொல்லும் கருத்தைப் புராணக் கதைகள் ஜனரஞ்சகமாகச் சொல்கின்றன. எல்லா நாடுகளிலும், எல்லா மதங்களிலும், பிரபஞ்சம் எப்போது, எங்கே, எப்படிப் பிறந்தது? என்னும் சிருஷ்டியின் ரகசியம் தேடும் கேள்விக்குப் பதில் சொல்லும் கதைகள் இருக்கின்றன. இந்தக் கதைகளின் அணுகுமுறைகள் மூன்றுவகை:

1. பிரபஞ்சம் ஒரு பெரிய முட்டையிலிருந்து வந்தது.
2. சில ஆண் - பெண் தேவதைகளின் சேர்க்கையால் பிறந்தது.
3. முழுமுதற்கடவுள் தன் கைப்பட உருவாக்கியது.

முதலில், முட்டைக்குள்ளிருந்து பிரபஞ்சம் வந்ததாகச் சொல்லும் கதைகளைப் பார்ப்போம். இந்து மத இதிகாசங்களில் தொடங்குவோம். சிவபெருமான் முழுமுதற் கடவுள். அழிப்பதும், மறுபடி படைப்பைத் தொடங்குவதும் அவர் தொழில். மரம், பறவை, மிருகம், மனிதர் என்று எந்தவொரு ஜீவராசிக்கும் தன் இனத்தைப் பெருக்க இரு பாலினங்கள் தேவைப்படும். இதை உணர்த்தும் வகையில் சிவபெருமான் அர்த்தநாரீஸ்வரராக இருக்கிறார். வலப்பக்கம் சிவன், இடப் பக்கம் பெண்மையின் பிரதிநிதித்துவமாக சக்தி!

சிவன் தவிர யாருமே இல்லை, ஒன்றுமே இல்லை. வானம் இல்லை, கடல்கள் இல்லை, மரங்கள் இல்லை, செடிகள் இல்லை, மீன்கள் இல்லை, பறவைகள் இல்லை, மிருகங்கள் இல்லை, மனிதர்கள் இல்லை, எந்த உயிரினமும் இல்லை. தகிக்கும் நெருப்பாக அவர் மட்டுமே இருக்கிறார்.

சிவன் தன் உடுக்கையை அசைக்கிறார். மெல்லத் தொடங்கும் 'ஓம்' என்னும் ஒலி ஆரோகணமாகி வெட்டவெளியை ரீங்காரமிட்டு நிறைக்கிறது. பிரணவ ஒலி - ஆதிபகவன் உருவாக்கும் முதல் சப்தம்.

சிவபெருமானின் லீலாவிநோதம், சிருஷ்டி தொடங்குகிறது. தன் சடாமுடிக் கங்கையைக் கவிழ்த்ததும், ஓடையாகத் தொடங்கும் வெள்ளம், ஊழிப் பிரளயமாகிறது. சிவபெருமான் ஒரு பெரிய தங்க முட்டையைத் தண்ணீரில் மிதக்கவிடுகிறார். அந்த முட்டை இரண்டாக வெடிக்கிறது. அதற் குள்ளிருந்து படைப்புக் கடவுளான பிரம்மா வெளியே வருகிறார்.

பிரம்மா தன் கடமையைத் தொடங்குகிறார். சொர்க்கலோகம், வானம், சூரியர், சந்திரர், நட்சத்திரங்கள் படைக்கிறார். அடுத்ததாகப் பூவுலகம், நம் உலகம் பிறக்கிறது. மலைகள், பள்ளத்தாக்குகள், கடல்கள், நதிகள், ஏரிகள்! ஆனால், உலகம் ஏன் இப்படி ஆண்டவன் இல்லாத ஆலயம்போல், குழந்தை இல்லாத வீடுபோல் வெறிச்சோடிக் கிடக்கிறது? மரம், செடி, கொடி, மீன், பறவை, மிருகம், மனிதன் என்னும் எந்த ஜீவராசியுமே உலகத்தில் இல்லையே? பிறகு உயிர்த் துடிப்பு எப்படி இருக்கமுடியும்?

உயிர்த் துடிப்பு கொண்டுவரும் அனிமேஷன் வேலையில் பிரம்மா இறங்குகிறார். தன் உடலை, ஆண், பெண் என்று இரு பாகங்களாகப் பிரித்துக்கொள்கிறார். தலை, வாய், வயிறு, கால், கை என்று தன் உடலின் ஒவ்வொரு அவயவங்களிலிருந்தும் ஒவ்வொரு விதமான ஜீவராசியை உருவாக்குகிறார். முதலில் புல், அடுத்து பூக்கள், மரங்கள், பூச்சிகள், பறவைகள், மீன்கள் ஜனனமாகின்றன. கடைசியாக ஒரு ஆண், ஒரு பெண். இவர்கள் அனைவருக்கும், பார்க்கும், கேட்கும், நுகரும், உணரும், நடமாடும் சக்திகள் தருகிறார்.

உலகம் பிறந்துவிட்டது! விண்ணைத் தொடும் மலைகள், ஓங்கார ஒலியோடு பாயும் நீர்வீழ்ச்சிகள், அமைதியாக ஓடும் நதிகள், சலசலக்கும் நீரோடைகள், காற்றோடு கைகோத்து விளையாடும் கடல், ஆழ்கடலுக்குள் மறைந்து கிடக்கும் முத்து, பவளங்களை நாளும் தேடும் மீன்கள், திமிங்கிலங்கள், ராஜநடை சிங்கங்கள், சீறும் சிறுத்தைகள், மருள்விழி மான்கள், நம் சகோ தரக் குரங்குகள், தோகை விரித்தாடும் மயில்கள், இன்னிசைக் குயில்கள், வண்ணக் கிளிகள் - பார்க்கும் இடமெல்லாம் அழகு.

•

ஃபின்லாந்து நாட்டின் காப்பியச் செய்யுள் கலேவாலா (Kalevala) சொல்லும் கதை இது.

பிரபஞ்சம் பிறப்பதற்கு முன்னால், வெட்ட வெளியும், காற்றும் மட்டுமே இருந்தன. நம் ஊரில் காற்றின் தெய்வம் வாயு பகவான். இதேபோல், ஃபின் லாந்தில், காற்றின் தெய்வம் இல்மட்டார் (Ilmatar) என்னும் கன்னிப் பெண் தேவதை. நீண்ட கூந்தல் கொண்ட அந்த அழகுக் கடவுள் தன் நேரத்தை

எப்படிச் செலவிடுவாள் தெரியுமா? வர்ணஜாலம் செய்யும் வானவில்களை எண்ணுவாள், அல்லது, தன் நீண்ட கூந்தலைத் தவழ்ந்து வரும் காற்று தழுவ விட்டு ரசிப்பாள்.

ஒரு நாள், கிழக்குக் காற்று இல்மட்டாரின் கூந்தலைத் தொட்டு விளையாடியது. அவள் காதில், கொஞ்சுமொழி பேசியது. இல்மட்டார் உடலெல்லாம் இதுவரை அனுபவித்தேயிராத புளகாங்கிதச் சிலிர்சிலிர்ப்பு. அவள் சலனம் கிழக்குக் காற்றுக்குப் புரிந்தது. சில்மிஷங்கள் தொடங் கினான். உடல்கள் தழுவின. உணர்ச்சிகள் எகிறின. வாயுவின் வாரிசு இல்மட்டார் வயிற்றில் வளரத் தொடங்கியது.

கருவை உருவாக்கிய காற்று காணாமல் போனான். எல்லாத் தாய்களையும் போல், வயிறு நிறையச் சுமையும், நெஞ்சு நிறைய ஆசைகளுமாக இல்மட்டார் காத்திருந்தாள். எழுநூறு ஆண்டுகள் ஓடின. இல்மட்டாரின் தலைக்கு மேலாக ஒரு தெய்வீகக் கழுகு பறந்தது. அவள் தலையைப் பலமுறை சுற்றிச் சுற்றி வந்தது. அந்தக் கழுகும் அவளைப் போலவே ஒரு கர்ப்பிணி. தன் வயிற்றில் சுமந்துகொண்டிருந்த ஆறு முட்டைகளை எங்கே பத்திரமாக இறக்கிவைக்கலாம் என்று தேடிக்கொண்டிருந்தது. இல்மட்டா ரைப் பார்த்தவுடன், தன் குஞ்சுகளை அவள் தாயாகப் பாதுகாப்பாள் என்னும் நம்பிக்கை கழுகுக்கு வந்தது. ஆறு முட்டைகளையும் இல்மட்டார் காலடியில் போட்டு விட்டு, எங்கோ பறந்து மறைந்தது.

நிறைகர்ப்பிணி இல்மட்டார் மெள்ள எழுந்தாள். ஏழு முட்டைகளும் அவள் காலடியிலிருந்து நழுவி, பத்திரமாய்க் கடலுக்குள் விழுந்தன. கழுகு ஆறு முட்டைகள்தானே போட்டது என்று கேட்கிறீர்களா? ஏழாவது முட்டை, அவள் வயிற்றில் இருந்த குழந்தை!

இல்மட்டார் குனிந்து பார்த்தாள். தான் பார்க்கும் காட்சிகளை அவளால் நம்பவே முடியவில்லை. கடலில் விழுந்த ஏழு முட்டைகளும் வெடித்தன. சொர்க்கலோகம், பூவுலகம் என ஏழு வகை உலகங்கள்* பிறந்தன. முட்டைகளின் வெள்ளைக் கரு சூரியனாகவும், மஞ்சள் கரு சந்திரனாகவும், முட்டைத் தோடுகள் நட்சத்திரங்களாகவும் உருவெடுத்தன. ஆமாம், பிரபஞ்சம் இப்படித்தான் பிறந்தது.

•

(*ஆச்சரியமாக, இந்துப் புராணங்களும், ஏழு உலகங்கள் இருப்பதாகச் சொல் கின்றன. அவை - பிரம்மா வாழும் சத்யலோகம், கடவுள்களின் தபோலோகம், பிரம்மாவின் வாரிசுகள் தங்கும் ஜனலோகம், ரிஷிகள் உறையும் மகர்லோகம், தேவர்களின் சுவர்க்கலோகம், பூமிக்கும் வானத்துக்கும் இடைப்பட்ட புவர்லோகம். மனிதர், மிருகங்கள், பறவைகள், நீர்வாழ் இனங்களின் பூலோகம்).

சீனப் புராணம் என்ன சொல்கிறது? ஆரம்பத்தில் வெற்றிடம் தவிர ஒன்றுமே இல்லை. யின் (yin), யாங் (yang) என்னும் மாறுபட்ட இரண்டு சக்திகள் எங்கிருந்தோ வந்தன. இவற்றை ஆண், பெண் சக்திகள் என்று வைத்துக்கொள்ளலாம். 18,000 ஆண்டுகளுக்குப் பின், இந்த இரண்டு சக்திகளும், ஒரு தெய்வீக முட்டையில் ஐக்கியமாயின. அந்த முட்டை வெடித்தது. அதற்குள்ளிருந்து பாங்கு (Phan Ku) என்னும் பிறவி வந்தான். பிரம்மாண்ட உருவம், உடல் முழுக்க முடி, தலையில் கொம்பு. அவன் கையில் கோடரி.

பாங்கு தன் கோடரியால் முட்டையை வெட்டினான். யின், யாங் ஆகிய இருவரும் தனித்தனியே எழுந்தார்கள். மந்திரக் கோல்போல், தன் கோடரியைக் காற்றில் வீசினான். உலகம் பிறந்தது. இன்னொரு வீச்சு - வானம் வந்தது. தன் கைகளால் வானத்தைத் தூக்கி உயரே நிறுத்தினான்.

இன்னொரு 18,000 ஆண்டுகள் ஓடின. பாங்கு மரணமடைந்தான். அவன் மூச்சுக் காற்று, மேகங்களாக மாறியது. அவன் குரல், இடியாக வடி வெடுத்தது. அவன் வலது கண், சூரியன்; இடது கண், சந்திரன்; உடல் மயிர், நட்சத்திரங்கள்; அவன் தலை, மலைகள். ரத்தம் நதிகள். பாங்குவின் வியர்வை மழையானது. அவன் உடையில் ஒட்டியிருந்த தெள்ளுப் பூச்சிகள் (fleas) மீன், மிருகம், பறவை எனப் பல வடிவெடுத்தன. ஆண், பெண் என்னும் மனிதப் பிறவிகளை மட்டும் பாங்கு படைக்கவில்லை. இந்தப் படைப்பைச் செய்த கடவுள் தன் உடலில் பாதியைப் பெண்ணாகவும், மீதியைப் பாம்பாகவும் கொண்ட நூவா (Nuwa) என்னும் தேவதை.

பிரபஞ்சத்தின் ரிஷிமூலம் முட்டை என்று சொல்லும் இந்துமதம் மற்றும் ஃபின்லாந்து, சீன நாடுகளின் புராணக் கதைகளைப் பார்த்தோம். யுனிவர்ஸ் என்னும் ஆங்கில வார்த்தையின் பொருள் அண்டம் என்று அகராதி சொல்கிறது. தமிழ் அகராதியைப் புரட்டுங்கள். அண்டம் என்றால் இரண்டு அர்த்தங்கள் - பிரபஞ்சம், முட்டை. இந்த இரட்டை அர்த்தம் நிச்சயமாகத் தற்செயல் இணைவாக இருக்கமுடியாது. அறிவியல் மேதைகளைவிட தமிழ் அறிஞர்களுக்குப் பிரபஞ்ச சிருஷ்டி ரகசியம் இன்னும் தெளிவாகத் தெரிந்திருக்குமோ?

11

முட்டைக்குள்ளிருந்து பிரபஞ்சம் பிறந்த கதைகளைப் பார்த்தோம். கிரேக்கம், எகிப்து, நியூசிலாந்து ஆகிய நாடுகளின் புராதனக் கதைகள் ஆண் - பெண் தேவதைகளின் சேர்க்கையால் பிரபஞ்சம் பிறந்ததாகச் சொல்கின்றன.

கிரேக்கம்

கிரேக்கம் சொல்லும் கதை இது. முதலில் எங்கும் வெட்ட வெளி. அதைச் சுற்றிப் பெருவெள்ளம். அந்த வெள்ளத்தில் வாழ்ந்தாள் ஓஷனஸ் (Oceanus) என்னும் கடல் தேவதை. அவளுக்கும், வடக்குக் காற்றுக்கும் காதல் வந்தது. இணைந்தார்கள். ஈரினோம் (Eurynome) என்னும் பெண் குழந்தை பிறந்தது. ஈரினோம் காதல் கடவுள். தன் ஆசை மகளுக்காக ஓஷனஸ் பேரலைகளை உருவாக்கினாள். ஈரினோம் அவற்றின்மேல் ஏறி விளையாடினாள். அந்த ஆட்டத்தில் விண்ணுலகம், மண்ணுலகம், வானம், கடல், மிருகங்கள், பறவைகள், நீர்வாழ் இனங்கள் ஆகியவை பிறந்தன.

எகிப்து

எகிப்தியப் பழங்கதைகள் என்ன சொல்கின்றன? எங்கும் தண்ணீர். அங்கே ஆண் - பெண் ஜோடிகளாக எட்டுக் கடவுள்கள். இவர்கள் சேர்க்கை, முதலில் சூரியனையும் அடுத்து, பிற உயிரினங்களையும் படைக்கிறது.

ரோம்

கேலஸ் (Caelus) ரோமர்களின் வானக் கடவுள். அவருக்கும், உலகத்தின் கடவுள் கெயாவுக்கும் (Gaia) நெருக்கம் ஏற்படுகிறது. பிரபஞ்சத்தில் இருப்பவை அனைத்தும் இந்த ஜோடிகளின் வாரிசுகள்.

இந்தியா

இனி, முழுமுதற் கடவுள் பிரபஞ்சத்தை சிருஷ்டித்த கதைகளைப் பார்ப்போமா? சிவபெருமான் முட்டை மூலமாக பிரம்மாவைப் படைத்து, சிருஷ்டியைத் தொடங்கிவைத்ததைப் பார்த்தோம். இன்னொரு கதையில், முட்டை இல்லை. சிவபெருமான் தன் இடப்புறத்தை வருடுகிறார். விஷ்ணு அவதரிக்கிறார். அவர் காக்கும் கடவுள். அதுசரி, பிரபஞ்சமே இல்லையே,

யாருமே இல்லையே, விஷ்ணு யாரைக் காப்பாற்றப் போகிறார்? என்றால், காக்கும் வேலை தொடங்கும் முன், ஒரு படைப்பு வேலையை சிவன் விஷ்ணுவுக்குக் கொடுத்திருக்கிறார். விஷ்ணு படைக்கவேண்டியது அந்தப் படைப்புக் கடவுளையே!

சிவபெருமானின் அடுத்த லீலை ஊழிப் பிரளயம். விஷ்ணு வெள்ளத்தில் மிதக்கிறார். ஆதிசேஷன் என்னும் பாம்பு அவருக்குப் படுக்கையாக விரிகிறது. பெருமாள் இப்போது வெள்ளத்தில், ஆதிசேஷன்மேல் ஆனந்த மான அனந்த சயனத்தில். அவர் நாபி திறக்கிறது, அதிலிருந்து ஆயிரம் இதழ் களோடு தெய்வீகத் தாமரை மலர் விரிகிறது. வெளியே வருகிறார் படைப்புக் கடவுள் பிரம்மா!

வெள்ளம் வடிகிறது. பிரம்மா தன் கடமையைத் தொடங்குகிறார். தாமரை மலரில் மூன்று இதழ்களைப் பிய்க்கிறார். முதல் இதழை மேலே வீசுகிறார்: சொர்க்கலோகம் பிறக்கிறது. இரண்டாம் இதழை பிரம்மா வீசுகிறார். பரந்த நீலவானம் படர்கிறது. இப்போது மூன்றாம் இதழைக் கீழே நழுவ விடுகிறார். உலகம், நம் உலகம் பிறக்கிறது.

நியூசிலாந்து

வெட்ட வெளியில், முழுமுதற் கடவுள் மட்டுமே இருக்கிறார். ரங்கினுயி (Ranginui) என்னும் வானக் கடவுள், பாப்பாட்டுவானுக்கு (Papatuanuku) என்னும் பூமித்தாய். இவர்கள் சேர்ந்து வாழ்கிறார்கள். இவர்களுக்கு ஏராள மான குழந்தைகள் பிறக்கின்றன. இந்த வம்சாவளிப் பெருக்கம்தான் நம் பிரபஞ்சம்.

பைபிள்

பைபிள்படி, நம் பிரபஞ்சம் முழுமுதற் கடவுளால் படைக்கப்பட்டது. அவர் ஆறு நாட்களுக்கு ஒவ்வொரு நாளும் ஒவ்வொரு சிருஷ்டி செய்தார்.

முதல் நாள்: வெளிச்சம் படைத்தார். அதை இருட்டிலிருந்து பிரித்தார். வெளிச்சத்தை நாள் என்றும், இருட்டை இரவு என்றும் அழைத்தார். இரண்டாம் நாள்: வானத்தை உருவாக்கினார். மூன்றாம் நாள்: பூமி, கடல்கள், மரங்கள், செடி கொடிகள். நான்காம் நாள்: சூரியன், சந்திரன், நட்சத்திரங்கள். ஐந்தாம் நாள்: மீன்கள் போன்ற நீர்வாழ் உயிரினங்கள், பறவைகள்.

(கடவுளின் நாள் நம்முடைய இன்றைய 24 மணிநேர நாள் அல்ல. ஏனென்றால், இதிகாசங்களின்படி, மத நம்பிக்கைகளின்படி, கடவுள் நம்முடைய காலக் கணக்குகளைத் தாண்டியவர். உதாரணமாக, இந்து மத நம்பிக்கைகளின்படி, படைப்புக் கடவுள் பிரம்மாவின் ஒரு நாள் என்பது 864 கோடி வருடங்கள். பைபிள் சொல்லும் நாள் கணக்கையும், இந்த அடிப் படையில்தான் நாம் எடுத்துக்கொள்ளவேண்டும்.)

ஆறாம் நாள்: வகை வகையாக மிருகங்கள். இதுவரை படைத்த படைப்புகளின் உச்சமாக ஆதாம், ஏவாள் முதல் ஆண், பெண்! ஏழாம் நாள்:

தன் பணியைக் கச்சிதமாகச் செய்து முடித்த கடவுள் ஓய்வு எடுத்துக் கொண்டார்.

பைபிள் சொல்லும் இன்னொரு சிருஷ்டி ரகசியக் கதை நோவாவின் மரக்கலம்.

இந்துமத சிவபெருமானைப் போலவே, பைபிள் காட்டும் முழுமுதற் கடவுளின் வேலையும், அழிப்பதும், மறுபடி படைப்பைத் தொடங்குவதும் தாம். பிரபஞ்சத்தில் அதர்மம் பெருகிவிட்டது. கெட்டனவற்றை அழித்து, நல்லன காக்க ஆண்டவன் முடிவெடுத்துவிட்டார். நோவா என்னும் தர்மத் தின் தலைவனை அழைக்கிறார். அவனை ஒரு மரக்கலம் தயாரிக்கச் சொல் கிறார். நீளம், அகலம், உயரம், உள்வெளி அமைப்பு, பயன்படுத்தவேண்டிய மரம் என அவன் பின்பற்றவேண்டிய அத்தனை வடிவமைப்பு விவரங் களையும் தருகிறார். மரக்கலம் தயார்.

கடவுளின் அடுத்த கட்டளை - பிரபஞ்சத்தில் இருக்கும் எல்லா வகை ஜீவரா சிகளிலும், ஒரு ஆண், ஒரு பெண் என்று இரண்டு உயிரினங்களை கொண்டு வா. அவர்கள் எல்லோரையும் மரக்கலத்தில் பத்திரமாகத் தங்க வை.

சுமார் 45,000 வகை உயிரினங்கள் இப்போது மரக்கலத்தில் அடைக்கலம்.

அடுத்த கட்டளை - மரக்கலத்தில் இருக்கும் உயிரினங்களுக்குப் பல மாதங்கள் தேவையான உணவுப் பொருள்களைக் கொண்டு வா.

கடைசிக் கட்டளை - நீயும் மரக்கலத்தில் ஏறு. உள்ளே உட்கார்ந்துகொள். என்ன நடந்தாலும் பயப்படாதே. உங்கள் எல்லோரையும் காப்பாற்ற நான் இருக்கிறேன். நான் வெளியே வரச்சொல்லும்போது மட்டுமே, நீயும் உன்னோடு இருக்கும் ஜீவராசிகளும் வெளியே வரவேண்டும்.

நோவா மரக்கலத்தின் உள்ளே போனான். வெளியே, அண்டசராசரமே அதிரும் ஒலியோடு இடி. கண்பார்வையைப் பறித்துவிடும் பளிச் மின்னல். ஆனால், மரக்கலம் அமைதியின் உறைவிடமாக இருந்தது. நாற்பது நாட்கள் தொடர்ந்து மழை கொட்டியது. அடுத்த நூறு நாட்கள் ஊழி வெள்ளம். உலகம் மூழ்கியது. அங்கே வாழ்ந்த அத்தனை உயிரினங்களும் அழிந்தன.

வெள்ளத்தால் அடிக்கப்பட்ட மரக்கலம், அராரத் (Ararat) என்னும் மலை யருகே ஒதுங்கியது. மழை நின்றது. ஒரு வருடத்துக்குப் பிறகு வெள்ளம் வடிந்தது. நோவாவையும், அவனோடு இருந்த அத்தனை உயிர்களையும் ஆண்டவன் வெளியே வரச் சொன்னார். தர்ம பூமியாக, நல்லவர்கள் வாழும் இடமாக, மறுபடியும் உலகம் தன் சுழற்சியைத் தொடங்கியது.

குர் ஆன்

தொடக்கத்தில் வானமும், பூமியும் சேர்ந்து ஒரே அமைப்பாக இருந்தன. அல்லா ஆணையின்படி, இவை இரண்டாகப் பிரிந்தன; ஆனால், ஒருவருக் கொருவர் ஒத்துழைத்து வாழ சம்மதித்தன. சொர்க்கம், உலகம், இவற்றுக்கு

நடுவே இருப்பவை என அனைத்தையும் அல்லா படைத்தார். இந்தப் படைப்புக்கு அல்லா ஆறு நாட்கள் எடுத்துக்கொண்டார் என்று சில குறிப்புகள் சொல்கின்றன. இல்லை, உலகத்துக்கு இரண்டு நாட்கள், மலைகள், ஜீவராசிகள் ஆகியவற்றுக்கு நான்கு நாட்கள், வனம், சொர்க்கம் ஆகியவற்றுக்கு இரண்டு நாட்கள் என்று மொத்தம் எட்டு நாட்கள் என்கின்றன வேறு சில குறிப்புகள்.

•

இந்தப் பழங்கதைகள் வெறும் கட்டுக்கதைகள் என்று பலர் நினைக் கிறோம். இந்தக் கதைகள், பல்லாயிரம் மைல்கள் தூரத்தில் இருந்த எகிப்து, கிரேக்கம், ரோம், சீனா, நியூசிலாந்து, இந்தியா போன்ற நாடுகளில் உருவானவை. பல்வேறு காலகட்டங்களின் கர்ணபரம்பரைக் கதைகள். அறிவியலும், தகவல் தொடர்புகளும், விண்வெளி ஆராய்ச்சிகளும், இருந் திருக்கவே முடியாது என்று நாம் நம்புகிற காலங்களின் கதைகள். ஆனால், ஒரு ஆச்சரியம், இந்தக் கதைகளுக்குள் பல பொதுத் தன்மைகள் இருக்கின்றன:

பிரபஞ்சத்தைப் படைத்த முழுமுதல் சக்தி நெருப்பாய்த் தகிக்கும் ஒரு சக்தி.

பிரபஞ்சம் தோன்றுவதற்கு முன்னால், அற்புதமான ஒரு ஒலி (ஓம்) எங்கும் நிறைந்திருந்தது.

சிருஷ்டியின் தொடக்கம் ஊழிப் பெருவெள்ளம்.

பிரபஞ்சத்தில் இருக்கும் அத்தனையும், அந்த முழுமுதல் சக்தியிலிருந்து தோன்றியவை. ஆகவே, ஜடம், ஜீவன் ஆகிய எல்லாமே முழுமுதல் சக்தியின் பல்வேறு வடிவங்கள்தாம்.

புல் அடுத்து பூக்கள், மரங்கள், பூச்சிகள், பறவைகள், மீன்கள், கடைசியாக ஆண், பெண் என்று ஜனனம் வரிசைக் கிரமத்தில் நடக்கிறது. அதாவது, படைப்பில் ஒரு பரிணாம வளர்ச்சி இருக்கிறது.

மெய்ஞ்ஞானம் சொல்லும் பழங்காலப் பிரபஞ்சப் படைப்புத் தத்துவங்கள் இவை. பல்லாயிரம் ஆண்டுகள் ஓடிவிட்டன. விஞ்ஞானம், வானியல் போன்ற துறைகளில் நாம் அபார வளர்ச்சி அடைந்துவிட்டோம். இயற்கைக் கோள்களோடு மனிதர் படைக்கும் செயற்கைக் கோள்களும் போட்டிப் போட்டு, பிரபஞ்ச வெளியில் உலா வருகின்றன. இந்தப் புதிய அளவு கோல்களுக்குப் புராணக் கதைகள் ஒத்துவருமா?

பிரபஞ்சம் எப்படித் தோன்றியது என்பதற்கு, பல்லாண்டுகால ஆராய்ச்சிகளின் அடிப்படையில், நாம் இன்று ஏற்றுக்கொண்டுள்ள அறிவியல் கொள்கை பெருவெடிப்புக் கோட்பாடு (Big Bang Theory).

உங்களைச் சுற்றி இருக்கும் உலகத்தை, வானத்தை, நட்சத்திரங்களை, வெட்ட வெளியை ஒருமுறை நன்றாகக் கவனியுங்கள். பார்த்துவிட்டீர்களா? இப்போது கண்களை மூடுங்கள். திறங்கள். இந்தக் 'கண் சிமிட்டும் நேரம்' சுமார் ஆறு விநாடிகள்.

இப்போது மறுபடியும், உலகத்தை, வானத்தை, நட்சத்திரங்களை, வெட்ட வெளியை உற்றுக் கவனியுங்கள். வித்தியாசம் தெரிகிறதா? என்ன, ஒரு வேற்றுமையும் தெரியவில்லையா? நீங்கள் கண் மூடும் முன் பார்த்த பிரபஞ்சத்தைவிட, கண் திறந்தபின் பார்த்த சர்வலோகம் மிக மிகப் பெரியது. ஆமாம், ஒவ்வொரு விநாடித் துகளிலும், பிரபஞ்சம் பேரளவில் வளர்ந்து கொண்டிருக்கிறது, அதன் எல்லைக் கோடுகள் விரிவடைந்து கொண்டேயிருக்கின்றன. பிரபஞ்சத்தின் இந்தத் தொடர் வளர்ச்சிதான் பெருவெடிப்புக் கோட்பாட்டின் அடிப்படைத் தத்துவம்.

பெல்ஜிய நாட்டில் ஜார்ஜஸ் லெமட்ரே (Georges Lemaître) என்னும் கத்தோலிக்கப் பாதிரியார் இருந்தார். வேதாகமத்தில் மட்டுமல்ல, கணிதம், பெளதீகம், வானியல் ஆகிய துறைகளில் உயர் கல்வி பெற்றவர். பெல்ஜியப் பல்கலைக்கழகத்தில் கணிதத்தில் டாக்டர் பட்டம் பெற்றார். அவர் உள்ளம் கணித வானியலில் லயித்தது. அமெரிக்கா சென்று ஹார்வர்ட் பல்கலைக் கழகத்தின் வான் ஆய்வுக்கூடத்தில் பணியாற்றினார். இதைத் தொடர்ந்து, அமெரிக்க எம்.ஐ.டி - இல் இயற்பியல் ஆராய்ச்சி, இரண்டாவது டாக்டர் பட்டம்.

அதுவரை, பிரபஞ்சம் வளர்ச்சி முற்றுப் பெற்றுவிட்ட பூகோள அமைப்பு என்று எல்லோரும் நினைத்தார்கள். *1931* - இல் லெமட்ரே, A homogeneous Universe of constant mass and growing radius accounting for the radial velocity of extragalactic nebulae என்னும் ஆராய்ச்சிக் கட்டுரையை வெளியிட்டார். பிரபஞ்சம் விரிவடைந்துகொண்டேயிருக்கிறது என்னும் புரட்சிகரமான கருத்தைக் கணித முறைகள் மூலமாக நிரூபித்தார். அறிவியல் உலகம் இந்தக் கருத்தை ஏற்கவில்லை, கேலி செய்தது. அறிவியல் மேதை ஐன்ஸ்டின்,

லெமட்ரே இருவரும் ஒரு கருத்தரங்கில் சந்தித்தார்கள். அப்போது ஐன்ஸ்டின் என்ன சொன்னார் தெரியுமா, 'உங்கள் கணிப்பீடுகள் சரிதான், ஆனால், உங்கள் இயற்பியல் அறிவு வெறுக்கும்படியாக இருக்கிறது.'

அதே சமயம், எட்வர்ட் ஹபிள்(Edward Hubble) என்னும் அமெரிக்க வானியல் அறிஞரும் இதே ஆராய்ச்சியில் ஈடுபட்டிருந்தார். அவருடைய அணுகுமுறை கணிப்பீடு அல்ல, பரிசோதனைகள். டெலஸ்கோப்கள் மூலமாகப் பால் மண்டல (மில்கி வே) நட்சத்திரங்களின் போக்குகளைக் கவனித்துக்கொண்டிருந்த அவருக்கு, விண்மீன் மண்டலங்கள் விரிவடைந்துகொண்டே போவது சந்தேகமில்லாமல் நிரூபணமானது. தன் கண்டுபிடிப்பை Hubble Sequence என்னும் கொள்கையாக 1929 - இல் வெளியிட்டார்.

லெமட்ரே கணிப்பு + ஹபிள் பரிசோதனை, சர்வலோகம் வளர்கிறது என்பதை அறிவியல் உலகம் ஏற்றுக்கொண்டது. இந்த அடிப்படையில், கணக்கீடுகள், பரிசோதனைகள், ஆராய்ச்சிகள் தொடர்ந்தன. பெரு வெடிப்புக் கோட்பாடு பிறந்தது. இந்தக் கொள்கை என்ன சொல்கிறது?

1380* கோடி வருடங்களுக்கு முன்னால், சில மி.மீ அளவில் கூழாங்கல்போல் ஒரு தீப்பிழம்பு எப்படியோ தோன்றியது. அது திடீரெனப் பல துண்டுகளாக வெடித்தது. இதுதான் பெருவெடிப்பு. துண்டுகள் அத்தனையும் நெருப்பாய்த் தகித்தன. பல நூறு கோடி வருடங்கள் ஓடின. துண்டுகள் குளிர்வடைந்தன.

இந்தத் துண்டுகளிலிருந்து முதலில், எலெக்ட்ரான், ப்ரோட்டான், நியூட்ரான் என்னும் அணுவை உருவாக்கும் துகள்கள் (Subatomic particles) வந்தன. இத்துகள்களின் அடுத்த அவதாரம், ஹைட்ரஜன், ஹீலியம், லித்தியம் ஆகிய வாயுக்கள். இவை குளிர்ந்து, சூரியன், சந்திரன், கிரகங்கள், பூவுலகம், நட்சத்திரங்கள் எனப் பல வடிவெடுத்தன. ஒவ்வொரு அவதாரத்துக்குமிடையே பல நூறு கோடி வருடங்கள்! பிரபஞ்சம் பிறந்தது. பெருவெடிப்பு தொடங்கிவைத்த கைங்கரியத்தால்தான், பேரண்டம் தொடர்ந்து பே... ர... ண்... ட... மாகிக்கொண்டே வருகிறது.

பிரபஞ்சம் படைத்தது கடவுள் அல்ல, அது தானாகவே உருவானது என்று பெருவெடிப்புக் கோட்பாடு அடிப்படையில் பகுத்தறிவாளர்கள் வாதிடுகிறார்கள். இவர்களிடம் மதவாதிகள் கேட்கும் கேள்வி: 'எல்லாவற்றுக்கும் ஆரம்பம், அந்தக் கூழாங்கல் சைஸ் தீப்பிழம்புதானே? அதை முழுமுதற் கடவுள் படைத்தார் என்று நாங்கள் நம்புகிறோம். இல்லை என்கிறீர்களா? அப்படியென்றால், அது எப்படி வந்தது? சொல்லுங்கள் பார்க்கலாம்?'

விஞ்ஞானிகளிடம் இந்த சவாலுக்கு பதில் கிடையாது. பிரபஞ்சம் எப்படிப் படைக்கப்பட்டது என்று சொல்லும் இந்தியா, ஃபின்லாந்து, சீனா, கிரேக்கம், எகிப்து, நியூசிலாந்து நாடுகளின் இதிகாசக் கதைகளை

(* சரியாகச் சொல்ல வேண்டுமானால், 1379. 90 + / - 3.70 வருடங்கள். 508 உயிரின வகை தொடக்கம்).

மனக்கண்ணில் ஓட்டுங்கள். தொடக்கப் புள்ளியான தீப்பிழம்பு விஞ்ஞானம், மெய்ஞ்ஞானம் இரண்டிலும் பொதுவானதாக இருக்கிறது. ஆகவே, இதிகாசங்கள் சொல்வது முழுக் கற்பனையல்ல.

ஆனால், ஜீவராசிகளும், மனிதர்களும் எப்படிப் படைக்கப்பட்டார்கள் என்பதில் அறிவியல், இதிகாசக் கதைகளிலிருந்து முற்றிலும் மாறுபடுகிறது. இந்தப் புதிய பாதை போட்டவர் இங்கிலாந்தின் அறிவியல் மேதை சார்ல்ஸ் டார்வின். இந்தக் கொள்கை - பரிணாமக் கொள்கை. 1859 ல் வெளியான 'On the Origin of Species' 1871 ல் வெளியான 'The Descent of Man' ஆகிய புத்த கங்கள் டார்வினின் பரிணாமக் கொள்கையை ஆதாரங்களோடு நிரூபித்தன.

எல்லாவகையான ஜீவராசிகளும் எப்படி உருவாயின என்கிற கொள்கை டார்வினுக்கு முன், டார்வினுக்குப் பின் என்று இரண்டு காலகட்டங்களாகப் பிரிக்கப்படவேண்டிய சித்தாந்தம்.

பிரம்மா உயிரினங்களை எப்படிப் படைத்தார்? தன் உடலின் ஒவ்வொரு அவயவங்களிலிருந்தும் ஒவ்வொரு விதமான ஜீவராசியை உருவாக்கினார். முதலில் புல், அடுத்து பூக்கள், மரங்கள், பூச்சிகள், பறவைகள், மீன்கள் ஜனனமாகின்றன. கடைசியாக ஒரு ஆண், ஒரு பெண்.

இது உண்மையில்லை, உயிரினங்கள் படிப்படியாக உருவாயின என்கிறார் டார்வின். சுமார் 210 கோடி வருடங்களுக்கு முன்னால் தொடங்கிய இந்த வரலாற்றின் சில முக்கிய மைல்கற்களைப் பார்ப்போம்:

★ மரம், மிருகம் ஆகியவற்றின் மையக்கரு கொண்ட அணு (Cells with nucleus): 210 கோடி வருடங்கள் முன்னால்.

★ முதுகெலும்புள்ள விலங்குகள் (மீன்கள், பல்லி, பாம்பு போன்ற ஊரும் பிராணிகள்) பறவைகள் - Vertebrates: 50.5 கோடி வருடங்களுக்கு முன்னால்.

★ குட்டியிட்டுப் பாலூட்டும் விலங்குகள் (Mammals): 22 கோடி வருடங்களுக்கு முன்னால்

★ முயல்கள், எலிகள், அணில்கள் (Supraprimates): 10 கோடி வருடங்களுக்கு முன்னால்

★ குரங்குகள்: 3 கோடி வருடங்களுக்கு முன்னால்.

★ மனிதக் குரங்குகள் (வாலுள்ள கொரில்லாக்கள். வால் இல்லாத சிம்பன்ஸிகள்): 1.50 கோடி வருடங்களுக்கு முன்னால்.

★ மனிதர்கள்: 5 லட்சம் வருடங்களுக்கு முன்னால்

விண்மண்டலம், பூவுலகம், மரம், செடி கொடிகள், ஜீவராசிகள், ஆண், பெண் ஆகிய எல்லாம் ரெடி. இனி மனித வாழ்க்கை தொடங்குகிறது.

முதல் ஆணுக்கும் பெண்ணுக்கும் மற்ற எல்லா உயிரினங்களையும்போல வயிற்றுப் பசியும், உடல் பசியும்தான் இருந்திருக்கும். இயற்கையில் கிடைக்கும் காய்களை, பழங்களைப் பச்சையாகச் சாப்பிட்டார்கள். பிற மிருகங்கள் தங்களைத் தாக்க வந்தால் ஓடித் தப்பினார்கள் அல்லது கைகளால் சண்டை போட்டார்கள். கைகள் மட்டுமே அவர்களின் கருவிகள், ஆயுதங்கள்.

சோம்பேறித்தனமும், ஆசைகளும்தாம் மனித முன்னேற்றத்தின் உந்து சக்திகள். காய்களையும், பழங்களையும் பறிக்க மரங்களில் ஏறவேண்டி யிருந்தது. அதற்குப் பதிலாகக் கல்லை வீசி எறிந்தால், காயும் பழமும் கைகளில் வந்து விழுமே? மலைகளின் பெரிய பாறைகளை உடைத்துச் சிறு கற்களாக்கினான்.

ஒரு மனிதன் காட்டில் நடந்துகொண்டிருந்தான். ஒரு முயல்குட்டி அப்போது தான் இறந்துபோயிருந்தது. அவனுக்கு அகோரப் பசி. சாப்பிட்டான். அந்த ருசி அவனுக்குப் பிடித்தது. தன் பெண் துணையிடம் கொடுத்தான். அவள் ரசித்துச் சாப்பிட்டாள். படைப்பின் அடிப்படையே இனக் கவர்ச்சிதானே? பெண்ணைத் திருப்திப்படுத்த, மிருகங்கள், பறவைகளின் சடலங்கள் தேடி அலைந்தான்.

அவனுக்குள் ஒரு பொறி - இப்படி ஏன் அலைந்து திரிந்து, உடல்கள் கிடைக் குமா என்று திண்டாடவேண்டும்? ஏதாவது கருவிகள் இருந்தால், மிரு கங்கள், பறவைகளை வேட்டையாடிக் கொன்று, வேண்டும்போதெல்லாம் சாப்பிடலாமே? அவனுக்குத் தெரிந்த ஒரே மூலப்பொருள் கல்தான். மலைப் பிஞ்சுகளால் கருவிகள் செய்தான். இப்போது இன்னொரு பொறி, பிற மிரு கங்களோடு ஏன் வெறும் கைகளால் மட்டுமே சண்டை போடவேண்டும்? கல்லால் ஆயுதங்கள் செய்துகொண்டான்.

இந்தக் காலகட்டத்தில், மனிதன் தன் உணவு, பாதுகாப்புத் தேவைகளைப் பூர்த்திசெய்யப் பயன்படுத்தியவை தன் கைகள், கல்லால் ஆன கருவிகள், ஆயுதங்கள். எனவே, இந்தக் காலகட்டம் Palaeolithic Age என்று அகழ் வாராய்ச்சி நிபுணர்களாலும் கற்காலம் (Stone Age) என்று ஜனரஞ்சகமாகவும் அழைக்கப்படுகிறது. கி.மு. 20,00,000 வாக்கில் கற்காலம் தொடங்கியிருக்க வேண்டும் என்று நம்பப்படுகிறது.

சுமார் 10,000 ஆண்டுகள் ஓடின. சுமார் கி.மு. 10,000. மனித வாழ்வில் முக்கியத் திருப்பம். இதுவரை, காய்கள், பழங்களைப் பறித்தும், பறவைகள், விலங்குகளை வேட்டையாடியும் வாழ்ந்த மனிதன் உணவுவகைகளைப் பயிரிடத் தொடங்கினான். விவசாயம் ஆரம்பித்தது. பலவிதக் கருவிகள் படைக்கப்படுவதற்கு விவசாயம்தான் வித்திட்டது. கை சக்தியை மட்டுமே நம்பிப் பயிரிடத் தொடங்கியவன், கருவிகள் உதவியால், தன் குடும்பத் தேவைகளுக்கும் அதிகமாக உற்பத்தி செய்தான். மெள்ள மெள்ள, இந்த உபரித் தயாரிப்பைப் பிறருக்குக்கொடுத்தான். பண்டமாற்றுமுறை தொடங்கியது, வியாபாரமாக வளர்ந்தது.

அடுத்ததாக வந்தது வெண்கலக் காலம் (Bronze Age). செம்பு, அதன் உலோகக் கலவையான வெண்கலம் ஆகியவற்றால் செய்யப்பட்ட பாத்திரங்கள், கருவிகள், ஆயுதங்கள், அலங்காரப் பொருள்கள் ஆகியவற்றை மனித இனம் பயன்படுத்திய நாட்கள். செம்பு தயாரிக்கவும், உருக்கவும், அதைப் பிற உலோகங்களோடு சேர்த்துக் கலவைகள் தயாரிக்கவும் அவர்கள் தெரிந்து கொண்டிருந்தார்கள்.

கி.மு. 3800 - இல் தொடங்கியதாகக் கணக்கிடப்படும் வெண்கலக் காலம் மனித வாழ்க்கை முன்னேற்றத்தின் அடையாளமாகக் கருதப்படுகிறது. இதற்குப் பல காரணங்கள் உண்டு. உலோகங்களைப் பயன்படுத்தப் பல துறை அறிவு வேண்டும் - தாதுப் பொருள்களைக் கண்டுபிடித்து அவற்றை வெட்டி எடுக்கவேண்டும், அவற்றை உருக்கவேண்டும், அவற்றிலிருந்து பொருள்கள் தயாரிக்கவேண்டும். இவற்றிற்கெல்லாம் ஏராளமான தொழிலாளிகளும், கைவினை வல்லுநர்களும் தேவை.

(கற்காலம், வெண்கலக் காலம், இரும்புக் காலம் ஆகியவற்றிற்கு இங்கே சொல்லப்படும் வருடங்கள் பொதுவானவை. பூகோளப் பகுதிகளுக்கு ஏற்ப இவை மாறுபடும்.)

இந்தப் பட்டியலில், மூன்றாவதாக, இறுதியாக வருகிறது இரும்புக் காலம் (Iron Age). கி.மு. 1200 - ல் தொடங்கிய இந்த நாட்களில் இரும்பும், உருக்கும் புழக்கத்துக்கு வந்தன. இரும்புக் காலம், வெண்கலக் காலத்தை புறம் தள்ளிவிட்டு, அதன் இடத்தைப் பிடிக்கவில்லை, இரண்டும் ஒருசேர இணைந்து இயங்கின.

இவற்றுக்கு நடுவே, மனிதர்களின் வாழ்க்கை முறைகளில் ஏராளமான மாற்றங்கள். ஆண் பெண்ணாக வாழ்வைத் தொடங்கியவர்களுக்குக் குழந்தைகள் பிறந்தன. காடுகளில் அலைந்து திரிந்த அவர்கள், கொளுத்தும் வெயில், கொட்டும் மழை, கொடிய மிருகங்கள் ஆகியவற்றிலிருந்து பாதுகாப்புத் தேடினார்கள்.

ஒவ்வொரு மனிதனும், தன் குடும்பத்துக்குத் தேவையான உணவுவகை களைப் பயிரிடத் தொடங்கினான். தன் இருப்பிடத்தை அவனே கட்டிக் கொண்டான். முதலில், தனித் தனியான தீவுகளாக வாழ்ந்தார்கள்.

விரைவிலேயே, சேர்ந்து இருந்தால் பாதுகாப்பு அதிகம் என்று உணர்ந் தார்கள். அருகருகே வீடுகள் கட்டிக்கொண்டார்கள்.

ஒவ்வொரு குடும்பத்தின் தேவைகளும் விரிவடைந்துகொண்டிருந்தன. தன்னுடைய எல்லாத் தேவைகளையும், தங்கள் குடும்ப அங்கத்தினர்கள் உழைப்பால் மட்டுமே பூர்த்திசெய்ய முடியாது, தான் பக்கத்து வீட்டுக் காரனுடைய சில அவசியங்களை நிறைவேற்றினால், தன்னுடைய சில தேவைகளை அவன் திருப்தி செய்வான் என்பதைத் தெர்ந்துகொண்டார்கள். ஒத்துழைப்பும், இணைந்து வாழ்தலும் தொடங்கின. தனிமரங்கள் தோப் பாகின, சமுதாய வாழ்க்கை ஆரம்பித்தது.

இந்தப் பயணத்தின் பல முக்கிய மைல் கற்கள் இதோ:

(கி.மு. காலத்தின் முக்கிய நிகழ்வுகள் மட்டுமே இங்கு தரப்பட்டுள்ளன. இது முழுமைப் பட்டியல் அல்ல. ஒவ்வொரு நாகரிகத்தையும் ஆராயும்போது, முழுமையாகப் பார்ப்போம்.)

கி.மு. 10500 - சிரியா, லெபனான் பகுதிகளில் விவசாயம்.

கி.மு. 7000 - இராக், சிரியா, துருக்கி பகுதிகளில் மண்பாண்டங்கள் - ஆப்பிரிக்கா, ஆடு மாடுகள் வளர்த்தல்.

கி.மு. 6200 - துருக்கியில் செம்பு உருக்குதல் - தெற்கு ஆசியாவில் பருத்தி பயிரிடல்.

கி.மு. 5500 - இரான், இராக் பகுதிகளில் நீர்ப்பாசனம்.

கி.மு. 5000 - சீனாவில் பட்டுப் புழு வளர்ப்பு, பட்டுத் தொழில்.

கி.மு. 4500 - இஸ்ரேல், லெபனான், ஜோர்டான், சிரியா, துருக்கி ஆகிய பகுதிகளில் விவசாயத்தில் கலப்பை உபயோகித்தல்.

கி.மு. 4300 - ஐரோப்பாவில் கல்லறைகள்.

கி.மு. 4000 - இந்து சமவெளியில் ஆடு, மாடுகள் வீட்டுப் பிராணிகளாக வளர்ப்பு - ஐரோப்பாவில் ஆடு மாடுகளோடு குதிரைகளையும் வீட்டுப் பிராணிகளாக வளர்க்கும் பழக்கம் - க்யூனிஃபார்ம் என்னும் எழுத்து வடிவ சுமேரிய மொழி-

கி.மு. 3800 - சுமேரியாவில் வெண்கலம் தயாரிப்பு.

கி.மு. 3500 - சுமேரியாவில் நகர வாழ்க்கை - எகிப்தின் நகரங்கள், அரசாட்சி முறை

கி.மு.3000 - மொகஞ்சதாரோவில் செங்கலால் கட்டப்பட்ட 12 மீட்டர் நீளமும், 7 மீட்டர் அகலமும், 2.4 மீட்டர் ஆழமும் கொண்ட பிரம் மாண்டக் குளியல் இடம்.

கி.மு. 2630 - எகிப்து பிரமிட்கள்.

கி.மு. 2600 - எகிப்தில் கோதுமை ரொட்டி தயாரிப்பு.

கி.மு.2350 - சுமேரியா, இந்து சமவெளி மக்களிடையே வியாபாரத் தொடர்புகள்.

கி.மு.2100 - சுமேரியாவின் Ziggurats எனப்படும் செங்கல்களால் கோட்டைகள்போல் கட்டப்பட்ட கோயில்கள்.

கி.மு. 1772 - சுமேரியா- ஹமுராபி அரசர் அமுல்படுத்திய சட்டங்களின் தொகுப்பு. (Hamurabi Code)

கி.மு. 1700 - சுமேரியா- குதிரைகள் இழுக்கும் வண்டிகள், தேர்கள்.

கி.மு. 1600 - இஸ்ரேல், லெபனான் பகுதிகளில் அகர வரிசை முறை.

கி.மு.1500 - துருக்கி. இரும்பு தயாரிப்பு.

கி.மு.776 - கிரேக்கத்தில் முதல் ஒலிம்பிக் போட்டிகள்.

கி.மு. 753 - மக்களவை, மேலவை என இரண்டு படிநிலைகளில் இருந்த ரோமாபுரியின் அரசியல் கட்டமைப்பு.

கி.மு. 700 - பாபிலோனியன் ஜோதிடர்கள் ராசி மண்டலம் (Zodiac Signs) கண்டுபிடிக்கிறார்கள். துருக்கி மற்றும் அண்டைப் பகுதிகளில் நாணயம் - அமெரிக்காவில், செவ்விந்தியர் (மாயர்கள்) வசிக்கும் பகுதிகளில் படங்களை அடிப்படையாகக் கொண்ட சித்திர எழுத்து (Hieroglyph) – அகரவரிசை புழக்கத்துக்கு வருகிறது.

கி.மு.600 - உலக அதிசயங்களில் ஒன்றான பாபிலோன் தொங்கும் தோட்டங்கள் உருவாக்கம்.

கி.மு.580 - கி.மு. 500 - $a^2 + b^2 = c^2$ என்னும் செங்கோண முக்கோணங்கள் பற்றிய தேற்றம் கண்டுபிடித்த கிரேக்கக் கணித மேதை பிதகோரஸ் வாழ்ந்த காலம்.

கி.மு.469 - கி.மு. 399 - கிரேக்கத் தத்துவ மேதை சாக்ரட்டீஸ் வாழ்ந்த காலம்.

கி.மு.460 - கி.மு. 370 - நோய்கள் கடவுள்கள் உருவாக்குவதல்ல, சுற்றுச் சூழல்களால் வருகிறது என்று சொன்ன உலக மருத்துவத் தந்தை ஹிப்போகிரட்ஸ் கிரேக்கத்தில் வாழ்ந்த காலம்.

கி.மு. 450 - உலக நீதிமுறைகளுக்கு வழிகாட்டும் ரோமானியரின் Twelve Tables என்னும் சட்டமுறை.

கி.மு.400 - மாயர்களின் காலண்டர்.

கி.மு. 366 - சீனாவின் குகைக் கோயில்கள்.

கி.மு.300 - அரசர்கள், பிரபுக்கள், பூசாரிகள் என அதிகாரம் வரையறுக்கப்பட்ட மாயன் ஆட்சிமுறை.

கி.மு. 214 - உலக அதிசயங்களில் ஒன்றான சீனப் பெரும் சுவர் உருவாக்கம்.

கற்காலத்தில் முதல் அடி எடுத்துவைத்த நாம், இத்தனை சாதனைகளையும் தாண்டி, இன்று கம்ப்யூட்டர் யுகத்துக்கு வந்துவிட்டோம். இன்டர்நெட் டையும், இணையதளத்தையும் இருபது வருடங்களுக்கு முன் நினைத்தே பார்த்திருக்கமாட்டோம். இன்றோ, இவை இல்லாத வாழ்க்கையைக் கற்பனை செய்து பார்க்க முடிகிறதா? நாளை எந்தப் புதிய தொழில்நுட்பம் வரும், நம் வாழ்க்கையைப் புரட்டிப்போடும் என்று கணிக்கவே முடிய வில்லை. நாகரிக வளர்ச்சி பிரமிக்க வைக்கிறது.

●

நாகரிகம் - நாம் அடிக்கடி பயன்படுத்தும் வார்த்தை. அதே சமயம், அதன் முழுமையான அர்த்தம் அல்லது உண்மையான அர்த்தம் நமக்குத் தெரியாது. வரலாற்று அறிஞர்கள், அகழ்வாராய்ச்சி அறிஞர்கள் ஆகியோரையே திணற அடிக்கும் வார்த்தை இது. நாகரிகத்தை ஆங்கிலத்தில் Civilisation என்று சொல்கிறோம். Civilis என்னும் லத்தீன் வார்த்தை ஆங்கிலச் சொல்லின் அடிப்படை. Civilis என்றால், குடிமகன், நகரம். இந்த அடிப்படையில், மனிதன் சமுதாயமாக வாழ ஆரம்பித்ததுதான் நாகரிகத் தொடக்கம் என்று சிலர் சொல்கிறார்கள். லத்தீன் மிகப் புராதனமான மொழிதான். ஆனால், கல்தோன்றி மண் தோன்றாக் காலத்தே முன்தோன்றிய மூத்த மொழி அல்ல. மனித நாகரிகம் லத்தீன் மொழியைவிட முந்தையது. பின்னால் பிறந்த அளவுகோலால், முந்தைய வளர்ச்சியை அளப்பது தவறு. ஆகவே, இன்னும் சில வர்ணனைகளைப் பார்ப்போம்.

ஸ்காட்லாந்தின் தத்துவ மேதையும், வரலாற்று நிபுணருமான ஆடம் ஃபெர்கூஸன் (Adam Ferguson) 1767ல் எழுதிய அண Essay on the History of Civil Society என்னும் புத்தகத்தில் இப்படிக் குறிப்பிடுகிறார். நாகரிகம் என்றால், 'தனிமனிதன் குழந்தைப் பருவத்திலிருந்து மனிதத் தன்மை உடையவனாக வளர்ச்சியடைவது மட்டுமல்ல, மனித இனமே, முரட்டுத் தனத்திலிருந்து பண்பாட்டுக்கு முன்னேறுவது.'

மருத்துவம், மதம், தத்துவம் ஆகிய பல துறைகளில் அழியாக் கால்தடம் பதித்த ஜெர்மன் அறிஞர் ஆல்பர்ட் ஸ்விட்சர் (Albert Schweitzer) இன்னும் அற்புதமாக வர்ணிக்கிறார். நாகரிகம் என்பது 'எந்தக் கோணத்தில் இருந்து பார்த்தாலும், எந்தச் செயல்கள் மனித ஆன்மாவைச் செம்மைப்படுத்து கின்றனவோ, அவற்றின் ஒட்டுமொத்த முன்னேற்றம்.'

அமெரிக்கக் கார்னெல் பல்கலைக் கழகப் பௌதீகப் பேராசிரியர் ஸ்டீஃபன் ப்ளாஹா (Stephen Blaha) நாகரிகத்தை இப்படி வரையறுக்கிறார். 'ஒரே வாழ்க்கைமுறை, ஒரே மொழி கொண்டு ஒரே பூகோளப் பிரதேசத்தில் குறைந்தது பல ஆயிரம்பேர் சேர்ந்து வாழவேண்டும். அங்கே நினைவுச் சின்னக் கட்டடங்களும், அரசியல் கட்டமைப்பும் இருக்கவேண்டும்.'

மேற்படி அறிஞர்கள் அளித்த விளக்கங்களை மட்டுமே வைத்து நாகரி கத்தைப் புரிந்துகொண்டுவிடமுடியாது என்று வேறு சிலர் வாதிட்டனர்.

நாகரிகம் என்பது என்ன என்பதற்குத் தெளிவான அளவுகோல்கள் தேவை என்பது இவர்கள் வாதம். வெறும் தத்துவார்த்த விளக்கங்களை மட்டும் வைத்துக்கொண்டு நாகரிகத்தை எடைபோடமுடியாது என்று அவர்கள் வேறு சில திட்டவட்டமான அளவுகோல்களை முன்வைக்க முனைந்தனர்.

1. மனிதகுலம் வேட்டையாடத் தொடங்கிய காலம்

வேட்டையாடத் தொடங்கியபிறகுதான், மனிதன் கல், வெண்கலம், இரும்பு என்று ஒவ்வோரு வகையான ஆயுதங்களைக் கண்டுபிடித்தான். இவற்றின் உதவியோடு விவசாயத்தில் இறங்கினான். உபரி உற்பத்தி மனிதன் பிறரோடு இணந்து வாழும் சமுதாய வாழ்க்கைக்கு அடிகோலியது. ஆட்சி முறை, சட்டத் திட்டங்கள், சமுதாய நெறிகள் ஆகியவை உருவாயின. ஆகவே, நாகரிகத்தின் தொடக்கப் புள்ளி வேட்டையாடுதல்தான்.

2. சமுதாய வாழ்க்கை

இதன் ஆதரவாளர்கள் கணிப்புப்படி, வேட்டையாடத் தொடங்கிய காலம் வரை பின்னோக்கிப் போக வேண்டியதில்லை. இந்த அணுகுமுறை நம்மைக் கற்காலத்துக்கே கூட்டிக்கொண்டு போய்விடும். கூடி வாழ்ந்தால் கோடி நன்மை என்று மனித குலம் உணர்ந்த நாள்தான், நாகரிகத்தின் பிறப்பு. அப்போதுதான், மனிதர்கள் தங்களுக்குள் ஒரு தலைவனைத் தேர்ந்தெடுத்தார்கள், அவன் வழி நடந்தார்கள். தொழில் அடிப்படையிலான சமுதாயப் பிரிவுகள் வந்தன. ஒவ்வொரு பிரிவினரும் தங்கள் தொழிலில் கவனத்தை ஒருமுகப்படுத்தினார்கள். விவசாயம், வீடு கட்டுதல், கைவினைப் பொருள்கள் செய்தல், வியாபாரம் எனப் பல துறைகளில் வளர்ச்சியும், முன்னேற்றமும் வந்தன. ஆகவே, நாகரிக வளர்ச்சியை எடைபோடச் சிறந்த அடையாளம், மனிதர்கள் எப்போது கூடி வாழத் தொடங்கினார்கள் என்பதுதான்.

3. நகர வாழ்க்கை

இவர்கள் போவது இன்னும் ஒரு படி முன்னால். நகரங்கள் வந்தபிறகுதான் நாகரிகம் வந்தது என்னும் இவர்கள் வாதம், லத்தீன் வார்த்தையான Civilis -ன் அடிப்படையிலானது.

4. எழுத்துவடிவ மொழி

சுமேரியாவில் கி.மு. 4000ல் க்யூனிபார்ம் என்னும் சித்திர எழுத்து வந்தது. கி.மு. 3500ல் எகிப்திலும், கி.மு. 1600ல் இஸ்ரேல், லெபனான் பகுதிகளிலும் அகர வரிசை எழுத்து மொழியும் நடைமுறைக்கு வந்தன. மனிதன் தன் கருத்துகளைப் பரிமாறிக்கொள்ள வழி வகுத்தது எழுத்து வடிவ மொழிதான், எனவே, எழுத்துவடிவ மொழிதான் நாகரிகத் தொடக்கம் என்பது இவர்கள் வாதம்.

இவை அனைத்தையும் அலசி ஆராய்ந்த கோர்டன் சைல்ட் (Gordon Childe) என்னும் இங்கிலாந்து நாட்டு வரலாற்று ஆசிரியர் பத்து அளவுகோல்களை முடிவு செய்தார். இவற்றின் அடிப்படையில்தான் நாகரிகங்களை

அளக்கவும், ஒப்பிடவும் வேண்டும் என்று கூறினார். அவர் குறிப்பிடும் அம்சங்கள் இவைதாம்:

1. நகரக் குடியிருப்புகள்

2. தேர்ந்தெடுத்த சில தொழில்களில் தொழிலாளர்கள் வித்தகர்கள் ஆதல்

3. தேவைக்கு அதிகமான உற்பத்தி

4. வரையறுக்கப்பட்ட சமுதாயப் பிரிவுகள்

5. அரசாங்க அமைப்பு

6. பொதுமக்கள் பயன்படுத்துவதற்கான பெரிய கட்டடங்கள்

7. தொலைதூர வாணிபம்

8. கலைப் பொருள்கள்

9. எழுத்துக்கள், இலக்கியம்

10. கணிதம், வடிவியல் (Geometry) வானியல் ஆகிய துறைகளில் தேர்ச்சி.

அது சரி, ஒரு நாகரிகம் இந்த வரைமுறைகளுக்கு உட்படுகிறதா என்று எப்படி மதிப்பீடு செய்வது? இதற்குப் பயன்படும் முக்கிய முறை அகழ்வாராய்ச்சி. உடைந்த மண்சட்டி, உருக்குலைந்த கட்டடங்கள், புதைந்திருக்கும் மண்டை ஓடுகள், எலும்புக் கூடுகள், கல் பொறிப்புக்கள், பழைய லிபி எழுத்துகள் என ஒவ்வொரு புள்ளியாகத் தேட வேண்டும். இந்த ஆதாரங்கள் எந்தக் காலத்தைச் சேர்ந்தவை என்று துல்லியமாகக் கணிக்கும் அறிவியல் சோதனை முறைகள் பல உள்ளன.

கோர்டன் சைல்டின் அளவுகோல்கள். அகழ்வாராய்ச்சி ஆதாரங்கள் ஆகியவற்றின் அடிப்படையில், ஏழு பழங்கால நாகரிகங்களை முதிர்ச்சி பெற்றவைகளாகச் சொல்லலாம். அவை:

1. சுமேரியன் நாகரிகம் (கி.மு 5500 - கி.மு. 2334)

2. சீன நாகரிகம் (கி.மு 5000 - கி.மு. 1912)

3. எகிப்தியன் நாகரிகம் (கி.மு 3150 - கி.மு. 332)

4. சிந்து சமவெளி நாகரிகம் (கி.மு 2500 - கி.மு. 1700)

5. கிரேக்க நாகரிகம் (கி.மு 2500 - கி.மு. 323)

6. மாயன் நாகரிகம் (கி.மு 2000 - கி.மு. 900)

7. ரோமன் நாகரிகம் (கி.மு 753 - கி.பி. 476)

இந்தப் பழங்கால நாகரிகங்கள் ஒவ்வொன்றையும் இனி விரிவாகப் பார்ப்போம்.

மெசபடோமியா நாகரிகம்

கீழே உள்ள குறிப்புகளின் அடிப்படையில், நாம் யாரைப் பற்றி பேசப் போகிறோம் என்று உங்களால் யூகிக்க முடிகிறதா என்று பாருங்கள்.

பல மொழிகள் பேசும், பலவகையான வாழ்க்கை முறைகளைக் கொண்ட வர்கள் இந்த மக்கள். இந்தியா, எகிப்து போன்ற நாடுகளிடம் இந்தக் கலா சாரத்தின் தாக்கம் இருக்கிறது.

சுமார் 10,600 வருடங்களுக்கு முன்பாகவே, வீடுகளில் செடி, கொடி, மரங்கள், மிருகங்கள் வளர்த்தார்கள்.

சுமார் 5,000 வருடங்களுக்கு முன்பாகவே, மிருகங்களைத் தனியாக வளர்ப்ப திலிருந்து முன்னேறி, ஆட்டு, மாட்டு மந்தைகளைப் பராமரித்தார்கள்.

சுமார் 5,000 வருடங்களுக்கு முன்பாகவே, மீன் பிடிக்கும் வழக்கம் இருந்தது.

பேச்சு மொழி, 'கல்தோன்றி, மண் தோன்றாக் காலத்தே முன்தோன்றிய மூத்த மொழி'. ஆனால், எழுத்து வடிவ மொழி சுமார் 6200 வருடங்களுக்கு முன்பாகவே நடைமுறையில் இருந்தது.

கி.மு. 6000ம் ஆண்டிலேயே மக்கள் வாழ்க்கையில் கணிதம் அங்கம் வகித்தது. நிலங்களை அளப்பதற்காகப் பெருவாரியாகப் பயன்படுத் தப்பட்டது. 60 இலக்கங்கள் (Numerals) இருந்தன.

கண்டறிய முடிந்ததா? இன்னும் ஒரு க்ளூ. பல்லாயிரம் ஆண்டுகளுக்கு முன்பே இத்தனை பிரமாண்ட முன்னேற்றங்களைக் கண்டுவிட்டதால் உலகின் எல்லா நாகரிகங்களையும்விட, இந்தப் பிரதேச மக்களின் வாழ்க்கை முறைதான் முந்தையது என்கிறார்கள் வரலாற்று ஆசிரியர்கள். இதனால், 'நாகரிகத்தின் தொட்டில்' என்றும் இவர்கள் வாழ்ந்த பிரதேசம் அழைக் கப்படுகிறது.

ஆம், நாம் இங்கே முதலில் பார்க்கப்போவது மெசபடோமியா. இங்கே வாழ்ந்த மக்கள் சுமேரியர்கள்.

பூகோளம்

இன்றைய இராக் நாட்டோடு சிரியா, துருக்கி, இரான் ஆகிய நாடுகளின் பகுதிகளை இணைத்த நிலப்பரப்பே மெசபடோமியா. கிரேக்க மொழியில்

மெசபடோமியா என்றால் இரண்டு நதிகளுக்கு நடுவே உள்ள இடம் என்று பொருள். அந்த இரு நதிகள், யூப்ரட்டீஸ் மற்றும் டைக்ரிஸ்.

வடக்குப் பாகம் மலைகளும் சமவெளிகளும் இருந்தன. பருவ மழை தவறாமல் பெய்ய, இந்த நில அமைப்பே காரணம். இதனால், காலம் பொய்த்தாலும், இந்த நதிகள் பொய்க்கவில்லை. வட பகுதியான மெசப டோமியா பொன் விளையும் பூமியாக இருந்தது.

உலகத்தில் எல்லா நாகரிகங்களும் தோன்றுவதும் வளர்வதும் நதிக்கரை களில்தாம். இதற்குக் காரணம் உண்டு. மனிதனின் அடிப்படைத் தேவை உணவு. வயிறு நிறைந்திருந்தால்தான் அவனால் வாழ்க்கையின் பிற அம்சங் களில் கவனம் செலுத்தமுடியும். இசை, இலக்கியம், விளையாட்டு என்னும் கலைகளில் ஈடுபட முடியும், கலைகளை வளர்க்கமுடியும். இந்த வளர்ச்சி தானே நாகரிகம்! மெசபடோமிய நாகரிக வளர்ச்சிக்கும் ஜீவநாதம் யூப் ரட்டீஸ், டைக்ரிஸ் ஆறுகள்தாம்.

முக்கிய மன்னர்கள்

மெசபடோமியாவை மன்னர்கள் ஆண்டார்கள். இவர்களுள், முக்கியமான வர்கள் மூவர்:

1. கில்காமேஷ் (Gilgamesh)

இவர் கி.மு. 2600ல் வாழ்ந்தார். மெசபடோமியாவின் ஒரு பகுதியான உருக் (Uruk) என்கிற ஆற்றங்கரைப் பகுதியை 126 ஆண்டுகள் இவர் ஆட்சி செய்த தாகக் கூறப்படுகிறது. இவர் மறைந்து ஐந்து நூற்றாண்டுகளுக்குப்பின் அவருடைய வாழ்க்கை வரலாற்றை கில்காமேஷ் காவியம் என்று எழுதி வைத்தார்கள். உலகத்தின் மிகப் பழமையான இலக்கியப் படைப்பு இதுதான் என்பது அறிஞர்கள் கணிப்பு. இந்தக் காவியம் களிமண் பலகைகளில் 12 பாகங்களாக எழுதப்பட்டது. இந்த நூலின் பல பகுதிகள் கிடைத்துள்ளன. வீர சாகசம் நிறைந்தவராக, மனிதராகப் பிறந்த கடவுள் அவதாரமாக இந்தக் காவியம் கில்காமேஷை வர்ணிக்கிறது.

2. ஹம்முராபி (Hammurabi)

இவர் கி.மு. 1792ல், தன் பதினெட்டாம் வயதில், மெசபடோமியாவின் பகுதியான பாபிலோன் சாம்ராஜ்ஜிய சக்கரவர்த்தியாகப் பதவியேற்றார். ஒன்றுபட்ட மெசபடோமியாவை உருவாக்கினார்.

அந்த நாட்களில் எது நியாயம், எது தவறு, எந்தக் குற்றங்கள் செய்தால் என்ன தண்டனைகள், என்பவை வரையறுக்கப்படவில்லை. இவற்றை ஒழுங்கு படுத்தியவர் ஹம்முராபி. 282 குற்றங்களும், ஒவ்வொன்றையும் செய்தால் என்னென்ன தண்டனை என்னும் விவரங்களும் பட்டியலிடப்பட்டன. பொதுமக்கள் அனைவரும் தெரிந்துகொள்வதற்காக, இவை 12 களிமண் பலகைகளில் எழுதப்பட்டு பிரம்மாண்டமான தூண்போன்ற அமைப்பில்

பதிக்கப்பட்டன. இவை 'ஹம்முராபி சட்டங்கள் (Hammurabi Code)' என்று அழைக்கப்படுகின்றன.

ஹம்முராபி சட்டங்கள் உள்ளடக்கியிருக்கும் அம்சங்கள் - மதம், ராணுவ சேவை, வியாபாரம், அடிமைகள், தொழிலாளர்களின் பொறுப்புகள் போன்றவை. இன்றைய சூழலில், சில சட்டங்கள் விநோதமாகத் தோன் றினாலும், அன்றைய வாழ்க்கை முறையைப் பிரதிபலிப்பவை என்னும் கண்ணோட்டத்தில் நாம் இந்தச் சட்டங்களைப் பார்க்கவேண்டும்.

யாராவது இன்னொருவர் மேல் குற்றம் சாட்டினால், இருவரும் நதிக் கரைக்குப் போகவேண்டும். குற்றம் சாட்டப்பட்டவர் நதியில் குதிக்க வேண்டும். மூழ்கினால், அவர் குற்றவாளி என்று அர்த்தம். அவருடைய மொத்த சொத்துக்களும் குற்றம் சாட்டியவருக்கு சொந்தம். தண்ணீரில் மூழ் காமல் தப்பித்தால், அவர் நிரபராதி. குற்றம் சாட்டியவருக்கு மரண தண்டனை. அவர் சொத்துகள் முழுக்க, பொய்க் குற்றம் சுமத்தப்பட்ட வருக்கு அளிக்கப்படும்.

ஒரு வியாபாரி, வியாபாரத்தில் முதலீடு செய்ய, தரகரிடம் பணம் கொடுப் பதாக வைத்துக்கொள்வோம்.இந்தப் பணம் நஷ்டமானால், அதைத் தரகர் வியாபாரிக்கு ஈடு கட்டவேண்டும்.

3. நெபுகாட்நேஸர் (Nebuchadrezzar II)

கி.மு. 605 முதல் நாற்பது ஆண்டுகள் பாபிலோன் பகுதியை ஆண்ட மன்னர். சாலைகள் அமைத்தும், கால்வாய்கள் வெட்டியும், கோயில்களைப் புதுப் பித்தும், பல முன்னேற்றங்களளைச் செய்தவர். பழங்கால உலக அதிசயங் களில் ஒன்றான பாபிலோன் தொங்கு தோட்டம் இவருடைய உருவாக்கம் தான். கட்டடக் கலையில் மெசபடோமியரின் அற்புதமான திறமையைத் தொங்கு தோட்டம் பறைசாற்றுகிறது.

இது ஓர் அடுக்குத் தோட்டம். பெரிய பெரிய தூண்களை எழுப்பி அவற்றின் மேல் பல அடுக்குத் தளங்களை எழுப்பி ஒவ்வொரு அடுக்கிலும் தோட்டங்கள் போடப்பட்டன. செயின் பம்ப் (Chain Pump) என்கிற அமைப்பின் உதவியால் யூப்ரட்டீஸ் நதியின் தண்ணீர் தொங்கு தோட்டத்தின் உச்சிக்குக் கொண்டுபோகப்பட்டது. பின்னாளில் வந்த பூகம்பம் தொங்கு தோட்டத்தை அழித்துவிட்டது.

மத நம்பிக்கைகள்

கில்காமேஷ் மன்னர் மூன்றில் இரண்டு பங்கு தெய்வம், மூன்றில் ஒரு பங்கு மனிதர் என்று கில்காமேஷ் காவியம் வர்ணிக்கிறது. மன்னர்களுக்கும், மக்களுக்கும் அதீதக் கடவுள் நம்பிக்கை இருந்தது.

உலகம் தட்டையான வடிவம் கொண்டதாக சுமேரியர்கள் நம்பினார்கள். பூவுலகுக்கு மேலே, கடவுள்கள் வாழும் சொர்க்க லோகம். பூவுலகையும்,

சொர்க்கத்தையும் சுற்றி வளைத்து நான்கு பக்கங்களிலும் கடல். இந்தக் கடலிருந்துதான் பிரபஞ்சம் உருவானது.

நிலம், நீர், காற்று, நெருப்பு, ஆகாயம் ஆகிய பஞ்சபூதங்கள்தாம் முதல் கடவுள்கள்.

இவர்களுள் வாயு பகவான் பிறரைவிட அதிக சக்தி வாய்ந்தவர். பஞ்ச பூதங்களுக்கு எல்லா ஊர்களிலும் கோயில்கள் இருந்தன. ஆரம்பத்தில் கடவுள்களை ஊருக்கு நடுவே பெரிய மேடைவைத்து வழிபட்டார்கள். இந்த மேடையைச் சுற்றிக் கட்டடம் எழுப்பினார்கள்.

கி.மு. *2200 - 500* இடைப்பட்ட காலத்தில் ஸிகுரட்கள் (Ziggurats) என்னும் வழிபாட்டுத் தலங்கள் கட்டப்பட்டன. ஸிகுரட் என்றால் கடவுளின் மலை என்று பொருள். இவை வெறும் கட்டடங்களல்ல, அழகு கொஞ்சும் பிரம்மாண்டங்கள். கோட்டைபோல் களிமண் செங்கல்லாலும் உட்பக்கம் சுட்ட செங்கற்களாலும் உருவாக்கப்பட்டவை. சுற்றிலும் பிரமிட்போல் சரிந்த சுவர்கள், அவற்றில் ஏராளமான படிகள். கோயிலுக்குள் மேடைமேல் கடவுள் சிலை. பிரம்மாண்ட வடிவம், சிறப்பான கட்டமைப்பு, சுவர்களில் கண்ணைக் கவரும் ஓவியங்கள், சிற்பங்கள், உலோகங்களால் உருவாக்கப்பட்ட கலைப்பொருள்கள், பளபளப்பும் வழவழப்புமான தரை ஆகியவை ஸிகுரட்களின் சிறப்புகள்.

கோயில்கள் மத குருக்களால் பராமரிக்கப்பட்டன. சமூகத்தில் அதிக மரியாதை பெற்றவர்கள் மதகுருக்கள்தாம். மக்கள் மட்டுமல்ல, அரசர்களும் இந்தப் பூசாரிகளை ஆண்டவனின் மறுவடிவமாக நம்பினார்கள். மன்னர்களும் மக்களும், எல்லாப் பிரச்னைகளுக்கும் மத குருக்களை நாடினார்கள். அவர்கள் முடிவுதான் இறுதியானது. குருமார்களின் தேவைகளுக்கும் கோயிலின் பூஜை, நைவேத்தியச் செலவுகளுக்குமாக அரசாங்கம் எல்லாக் கோயில்களுக்கும் விவசாய நிலங்கள் அளித்தது. இவற்றைப் பராமரித்து, கோயில்களுக்குத் தேவையான செலவுகள் செய்து, மிச்சத்தை மதகுருக்கள் வைத்துக்கொள்ளலாம். கணிசமான வருமானம், சமூக அந்தஸ்து ஆகிய காரணங்களால், பூசாரி ஆவதற்கு எக்கச்சக்கப் போட்டி இருந்தது.

விவசாயம்

சுமேரியாவின் உயிர்நாடியே, யூப்ரட்டீஸ், டைக்ரிஸ் நதிகள்தாம். எனவே, வாழ்க்கை விவசாயத்தை மையமாகக்கொண்டு சுழன்றது. வசந்த காலங்களில் இந்த இரண்டு ஆறுகளும் கரை புரண்டு ஓடும். நீரின் அளவும் வேகமும் அக்கம்பக்கக் குடிசைகளையே மூழ்கடிக்கும். பருவகாலம் முடிந்தபின், தண்ணீரைத் தேடித் தேடி அலையவேண்டும். சுமேரியர்கள் ஒரே கல்லில் இரண்டு மாங்காய் விழவைக்கும் தீர்வு கண்டார்கள்.

வெள்ளம் வடியும்போது, மணல்மேடுகள் உருவாகும். சுமேரியர்கள் இந்த மேடுகளால், தண்ணீரைத் தடுத்து நிறுத்தி சேமிக்கும் பாதுகாப்புச் சுவர்களை உருவாக்கினார்கள். மழைக் காலங்களில், வெள்ளத்தின் ஒரு பகுதியை இந்த

அணைகள் சேமித்து வைக்கும். மழைக்காலம் முடிந்தபின், இந்த மணல் படுகையில் துவாரங்கள் போடுவார்கள். சிறிய கால்வாய்கள் மூலமாக, தண்ணீரை விளைநிலங்களுக்குக் கொண்டுபோவார்கள். அணைகள் மூலமாக நீர் சேமித்தல், கால்வாய்கள் வழியாக நிலங்களுக்கு விநியோகம் ஆகியவை அடங்கிய நீர்ப்பாசனம் மனிதகுல வரலாற்றில் முக்கிய மைல்கல். இது முழுக்க முழுக்க சுமேரியர்கள் கி.மு. 6000 அளவில் நமக்குத் தந்த மாபெரும் அன்பளிப்பு!

மணல் அணைகளின் ஆயுட்காலம் குறுகியது என்பது விரைவில் தெரிந்தது. வெள்ளம் அதிக வேகமாக வந்தால் அணைகள் காணாமல் போயின. அதிக நாட்கள் நீடிக்கும் அணைகள் கட்டுவது எப்படி? சுமேரியாவில் கற்பாறைகளோ, மரங்களோ அதிகமில்லை. ஆற்றில் களிமண் கிடைத்தது. 'ஒட்டிக்கொள்ளும் தன்மைகொண்ட களிமண்ணால் அணை கட்டலாமே' என்றான் ஒருவன். 'ஆற்றோரம் ஏராளமாக நாணலும், கோரைப்புல்லும் வளர்கிறதே, அவற்றைக் களிமண்ணோடு சேர்த்துப் பிசைந்தால், ஒருவேளை அணையின் பலம் கூடுமோ' என்றான் இன்னொருவன். பல சிந்தனைகளை ஆக்கபூர்வமாக ஒன்றிணைத்தார்கள். நாணலையும் கோரைப்புல்லையும் களிமண்ணோடு சேர்த்துக் குழைத்து அணைகள் கட்டினார்கள். உறுதியாக, கம்பீரமாக அணைகள் உயர்ந்து நின்றன.

நாள்கள் ஓடின. தயாராக இருந்த களிமண்ணை ஏதோ காரணங்களால், அவர்கள் பயன்படுத்தவில்லை. கொளுத்தும் வெய்யிலில் அது காய்ந்தது. சில நாள்களுக்குப் பின் மண்ணை எடுத்தார்கள். உடைக்கவே முடியவில்லை. அத்தனை உறுதி. உடனே களிமண்ணை எடுத்து, நாணல், கோரைப்புல்லோடு சேர்த்துக் குழைத்தார்கள். சிறு சிறு வடிவங்களாக மாற்றினார்கள். (இன்று செங்கல் என்று நாம் அழைக்கும் வடிவங்களில்.) வெய்யிலில் காயவைத்தார்கள். பிறகு இவற்றைக் கொண்டு அணை கட்டினார்கள்.

இந்த அணைகள் காலம் காலமாக இயற்கையின் சீற்றங்களைத் தாங்கி நின்றன. விவசாயத்துக்காகத் தொடங்கிய முயற்சி கட்டடக் கலையில் புதிய பரிமாணம் தோன்றவைத்தது. வெயிலுக்குப் பதில் நெருப்பு வெப்பத்தில் சூளைகளில் சுட வைத்ததும், செங்கல்கள் தோன்றியதும், அவற்றால் வீடுகள் கட்டியதும், இந்த வளர்ச்சியில் ஒரு கிளைக் கதை.

ஆரம்ப காலங்களில், குறுகிய நீர்ப்பாசன வசதிகளால், குறைந்த அளவு நிலப்பரப்பில் மட்டுமே பயிர் செய்தார்கள். அவர்களும், அவர்கள் குடும்பத்தினரும் மட்டுமே உழைத்தார்கள். கால்வாய்கள் வந்தபின், அதிகப்பட்ட நிலப்பரப்பில் பயிரிட முடிந்தது. ஒரே ஒரு பிரச்னைதான். ஆள் தட்டுப்பாடு. எப்போதும், தேவைகள்தாம் தீர்வுகளின் காரணங்கள். மாடுகள், குதிரைகள் ஆகிய மிருகங்கள் களத்தில் இறக்கப்பட்டன. அடுத்தபடியாக, இயந்திரங்கள் புழக்கத்துக்கு வந்தன. நிலம் உழும் ஏர் கண்டுபிடித்தவர்கள் சுமேரியர்கள்தாம்.

பாசன வசதிகள் பல முக்கிய சமுதாய மாற்றங்களுக்கு வித்திட்டன. குடும்ப அங்கத்தினர்களோடு, அக்கம் பக்கத்தாரும் அடுத்தவர் நிலங்களில்

உழைக்கத் தொடங்கினார்கள். முதலாளி - தொழிலாளி சித்தாந்தம் ஆரம் பித்தது. இத்தோடு, தனிமனிதத் தொடர்புகளும், உறவுகளும் குடும்ப எல்லைகளைத் தாண்டி வளர்ந்தன. தனிமரங்கள் தோப்பாயின. மக்கள் சேர்ந்து வாழத் தொடங்கினார்கள். தனியாகச் சிதறிக் கிடந்த வீடுகள் கிராமங் களாயின. சமுதாய வாழ்க்கை தொடங்கியது.

சுமேரியர்கள் கோதுமை, பார்லி, எள், ஈச்சை, ஆளிவிதைச் செடிகள் (Flax)*, பல்வேறு காய்கறிகள் ஆகியவற்றைப் பயிரிட்டார்கள். பொன் விளையும் பூமி. அமோகமான விளைச்சல். தேவைக்கு அதிகமான தயாரிப்புகளைக் களிமண்ணால் கட்டிய கிடங்குகளில் சேமித்தார்கள்.

தொழில்கள்

விவசாயம்தான் முக்கியத் தொழிலாக இருந்தது. ஏர் மற்றும் விவசாயக் கருவிகள் தயாரிப்பிலும் பலர் ஈடுபட்டிருந்தார்கள். விவசாய வளம் வியாபார வளர்ச்சிக்கு அடித்தளமிட்டது. சுமேரியாவில் இயற்கை வளங்கள் குறைவாக இருந்தன. கல், மரம் போன்ற அத்தியாவசியப் பொருள்களுக்கே அண்டை நாடுகளை நம்பியிருக்கவேண்டும். அதே சமயம், விவசாயத்தில் உற்பத்தி பெருகியது. வியாபாரிகளுக்கு இது அற்புத வாய்ப்பு. கோதுமை, பார்லி ஆகியவற்றைப் பக்கத்து நாடுகளுக்கு ஏற்றுமதி செய்தார்கள். பண்டமாற்று முறை மூலமாக, தங்கள் நாட்டுக்குத் தேவையான பொருள்களைத் தாயகத் துக்குக் கொண்டுவந்தார்கள். யூப்ரடீஸ், டைக்ரிஸ் நதிகள் வழியாக இந்தச் சரக்குப் போக்குவரத்து நடந்தது. வெளிநாட்டுப் பயணத்துக்கும், சரக்குகளை அனுப்பவும், வியாபாரிகள் சிறு கப்பல்கள் வைத்திருந்தார்கள். இவை மரம், செடிகொடி, மிருகத்தோல் ஆகியவற்றால் உருவாக்கப்பட்டிருந்தன.

ஆடு, மாடுகள் வளர்த்தலும் பிரதானமான தொழில். மந்தைகள் வைத் திருந்தவர்கள் பால், மாமிசம் ஆகியவற்றை வியாபாரம் செய்தார்கள். வீடு கட்டும் கொத்தனார்கள், தச்சர்கள், ஆபரணங்கள் செய்வோர், மண் பாத்தி ரங்கள் செய்வோர், சிற்பிகள், ஓவியர்கள் எனப் பல்வேறு தொழில் விற் பன்னர்கள் இருந்தார்கள். நாகரிகம் வளர வளர, யுத்த வீரர்கள், ஆசிரியர்கள், அரசு அதிகாரிகள், வியாபாரிகள் எனப் புதுப் புது தொழில்கள் மலர்ந்தன.

குடும்பம்

ஆரம்ப காலங்களில். வயதில் மூத்தவர் ஆணாக இருந்தாலும், பெண்ணாக இருந்தாலும் அவரே குடும்பத் தலைவராகக் கருதப்பட்டார். நாளடைவில், ஆண்கள் இந்த உரிமையை எடுத்துக்கொண்டார்கள். நாடு ஆணாதிக்கச் சமுதாயமானது.

_____

(*இவை குறுஞ்செடிகள். இவற்றின் இழைகள் ஆடைகள் தயாரிக்கப் பயன்படு கின்றன. இவற்றின் விதைகளிலிருந்து ஆழிவிதை நெய் (Linseed Oil) எடுக் கிறார்கள். உணவுகளிலும், லினோலியம் (Linoleum) என்னும் மேற்பரப்புத் தரை (Floor Covering) தயாரிக்கவும் இந்த நெய் பயன்படுத்தப்படுகிறது.

அரசர்கள், பணக்காரர்கள், எழுத்தாளர்கள், மருத்துவர்கள், கோயில் நிர்வாகிகள் ஆகியோரின் ஆண் வாரிசுகள் மட்டுமே கல்வி கற்கலாம். மற்ற வர்களுக்கு அவர்கள் பெற்றோர் குலத் தொழில் பயிற்சி கொடுத்தார்கள். வர்ணாசிரம தர்மம் நிலவியது. பெண்கள் அவர்கள் எவ்வளவு வசதி படைத் தவர்களாக இருந்தாலும் கல்வி நிலையங்களுக்குப் போக அனுமதி கிடையாது. இவர்களுக்கு அவர்களுடைய தாயார் சமையல், வீட்டு வேலைகள் ஆகியவற்றில் பயிற்சி கொடுத்தார்கள்.

ஓர் ஆச்சரியம். இத்தனை அடிப்படை உரிமைகளும் மறுக்கப்பட்டன என்றாலும் பெண்களுக்குச் சொத்து உரிமை இருந்தது. மண வாழ்க்கை கசப் பாக இருந்தால், கணவனை விவாகரத்து செய்யும் சுதந்திரமும் இருந்தது. விந்தையான சமுதாயம்தான்!

சுமார் 4000 ஆண்டுகளாக, சுமேரியப் பெண்களுக்குக் கல்வி உரிமை மறுக்கப்பட்டிருந்தது. இந்தப் பழக்கத்தில் மாற்றம், முன்னேற்றம், கி.மு. 1894 காலகட்டத்தில் வந்தது. பாபிலோன் தனி நாடானது. ஏழை, பணக்காரர் என்னும் பாகுபாடு இல்லாமல் எல்லா ஆண்களுக்கும், எல்லாப் பெண்களுக்கும் கல்வி கற்கும் உரிமையும் வாய்ப்பும் வழங்கப்பட்டது.

பொழுதுபோக்குகள்

மன்னர்கள், பணக்காரர்கள் ஆகியோருக்குப் பிடித்தமான பொழுதுபோக்கு வேட்டையாடுதல். சாதாரண மக்களிடையே குத்துச் சண்டை, மல்யுத்தம் ஆகியவை பிரபலம். மஜோர் (Majore) என்னும் விளையாட்டில், ஆறிலிருந்து அறுபதுவரை எல்லா வயது ஆண்களும் ஈடுபட்டார்கள். ரக்பி போன்ற முரட்டு ஆட்டம் இது. ஒரு வித்தியாசம் - பந்து மரத்தால் செய்யப்பட்டது. வீட்டுக்குள் விளையாடும் Royal Game of Ur என்னும் விளையாட்டு இருந்தது. சதுரங்கம், தாயக்கட்டம் ஆகியவற்றின் கலவை போன்றது இந்த விளையாட்டு.

திருவிழாக்கள்

ஒவ்வொரு மாதமும் திருவிழாக்கள் இருந்தன. இந்தக் கொண்டாட்டங்களுக் கான நாட்கள் ஏழு அம்சங்களின் அடிப்படையில் நிர்ணயிக்கப்பட்டன:

1. பௌர்ணமி, அமாவாசை. புது முயற்சிகளுக்கான சடங்குகள் வளர்பிறையிலும், துர்தேவதைகளைத் திருப்தி செய்யும் பரிகார விழாக்கள் தேய்பிறையிலும் நடத்தப்பட்டன.

2. சாகுபடிக் காலங்கள்.

3. இரவும், பகலும் சமமான கால அளவாக இருக்கும் சமபங்கு நாட்கள் (Equinoxes).

4. அயன நாட்கள் (Solstices). சூரியன் பூமியின் நில நடுக்கோட்டி லிருந்து வடக்கே அல்லது தெற்கே மிகத் தொலைவில் இருக்கும் நாட்கள் இவை. உத்தராயணம், தட்சிணாயனம் என்று நாம் இந்த நாட்களைச் சொல்லுவோம்.

34

5.   உள்ளூர் தேவதைகளுக்கு முக்கியமான நாட்கள்.

6.   மன்னர் பிறந்த நாள், அவர் முடிவு செய்யும் பிற நாட்கள்.

7.   யுத்த வெற்றி விழாக்கள்.

இசை

சுமேரியர்கள் இசைப் பிரியர்கள். பெரும்பாலான பாடல்கள் ஆண்டவன் புகழ் பாடுபவை. ஒரு சில, மன்னரை வாழ்த்தியும், வரலாற்றுச் சிறப்பான நிகழ்ச்சிகளைப் போற்றியும் எழுதப்பட்டன. எல்லாமே, ராகத்தோடு பாடப்படுபவை. மன்னர்கள் சபையில் தினமும் இசைக் கச்சேரிகள் உண்டு. சாதாரண வீடுகளிலும், ஆண், பெண், குழந்தைகள் பண்ணோடு பாடுவார்கள். நாளடைவில் பாடலுடன் ஆடலும் இணைந்தது. பெற்றோர்கள் தம் குழந்தைகளுக்குச் சிறுவயதிலேயே வாய்ப்பாட்டும், நடனமும் கற்றுக் கொடுக்கத் தொடங்கினார்கள்.

எத்தனை விதமான இசைக் கருவிகள் இருந்தன என்று தெரியவில்லை. ஒளுத் (Oud) என்னும் வீணைபோன்ற மீட்டும் இசைக்கருவி கி.மு. 5000 - லேயே இருந்ததாக ஆதாரங்கள் கிடைத்துள்ளன.

எழுத்துகள்

cuneiformகளிமண் பாளங்களில் விஷயங்களைப் பதிவு செய்திருக்கிறார்கள். மிருகங்களின் எலும்புகள் எழுத்தாணிகளாகப் பயன்பட்டன. எழுத்துக்கள் கிடையாதே? ஆடு, மாடு என்று குறிப்பிட அவற்றின் படங்களை வரைந்தார்கள். இது சிரமமான வேலை. எனவே ஒவ்வொரு படத்துக்கும் குறியீடுகள் கண்டுபிடித்தார்கள். ஒரு வட்டம் போட்டு அதன் பக்கத்தில் நான்கு கோடு, இரண்டு புள்ளி வைத்தால் அதுதான் மாடு. ஆடு, பூனை, வீடு, கோயில், ஆண், பெண், என இப்படி ஒவ்வொரு குறியீடு.

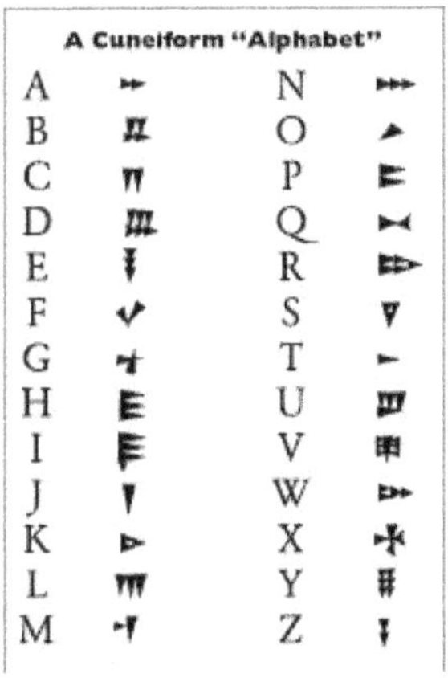

A Cuneiform "Alphabet"

A	►	N	►►►
B	Ⅱ	O	◄
C	Ⅲ	P	⊨
D	Ⅲ	Q	◄⊨
E	≩	R	◄⊨►
F	◄	S	▼
G	◄	T	►
H	⊨	U	Ⅲ
I	⊨►	V	Ⅲ►
J	◄	W	►►
K	►	X	✱
L	Ⅲ	Y	#
M	◄►	Z	≩

மத விஷயங்கள், கணக்கு வழக்குகள், எல்லாமே பதிவு செய்யப்பட்டன. காகிதங்களைத் தொகுத்து ஃபைல் செய்வதுபோல் இந்தக் களிமண் பாளங் களைச் சேர்த்து அடுக்கியிருக்கிறார்கள். பின்னாளில் இந்த எழுத்துகளைப் புரிந்துகொண்டு படித்து, திரட்டப்பட்டவைதாம் பைபிளில் வரும் பல சம்பவங்கள்.

எழுத்துகளில் பல வட்டங்கள், வளைவுகள் இருந்தன. இவற்றைக் களி மண்ணில் கொண்டுவருவது சிரமமாக இருந்தது. எனவே, கி.மு. நான்காம் நூற்றாண்டில் வட்டங்கள், வளைவுகளுக்குப் பதிலாக முக்கோண வடிவ எழுத்துக்களைக் கண்டுபிடித்தார்கள். உண்மையில் இவை முக்கோண வடிவம் அல்ல, உளி வடிவம். அதனால், இந்த எழுத்து வடிவத்துக்கு உளி வடிவ எழுத்துக்கள் என்று பொருள்படும் க்யூனிஃபார்ம் (Cuneiform) என்று பெயர் சூட்டினார்கள்.

களிமண்ணில் சிறிய பொம்மைகள்போல் இந்த வடிவங்களை (எழுத்துகள்) செய்து வைத்திருந்தார்கள். கருத்துப் பரிமாற்றத்துக்கு இந்த வடிவங்களைப் பயன்படுத்தினார்கள். அகழ்வாராய்ச்சியில் கிடைத்த கி.மு. 2600ன் களிமண் பாளம் ஒன்று, பல்வேறு க்யூனிஃபார்ம் எழுத்துகளைக் காட்டுகிறது.

இலக்கியம்

கி.மு. 1894 ல் வந்த பாபிலோன் சாம்ராஜ்ஜியத்தில்தான் இலக்கணமும் இலக்கியமும் புது மலர்ச்சி பெற்றன. அகர வரிசை (Alphabets), இலக்கண விதிகள் ஆகியவை தொகுக்கப்பட்டன. ஏராளமான இலக்கியங்கள் படைக் கப்பட்டிருக்கலாம் என்று நம்பப்பட்டாலும், நமக்குக் கிடைத்திருப்பது கில்காமேஷ் காவியம் மட்டும்தான்.

உழுவதற்கான ஏர், நீர்ப்பாசன முறைகள், செங்கல், வளைவுகள், நகர மைப்புத் திட்டங்கள் போன்ற மனித குல முன்னேற்றத்தை விரைவாக்கிய ஏராளமான கண்டுபிடிப்புகளுக்குச் சொந்தக்காரர்கள் சுமேரியர்கள். இரும்பு, செம்பு, வெண்கலம் ஆகிய உலோகங்களைத் தயாரிக்கும் அறிவியல் முறை சுமேரியர்களுக்குப் பழக்கமானதாக இருந்தது. இந்த உலோகங்களால் விவசாயக் கருவிகள். வாள், ஈட்டி போன்ற யுத்த ஆயுதங்கள் தயாரித்தார்கள்.

கட்டடக் கலை, பொறியியல், வானியல், கணிதம் போன்ற பல்வேறு துறைகளில் சுமேரியர்கள் பல்லாயிரம் ஆண்டுகளுக்கு முன்னால் நிகழ்த்திய சாதனைகள் நம்மைப் பிரமிக்கவைக்கின்றன.

கட்டடக் கலை - வீடுகள்

விவசாயம் கல்லாவை நிரப்பியது. இந்த வருமானத்தால், சுமேரியர்கள் வசதியான வாழ்க்கை நடத்த முடிந்தது. களிமண்ணைப் பாளம் பாளமாகச் செய்து வெயிலில் காய வைத்து செங்கற்களால் வீடுகள் கட்டினார்கள். இவை சாதாரண வீடுகள் அல்ல. இரண்டு அல்லது மூன்று அறைகள் கொண்டவை. தங்கள் வசதிக்கும் தேவைகளுக்கும் ஏற்ப பலர் மாடி வீடுகள், பரந்து விரிந்த பங்களாக்கள் என வகை வகையாய்க் கட்டினார்கள். எல்லா வீடுகளின் நடுப்புறத்திலும் பெரிய முற்றம் இருக்கும். அறைகள் முற்றத்தை மையமாக வைத்துக் கட்டப்பட்டன. இதனால், வீடு வெயிலின் கடுமையால் பாதிக்கப் படாமல், குளிர்ச்சியாக இருக்கும் என்பது நம்பிக்கை. இது அறிவியல் ரீதியான உண்மைதான் என்று இன்றைய சுற்றுப்புறச் சூழல் அறிஞர்களும் ஒத்துக்கொள்கிறார்கள்.

எல்லா வீடுகளும் குழாய்கள் மூலம் குடிநீர் பெறும் வசதி கொண்டவை. வீடுகளில் உலோகங்களாலான சமையல் பாத்திரங்கள் பயன்படுத்தினார்கள். பண்டமாற்று முறையில் இறக்குமதி செய்த மர வகைகளால் செய்யப்பட்ட நாற்காலிகள், மேசைகள், தட்டு முட்டுச் சாமான்கள் இருந்தன.

அரண்மனைகள்

சாமானியர்கள் வாழும் வீடுகளிலேயே இத்தனை வசதிகள் என்றால், மன்னர்கள் வாழும் அரண்மனைகள் எப்படி இருக்கும்? பரந்த நிலப்

பரப்புகளில் உயர்ந்து நின்ற படாடோபப் படைப்புகள் அவை. கி.மு. மூன்றாம் நூற்றாண்டில், காஃபாஜா (Khafajah), டெல் அஸ்மார் (Tel Asmar) ஆகிய இரண்டு இடங்களிலும் கட்டப்பட்டிருந்த அரண்மனைகள் பிரம் மாண்டமானவை. ஓவியங்கள், கலைப் பொருள்கள் ஆகியவற்றால் அற்புதமாக அவை அலங்கரிக்கப்பட்டிருந்தன.

உர் (Ur), மாரி (Mari) ஆகிய நகரங்களில் நடந்த அகழ்வாராய்ச்சி தந்திருக்கும் சிதிலங்கள், அரண்மனைகளின் சிறப்புகளுக்குச் சான்றுகள்.

பிற்காலங்களில், பிற நாடுகளில் எழுந்த மன்னர்களின் உறைவிடங் களுக்கும், சுமேரிய அரண்மனைகளுக்குமிடையே மிகப் பெரிய வித்தியாசம் உண்டு. சுமேரிய அரண்மனைகளில் அரசர்களும், அவர்கள் குடும்பமும் மட்டும் சொகுசு வாழ்க்கை வாழவில்லை. இந்த வளாகத்தில், கட்டடப் பரமரிப்பாளர்கள், தச்சர்கள், கொத்தனார்கள், நீர்க்குழாய் பழுது பார்ப் பவர்கள், சிற்பிகள், ஓவியர்கள் ஆகியோரும் குடும்பத்துடன் தங்குவதற்கான வீடுகளை அரசர்கள் அளித்தார்கள். பட்டறைகள், உணவகங்கள், பொதுப் பொழுதுபோக்கு இடங்கள், அரங்கங்கள், கோயில்கள், இடுகாடுகள், ஆகியவையும் அமைக்கப்பட்டிருந்தன. மொத்தத்தில், அரண்மனை வளாகம் ஒரு வசதிகள் நிறைந்த நகரம்!

வாசல் கதவுகளிலும், முக்கிய கதவுகள் அருகிலும், பிரம்மாண்டமான கடவுள் சிலைகள் நிறுவப்பட்டன. உட்புறச் சுவர்கள் வரலாறு, கலை ஆகியவற்றின் பொக்கிஷங்கள். பெரிய கற்பாளங்களில், கலா நிகழ்ச்சிகள், அரச கட்டளைகள், அரசரின் போர் மற்றும் இதர வெற்றிகள் ஆகியவை செதுக்கப்பட்டு, சுவரில் பதிக்கப்பட்டன. அரண்மனையின் ஏராளமான இருக்கைகள் யானைத் தந்தங்களால் செய்யப்பட்டவை. அரியணை கலையம்சம் கொண்டதாக, தங்கம், முத்துகள் பதிக்கப்பட்டு காட்சி யளித்தது. அரச சபை அருகே, பெரிய அரங்கம். முக்கிய நாட்களில், பொது மக்களை மன்னர் இங்கே சந்திப்பார்.

நகரங்கள்

மக்கள் கூடி வாழ்ந்த குடியிருப்புகள் நாளடைவில் நகரங்கள் ஆயின. இந்த நகரங்கள் ஒவ்வொன்றுக்கும் ஒரு குட்டி ராஜா வந்தார். இப்படி, பல நகரங் களைத் தன்னுள் அடக்கிய நாடாக மெஸப்பொட்டேமியா உருவானது. உர் நகரம்தான் உலகின் பழமையான நகரம். இது தவிர பாபிலோனா, உருக் (Uruk), எரிடு (Eridu), ஸிப்பர் (Sippar), ஷுரூப்பக் (Shuruppak), லார்ஸா (Larsa), நிப்பூர் (Nippur) ஆகியவையும் முக்கிய நகரங்கள்.

நகரங்கள் வீடுகள், கடைகள், பொது இடங்கள் என மூன்று பகுதிகளாகப் பிரிக்கப்பட்டிருந்தன. வீடுகள், வீதிகள், கடைகள், பூங்காக்கள், பொழுது போக்கு இடங்கள், பொதுமக்கள் கூடும் இடங்கள் என ஒவ்வொன்றும் எங்கெங்கே, எப்படி எப்படி அமையவேண்டும் என்று வரையறுக்கும் தெளி வான சட்டங்கள் இருந்தன. இந்த விதிகளை மன்னர்கூட மீற முடியாது.

கி.மு. 2100ல் எழுதப்பட்ட கில்காமேஷ் காவியம் உருக் நகரத்தின் ஒவ்வொரு அம்சமும், எவ்வாறு திட்டமிட்டு உருவாக்கப்பட்டது என்பதைத் தெளி வாகச் சொல்கிறது. எல்லா நகரங்களின் அருகிலும், விவசாய நிலங்கள், சிறு கிராமங்கள், கால்வாய் ஆகியவை கட்டாயமாக இருக்கவேண்டும். குடிநீர்த் தேவை, சாமான்கள் போக்குவரத்து ஆகியவை ஒழுங்காக நடப்பதற்காக இந்த ஏற்பாடு.

தெருக்கள்

நகரங்களில், தெருக்கள் ஒழுங்கான வரிசை முறையில் திட்டமிட்டு அமைக் கப்பட்டிருந்தன. வரிசை வரிசையாக வீடுகள், அவை முடியும் இடத்தில் பிரம்மாண்டமாகக் கோயில். இந்தக் கோயில்களிலும் வீடுகளிலும் ஏராளமான சிற்பங்கள், வண்ண ஓவியங்கள், விலை உயர்ந்த கற்கள் பதிக்கப் பட்ட உலோக வேலைப்பாடுகள் இருந்தன.

பொறியியல்

கட்டடக் கலைப் பொறியியலில் arch என்னும் வளைவுகள் மிக நுணுக்க மானவை, பல பிரம்மாண்டக் கட்டடங்கள், அணைகள், பாலங்கள் ஆகிய வற்றுக்கு அடிப்படையானவை. இரண்டு தூண்கள் அல்லது தாங்கிகளுக்கு நடுவே இருக்கும் திறந்த இடைவெளியை இணைக்க, சாதாரணமாக, தூண் அல்லது உத்திரம் பயன்படும். வளைவான வடிவமைப்பைச் சுமேரியர்கள் கண்டுபிடித்தார்கள். பிற வடிவமைப்புகளைவிட, ஆர்ச் பன்மடங்கு அதிகமான சுமையைத் தாங்கும். எப்படிக் கண்டுபிடித்திருப்பார்கள் என்னும் கேள்வி, இன்றும் பொறியியல் வல்லுநர்கள் விடை காணாத வியப்புக் கேள்வி.

சக்கரங்கள்

சுழற்சி என்றால் அசைவு, அசைவு என்றால் முன்னேற்றம். சுழற்சியைத் தருபவை சக்கரங்கள். மனிதகுல முனேற்றத்தில், சக்கரம் மிக முக்கிய மானது. உராய்வு (friction) இல்லாமல் அசைவை உண்டாக்கச் சக்கரங்கள் அத்தியாவசியம். களிமண்ணால் செங்கற்கள் செய்து அணைகளும், வீடுகளும் செய்த சுமேரியர்கள், அடுத்து மண்பாண்டங்கள் செய்ய ஆரம்பித் தார்கள். முதலில் கைகளால் தயாரித்தார்கள். இயந்திரம் ஒன்று இருந்தால் வேலை சுளுவாகுமே என்று ஒரு சுமேரியன் மனதில் விளக்கு எரிந்தது: குயவர் சக்கரம் (Potter's Wheel) வேலையை எளிமையாக்கியது, உற்பத் தியைப் பெருக்கியது.

சக்கரங்களை வைத்து, மாடுகள், குதிரைகள் பூட்டிய வண்டிகள் தயாரித்தார் கள். போக்குவரத்து தொடங்கியது. புதுப் புது இடங்களுக்குப் பயணம் செய்வது, புதிய மனிதர்களை சந்திப்பது, அவர்களோடு சமுதாய மற்றும் வியாபாரத் தொடர்புகள் தொடங்குவது. அவர்கள் கலாசாரத்திலிருந்து கற்றுக்கொள்வது என்று நம் மன ஜன்னல்களைத் திறந்துவைப்பதும்,

விசாலமாக்குவதும், போக்குவரத்துதான். இதைச் சாத்தியமாக்குவது சக்கரங்கள். இந்தச் சக்கரங்களைச் சாத்தியமாக்கியவர்கள் சுமேரியர்கள்.

சக்கரங்கள் இல்லையென்றால், நம் வாழ்க்கையே ஸ்தம்பித்துவிடும். மாட்டு வண்டியால்தானே சைக்கிள் தோன்றியது, பிற இரட்டை சக்கர வாகனங்கள் வந்தன? கார்கள், விமானங்கள் வந்தன? இவை இல்லாத வாழ்க்கையைக் கற்பனை செய்துகூட நம்மால் பார்க்கமுடியுமா?

குயவர் சக்கரம் நம்மை எவ்வளவு தூரம் முன்னால் கொண்டுவந்திருக்கிறது தெரியுமா? எல்லா இயந்திரங்களின் உயிர்நாடியும் சக்கரங்கள்தாம். Gears எனப்படும் பற்சக்கரங்கள் இல்லாவிட்டால், தொழிற்சாலைகளே கிடையாது.

கணித அறிவு

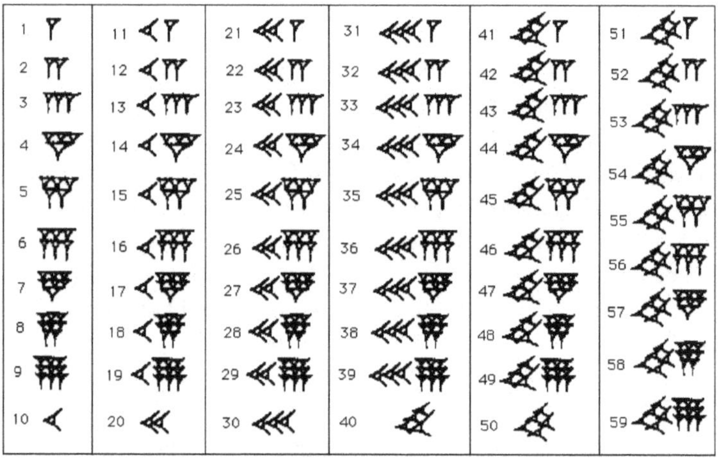

1	11	21	31	41	51
2	12	22	32	42	52
3	13	23	33	43	53
4	14	24	34	44	54
5	15	25	35	45	55
6	16	26	36	46	56
7	17	27	37	47	57
8	18	28	38	48	58
9	19	29	39	49	59
10	20	30	40	50	

தீவாக வாழ்ந்த மக்கள் சேர்ந்து வாழத் தொடங்கினார்கள். சமுதாய வாழ்க்கையை நெறிப்படுத்த, தங்களுக்குள்ளேயே ஒரு தலைவரைத் தேர்ந்தெடுத்தார்கள். தனி ஆளாக இவரால், நிர்வாகம் செய்ய முடியவில்லை. உதவியாளர்களைத் துணையாகச் சேர்த்துக்கொண்டார். நாள்பட நாள்பட, அரசாங்கம், அதிகாரிகள் என்னும் கட்டமைப்பு உருவானது. நிர்வாகச் செலவுக்குப் பணம் வேண்டுமே? ஒவ்வொரு குடும்பமும், அவர்களிடம் இருந்த நிலங்களுக்கு ஏற்றபடி, ஒரு குறிப்பிட்ட தொகையை அரசாங்கத்துக்குச் செலுத்தவேண்டும். வரிகளின் ரிஷிமூலம், நதிமூலம் இதுதான். எல்லோரும் ஒரே அளவு வரி தருவது நியாயமல்ல. அதிக அளவு நிலங்களின் உடைமையாளர்கள் அதிக வரி தரவேண்டும், நில அளவுக்கு ஏற்ப வரி என்னும் சிந்தனை தொடங்கியது. நிலங்களின் நீளம், அகலம் அளக்கவேண்டுமே? கணிதம் பயன்படத் தொடங்கியது. மிக

அடிப்படை நிலையில் இருந்த கணிதம் மாபெரும் வளர்ச்சிகள் கண்டதற்கு முக்கிய காரணம் வரி!

60 இலக்கங்கள் கொண்ட கணித முறையை சுமேரியர்கள் கண்டு பிடித்தார்கள்.

60 வது இலக்கம் எங்கே என்று தேடுகிறீர்களா? 1, 60 ஆகிய இரண்டு எண்களுக்கும் ஒரே இலக்கம்தான்.

100 என்கிற எண்தானே சாதாரணமாகப் பிரபலமானது? சுமேரியர்கள் ஏன் 60 இலக்கங்கள் கொண்ட கணிதமுறையைப் பயன்படுத்தினார்கள்? காரணம் இருக்கிறது.

நாம் கணிதம் படிக்கத் தொடங்கும்போது, எப்படி எண்ணுகிறோம், கூட்டல், கழித்தல் எப்படிக் கணக்குப் போடுகிறோம்? கை விரல்களால். பத்து விரல்களால். இதனால்தான், உலகின் ஏராளமான கணித முறைகள் 10 என்பதை அடிப்படையாகக்கொண்ட தசாமிச முறையில் (Decimal System) உள்ளன. சுமேரியர்களின் அணுகுமுறை கொஞ்சம் வித்தியாசம். நம் ஒவ்வொரு கையிலும் 5 விரல்கள். நம் கட்டை விரலில் 2 மூட்டுக்களும், மற்ற நான்கு விரல்களிலும் தலா 4 மூட்டுக்களும் உள்ளன. அதாவது ஒரு கையில், மொத்தம் 14 மூட்டுக்கள். சுமேரியர்கள் இவற்றுள் 2 மூட்டுக்களைக் கண்டுபிடிக்கவில்லை. அவர்களைப் பொறுத்தவரை, இரு கையில் 12 மூட்டுக்கள்தாம். 12 x 5 என்னும் அடிப்படையில் 60 இலக்கங்கள் கொண்டதாகக் கணித முறையை உருவாக்கினார்கள்.

நிலங்களை அளக்க மட்டுமல்ல, சதுரம், செவ்வகம், வட்டம் என நுணுக்க மான வடிவங்களின் பரப்பளவு காணவும் கணிதத்தைப் பயன்படுத்தும் தேர்ச்சி விரைவிலேயே அவர்களுக்கு வந்தது. ஒரு மணிநேரத்துக்கு 60 நிமிடங்கள் என்னும் கால அளவும், 60 இலக்க அடிப்படையில்தான் வந்திருக்கவேண்டும் என்பது அறிஞர்கள் கணிப்பு.

கணித அறிவு பொதுமக்களிடமும் பரவியிருந்தது. கூட்டல். கழித்தல், ஜியா மெட்ரி, ஆகிய கணக்கு வகைகளில் சாமானியருக்கும் தேர்ச்சி இருந்தது. பல கணிதச் சூத்திரங்கள் கண்டுபிடிக்கப்பட்டிருந்தன. அன்றாட வாழ்க் கையிலும், கட்டக் கலையிலும் மக்கள் இந்தச் சூத்திரங்களைப் பயன் படுத்தினார்கள்.

உலகத்தில் சில சங்கமங்கள் பிரமிக்கவைப்பவை, நம்ப முடியாதவை. ஆக்ஸிஜனும், ஹைட்ரஜனும் 1: 2 சதவிகிதத்தில் கலக்கும்போது, இன் னொரு வாயு பிறப்பதில்லை. இவை இரண்டின் வடிவங்களுக்கே தொடர் பில்லாத திரவ வடிவம் வருகிறது. அதே போல் இன்னொரு சங்கமம். சுமேரியர்களின் மத நம்பிக்கைகளும், கணித அறிவும் சங்கமித்தன. பிறந்தது ஒரு புத்தம் புதுத் துறை - வானியல்!

அடிக்கடி மழை பெய்தது. கண் பார்வையைப் பறித்துவிடுமோ என்று பயப் படவைக்கும் பளிச் மின்னல், காதுகளைச் செவிடாக்குமோ என மிரட்டும் இடி, பிரளய வெள்ளத்தில் மூழ்கிவிடுவோமோ என அஞ்சவைக்கும் மழை. என்ன செய்வதென்றே தெரியாத மக்கள் மழை, இடி, மின்னல் போன்ற தங்களால் கட்டுப்படுத்தமுடியாத அத்தனை இயற்கை சக்திகளையும் கடவுள்கள் ஆக்கினார்கள். தீங்குகள் செய்யாதிருக்கும்படியும், தங்களைக் காப்பாற்றும்படியும் இவர்களிடம் வேண்டிக்கொண்டார்கள். இந்தக் கடவுகள்கள் காண முடியாத தூரத்தில், விண்வெளியில் இருப்பதாகக் கற்பனை செய்தார்கள். இந்தக் கற்பனை, கர்ண பரம்பரைக் கதைகளானது. ஒரு கட்டத்தில் மக்கள் மனங்களில் நம்பிக்கைகளாகவும் இவை உருமாறின.

கடவுள்களைத் தெரிந்துகொள்ளவேண்டும் என்னும் ஆசை பலருக்கு வந்தது. பிரபஞ்சம், திசைகள், கிரகங்கள், நட்சத்திரங்கள் என்று பல்வேறு கோணங்களில் தேடல் தொடங்கியது. இந்தத் தேடலில் தங்கள் கணித அறிவைக் கலந்தார்கள். இந்தச் சங்கமத்தில் வானியல் பிறந்தது. பௌர்ணமி, அமாவாசை, கிரகண தினங்கள், இரவும், பகலும் சமமான கால அளவாக இருக்கும் சமபங்கு நாட்கள் (Equinoxes), சூரியன் பூமியின் நில நடுக்கோட்டி லிருந்து வடக்கே அல்லது தெற்கே மிகத் தொலைவில் இருக்கும் நாட்களான உத்தராயணம், தட்சிணாயனம் (Solstices) ஆகியவற்றைக் கண்டுபிடித்தார்கள்.

வரலாற்றின் ஆரம்ப காலங்களில், இரவும், பகலும் சந்திரச் சுழற்சியால் வருகின்றன என்று நம்பினார்கள். இதனால், சுமேரியர்கள், சந்திரச் சுழற்சியின் அடிப்படையில், நாட்காட்டிகளை அமைத்தனர். அதில் 354 நாட்களும், 12 மாதங்களும் இருந்தன. இவற்றுக்குச் சந்திர காலண்டர்கள் * என்று பெயர்.

டாலமி (Ptolemy)

கி.பி. *110* - கி.பி. *170* வரை வாழ்ந்த கிரேக்க நாட்டு விண்ணியலாளர், கணித மேதை. சூரியன், சந்திரன், கோள்கள், நட்சத்திரங்கள் யாவும் பூமியை மையமாகக்கொண்ட ஒரு கோணத்தில் பதிக்கப்பட்டிருப்பதாகவும், பகல், இரவு, மாதம் ஆகியவற்றை அளிக்கும் விதமாக இவை சுழல்வதாகவும் கூறினார். அடுத்த சுமார் *1500* ஆண்டுகளுக்கு, வானியலில் டாலமியின் கொள்கைதான் வேதம்.

நிக்கோலஸ் காப்பர்நிக்கஸ் (Nicholas Copernicus)

கி.பி. *1473* முதல் கி.பி. *1543* வரை வாழ்ந்த போலந்து நாட்டு வானியல் அறிவியலாளர். டாலமியின் கொள்கையிலிருந்து உலகத்தை மாற்றியவர். கிறிஸ்தவ மதப் பாதிரியாராக இருந்தவர். கணிதம், மருத்துவம், வானியல் ஆகிய துறைகளில் தேர்ச்சி பெற்றவர். கோப்பர்நிக்க முறை என்று அழைக் கப்படும் இவருடைய கொள்கை சூரியமையக் கோட்பாட்டை அடிப் படையாகக் கொண்டது. இதன்படி, பூமி தனது அச்சில் தினமும் சுழல்கிறது. நிலையாக இருக்கும் சூரியனை ஆண்டுக்கு ஒருமுறை சுற்றி வருகிறது. உலக வானியல் அறிஞர்கள் ஏற்றுக்கொண்டிருப்பதும், நாம் இன்றும் பின்பற்று வதும், காப்பர்நிக்கஸ் போட்டுச் சென்றிருக்கும் ராஜபாட்டைதான்.

மருத்துவம்

சுமேரியர்கள் மருத்துவத் துறையில் கண்டிருந்த முன்னேற்றங்கள் பற்றி ஆணித்தரமான ஆதாரங்கள் கிடைத்திருக்கின்றன. அஷுர்பானிப்பால் (Ashurbanipal) என்னும் மன்னர், மெசபடோமியாவின் ஒரு பகுதியான அஸிரியாவை (Assyria) கி.மு. *683* முதல் கி.மு. *627* வரை ஆட்சி செய்தார். இவர் அறிவுத் தேடல் கொண்டவர். தன் அரண்மனையில் பெரிய நூலகம் வைத்திருந்தார். இங்கே, *20,000* நூல்கள் வைத்திருந்தார். க்யூனிஃபார்ம் என்னும் உளி மொழியில் எழுதப்பட்ட களிமண் பாளங்கள் இவை.

எதிரிகள் அஸிரியா மீது போர் தொடுத்தார்கள். நூலகத்துக்குத் தீ வைத்தார்கள். ஓலைச் சுவடிகளாகவோ, காகிதமாகவோ இருந்திருந்தால், இந்த அறிவுப் பொக்கிஷம் முழுக்கச் சாம்பலாகியிருக்கும். மாறாக, நெருப்பில் சுடப்பட்ட இந்தப் பாளங்கள் ஓடுகளாயின. இருபதாயிரம் பாளங்களில், பல்லாயிரம் பாளங்கள் அகழ்வாராய்ச்சியில் ஓடுகளாகக் கிடைத்துள்ளன. இவற்றுள் *660* பாளங்கள் சுமேரியரின் மருத்துவ அறிவுக்கு அற்புத ஆதாரங்கள்.

சுமேரியரின் மருத்துவ அணுகுமுறையில் மூட நம்பிக்கைகளும் அறிவியலும் ஒன்றாகக் கலந்துள்ளன. உடலின் பாகங்கள் பற்றிய உடற்கூறு

(* இன்று உலகம் முழுவதும் சூரிய காலண்டர்களே பயன்படுத்தப்பட்டு வருகின்றன. இவை சூரிய சுழற்சியை அடிப்படையாகக் கொண்டு உருவாக்கப் பட்டவை. சந்திரக் காலண்டர்கள், சூரியக் காலண்டர்களாக மாறிய வளர்ச்சிக்குப் பின்னால், பல்வேறு ஆராய்ச்சியாளர்களும் அறிவியல் மேதைகளும் இருக்கிறார்கள்.

அமைப்பியல் (Anatomy) அவர்களுக்குத் தெரிந்திருந்தது. இதனால் தலை வலி, கழுத்து வலி, வயிற்று வலி, மூட்டு வலி ஆகிய உபாதைகள் ஒன்றுக் கொன்று வித்தியாசமானவை என்று கண்டுபிடித்தார்கள். ஆனால், இந்தச் சுகவீனங்கள் துர்தேவதைகளால் வருகின்றன என்று முடிவு கட்டினார்கள். தலைவலி, கழுத்துவலி, மூட்டு வலி போன்ற ஒவ்வொரு உபாதைக்கும் ஒவ்வொரு துர்தேவதை காரணம். அந்தந்த தேவதைக்குப் பரிகாரங்களும், பூசைகளும் நடத்தினார்கள். அதே சமயம், சடங்குகளோடு நிறுத்திக் கொள்ளாமல், செடிகள், பூக்கள் ஆகிய இயற்கைப் பொருள்களால் மருந் துகள் தயாரித்து நோயாளிகளுக்குக் கொடுத்தார்கள். இந்தக் கஷாயங்கள் வெறுமனே, நோயின் வெளிப்படை அடையாளங்களை நீக்கும் சிகிச்சை களாக இல்லாமல், அடிப்படைக் காரணங்களைத் தீர்ப்பவையாக இருந்தன.

உடல் காயங்கள் அடிக்கடி மக்கள் சந்தித்த பிரச்னை. இதற்கு, சில மருந்து செடிகளின் சாறுகளையும், உப்புகளையும் சேர்த்து, ஒருவிதப் புண் கட்டுத் துணியைச்(Bandage) சர்வ சாதாரணமாகப் பயன்படுத்தினார்கள். ரத்தக் காயங் களுக்கு மூன்று படிநிலை சிகிச்சையைக் கையாண்டார்கள். முதலில் அடிபட்ட இடத்தைச் சுத்தம் செய்யவேண்டும். இரண்டாவதாக மருந்து போட வேண்டும். மூன்றாவதாகக் கட்டுத் துணியால் காயத்தை மூடவேண்டும்.

மருத்துவர்கள் இரண்டு வகையினர். மாந்திரீகங்களால் சிகிச்சை அளிப்ப வர்கள் மந்திரவாதிகள். கஷாயமும் களிம்புகளும் தரும் அறிவியல் அணுகு முறை கொண்ட மருத்துவர்கள் இரண்டாம் வகையினர். இந்த இரண்டு முறை களையும் மக்கள் பின்பற்றினார்கள். ஆச்சரியமூட்டும் வகையில் அறுவை சிகிச் சைகளும் நடைமுறையில் இருந்தன. அதிலும், ஒரு களிமண் பாளம், மண்டை யோட்டில் செய்யும் அறுவை சிகிச்சை பற்றி விவரிக்கிறது. கிருமி நாசினியாக அவர்கள் எதைப் பயன்படுத்தினார்கள் தெரியுமா? நல்லெண்ணெய்!

பொறியியல்

உழுவதற்கான ஏர், நீர்ப்பாசன முறைகள், வளைவுகள், நகரமைப்புத் திட்டங்கள், சக்கரங்கள் போன்ற மனித குல முன்னேற்றத்தை விரைவாக்கிய ஏராளமான கண்டுபிடிப்புகளுக்குச் சுமேரியர்கள் சொந்தக்காரர்கள். இரும்பு, செம்பு, வெண்கலம் ஆகிய உலோகங்களைத் தயாரிக்கும் அறிவியல் முறை சுமேரியர்களுக்குப் பழக்கமானதாக இருந்தது. இந்த உலோகங்களால் விவசாயக் கருவிகள். வாள், ஈட்டி போன்ற யுத்த ஆயுதங்கள், ஆபரணங்கள் ஆகியவற்றை உருவாக்கினார்கள்.

நாகரிக மறைவு

கி.மு. 6000 முதல், அதாவது 8000 ஆண்டுகளுக்கு முன்பு கொடி கட்டிப் பறந்த நாகரிகம், கற்பனையே செய்யமுடியாத அளவு முன்னேற்றங்கள் கண்டிருந்த கலாசாரம் கி.மு. 600 வாக்கில் காணாமல் போனது. நமக்குக் கிடைத்திருக்கும் சொற்ப சான்றுகளைக் கொண்டு பார்க்கும்போதே இந்நாகரிகம் எவ்வளவு பிரம்மாண்டமாக அப்போது இருந்திருக்கும் என்பதை கற்பனை செய்து

கொள்ளலாம். உண்மையில் சுமேரியர்களின் வாழ்க்கைமுறை இன்றைய நாடுகளின் கலாசாரத்துக்கு சவால் விடும் வகையில் அமைந்திருக்கும்.

சுமேரிய நாகரிகம் எப்படி மறைந்திருக்கும்? சுமேரிய நாகரிகத்தை மூன்று காலகட்டங்களாகப் பிரிக்கலாம்.

1.   ஆரம்ப காலம் - கி.மு. 6000 முதல் கி.மு. 2600 வரை

2.   வளர்ச்சிக் காலம் - கி.மு. 2600 முதல் கி.மு. 1750 வரை

3.   சரிவு / மறைவு காலம் - கி.மு. 1750 முதல் கி.மு. 600 வரை

சுமேரியர்கள் உருவாக்கிய நாடு, பல நகரங்களைத் தன்னுள் அடக்கிய நாடு. ஒவ்வொரு நகரத்துக்குமிடையே கால்வாய்கள் இருந்தன. இந்தக் கால் வாய்கள் பூகோள ரீதியாக மட்டுமல்லாமல், மனோரீதியாகவும் மக்கள் மனங்களில் தூரத்தை ஏற்படுத்தின. நாம் எல்லோரும் ஒரே நாடு என்னும் உணர்வு மறைந்து, என் நகரம், உன் நகரம் என்னும் மனப்பாங்கு தோன்றியது. இந்த ஒட்டுறவின்மையின் அடுத்த கட்டம் மன வேறுபாடுகள், சச்சரவுகள், சண்டைகள். பெரும்பாலான சச்சரவுகளுக்கு மண்ணாசையும், அடுத்தவர் கால்வாய்களைத் தம்முடையதாக்கும் ஆசையும்தான் காரணம்.

நகரங்களுக்கு நடுவிலான முதல் போர் கி.மு. 3200 வாக்கில் நடந்திருக்கலாம் என்று வரலாற்று ஆசிரியர்கள் கணிக்கிறார்கள். ஆனால், கி.மு. 2500ம் ஆண்டுக்குப் பிறகு, இந்தப் போர்கள் அடிக்கடி நடக்கும் நிகழ்வுகளாயின. நகரங்கள் அணி சேர்வதும், அணிகள் மாறுவதும் வாடிக்கையானது. பலசாலி நகரங்கள் வலிமை இல்லாதவர்களைத் தோற்கடித்தார்கள், தங்கள் ஆட்சியின் கீழ் கொண்டுவந்தார்கள். கி.மு. 2340 முதல் கி.மு. 2316 வரை யிலான காலகட்டத்தில் கிஷ், உர், உருக், லகாஷ் ஆகிய நகரங்கள் போர் வெற்றிகளால் பரிணாம வளர்ச்சி பெற்று குட்டி சாம்ராஜ்ஜியங்களாயின.

இந்தக் குட்டி நகர சாம்ராஜ்ஜியங்களை இணைத்து ஒரே கொடியின்கீழ் கொண்டுவந்தவர் ஹமுராபி மன்னர். அவருக்குப் பின் வந்த மன்னர்களுக்கு, சாம்ராஜ்ஜியத்தைக் கட்டிக் காக்கும் திறமை இருக்கவில்லை. இதனால் உள்நாட்டுச் சண்டைகளும், வெளிநாடுகளின் படையெடுப்புகளும் ஏற் பட்டன. சுமேரியா சரியத் தொடங்கியது. கி.மு. 330ல் மாவீரன் அலெக்சாண்டர் மெசபடோமியாமீது போர் தொடுத்து வென்றார். சுமேரியர்களைக் கிரேக்க ஆட்சியின் கீழ் கொண்டுவந்தார். இன்னொரு பக்கம், சுமேரியாவை தாங்கிப் பிடித்து வந்த விவசாயமும் பருவ நிலை மாற்றங்களாலும் வெள்ளப் பெருக்கு போன்ற காரணங்களாலும் நசிவடையத் தொடங்கியது. இருநூறு ஆண்டுகளுக்கு வறட்சி தொடர்ந்தது. சுமேரியா காணாமல் போகத் தொடங்கியது.

நம் வாழ்க்கையைச் செழுமையாக்கிய சுமேரியர்களுக்கு மனமார நன்றி கூறி விடை பெறுவோம். நம் வணக்கத்துக்குரிய மூதாதையர்களாக சீனர்களைச் சந்திக்கத் தயாராவோம்.

சீன நாகரிகம்

சீனா என்றவுடன் சில காட்சிகள் நம் மனக்கண்ணில் தோன்றும். தொங்கு மீசை வைத்த சினிமா வில்லன்கள், இந்தி - சீனி பாய், பாய் என்று பண்டித நேருவுக்கு சீனத் தலைவர்களோடு இருந்த ஒட்டுறவு, 1962ல் இந்தியாவோடு அவர்கள் நடத்திய போர், தொடர்கின்ற நட்பும், உரசலும் கலந்த வினோத உறவு, நம்பிக்கை வைக்க முடியாத தரத்தில், நம்பவே முடியாத விலையில் உலகச் சந்தையில் அவர்கள் கொண்டுவந்து கொட்டும் வகை வகையான பொருள்கள்.

கலைடாஸ்கோப் வைத்து கண்ணாடித் துண்டுகளைப் பார்ப்பதுபோல், இவை வண்ண மயமான பிம்பங்கள். ஆனால், சீனாவைப் பிரதிபலிக்கும் நிஜங்கள் அல்ல. இவை அனைத்தையும் தாண்டி, சீனா பிரம்மாண்டமானது, பாரம்பரியப் பெருமைகள் கொண்டது.

வீரியம் குறையாமல் தொடரும் பண்டைய நாகரிகங்கள் ஒரு சிலவே. அவற்றுள் முக்கியமானது சீன நாகரிகம். இதன் தொடக்கம் கி.மு. 5000, அதாவது சுமார் 7000 வருடங்களுக்கு முன்னால் என்று கருதப்படுகிறது. ஆனால், சீனாவில் மனித இனம் வாழத் தொடங்கி 14 லட்சம் வருடங்கள் ஆகிறது என்று சிலர் கருத்துத் தெரிவிக்கிறார்கள். இவை இரண்டுக்கும் என்ன வித்தியாசம் என்று கேட்கிறீர்களா? மனித வாழ்க்கை 14 லட்சம் ஆண்டுகளுக்கு முன்னால் ஆரம்பித்தது.

ஐந்தாம் அத்தியாயத்தில், கோர்டன் சைல்ட் என்னும் இங்கிலாந்து நாட்டு வரலாற்று ஆசிரியர் நகரக் கட்டமைப்பு, அரசாங்கம், தொலைதூர வாணிபம், கலை, எழுத்துக்கள், கணிதம் போன்ற பத்து அம்சங்கள்தாம் நாகரிகத்தின் பத்து அளவுகோல்கள் என்று சொன்னார். மனித வாழ்க்கை 14 லட்சம் ஆண்டுகளுக்கு முன்னால் ஆரம்பித்தாலும், நாகரிக அம்சங்கள் சீனாவில் வளரத் தொடங்கியது கி.மு. 5000 பிறகுதான்.

நாகரிக ஆதாரங்கள்

சீனாவின் பல பாகங்களிலும் நூற்றுக்கணக்கான கல்லறைகள் கண்டறியப் பட்டன. இவற்றில் கிடைத்த முக்கிய ஆதாரங்கள்; வெண்கலப் பொருள்கள், தந்தக் கைவினைப்பாடுகள், பச்சைக் கல் (Jade) நகைகள், எலும்பால்

செய்யப்பட்ட கொண்டை ஊசிகள், மண் பாண்டங்கள், இசைக் கருவிகள் போன்றவை. இந்த அடிப்படையில்தான், நாகரிக முன்னேற்றங்களும், அவை நிகழ்ந்த காலங்களும் கணக்கிடப்பட்டுள்ளன.

மஞ்சள் ஆறு

சீன நாகரிகத்தில் மஞ்சள் ஆறு தனியிடம் பெறுகிறது, ஹுவாங் ஹே (Huang He) என்ற இந்த ஆறு திபெத் வழி பாய்ந்து வரும்போது, அங்குள்ள மணலால் மஞ்சள் நிறம் பெறுகிறது. இதுதான் பெயர்க் காரணம். இதன் பள்ளத்தாக்கு மிக வளமானது. எனவே சீன நாகரிகத் தொட்டில் என்று இப்பள்ளத்தாக்கைச் சொல்வார்கள். மஞ்சள் ஆற்றில் அடிக்கடி வெள்ளம் கரை புரண்டு ஓடி சீனாவின் நெற்களஞ்சியம் எனப்படும் பல லட்சக்கணக் கான ஏக்கர் நிலங்களை மூழ்கடிக்கும். இதனால் மஞ்சள் ஆறு சீனாவின் சோகம் (China's Sorrow) என்றும் அழைக்கப்படும்.

சீன நாகரிகத்தின் தோற்றத்தையும், வளர்ச்சியையும் பதின்மூன்று கால கட்டங்களாகப் பிரிக்கலாம்.

ஆரம்ப நாட்கள் (கி.மு. 20,000 முதல் - கி.மு. 5000 வரை)

அகழ்வாராய்ச்சிகளில் மண் பாண்டங்கள் கிடைத்துள்ளன. இவை சுமார் கி.மு. 20,000 அல்லது கி.மு. 19,000 - த்தில் உருவான பாத்திரங்கள் என்று ஆய்வாளர்கள் கணக்கிடுகிறார்கள். இவை முழுக்க முழுக்கக் கைகளால் செயப்பட்ட களிமண் பாண்டங்கள்.

கி.மு. 7600 வாக்கில், வீடுகளில் மிருகங்கள் வளர்க்கும் பழக்கம் இருந்தது. பன்றிகள் வளர்க்கப்பட்டதற்கான ஆதாரங்கள் மட்டுமே கிடைத்துள்ளன. கி.மு. 6000 வாக்கில் நாய்களும் கோழிகளும் வீட்டுப் பிராணிகளாக இருந்தன.

கி.மு. 7500ல் விவசாயம் தொடங்கிவிட்டது. திணை (Millet) தான் முதற் பயிர். நெல் சாகுபடி பிறகு வந்தது.

கி.மு. 5000 முதல் கி.மு. 1800 வரை - புதிய கற்காலம் (Neolithic Age)

ஆரம்ப நாட்களில், ஆதிவாசிகள் தனிமரங்களாகத்தான் வாழ்ந்தார்கள். கி.மு. 5000 ல் திருப்பம் ஏற்பட்டது. தன்னுடைய பாதுகாப்பும் குடும் பத்தினரின் பாதுகாப்பும் முக்கியத்துவம் பெற்றது. வீடுகள் கட்டினார்கள், சேர்ந்து வாழத் தொடங்கினார்கள். சமூக வாழ்க்கை தொடங்கியது.

திணை, நெல் போன்ற பயிர் நாற்றுக்களை வரிசையாக நட்டால் அவை சிறப்பாக வளரும் என்று மேலை நாட்டு ஆராய்ச்சியாளர்கள் பதினெட்டாம் நூற்றாண்டில் கண்டறிந்தார்கள். ஆனால், கி.மு. 5000 - த்தில் சீனர்கள் இந்த முறையைப் பின்பற்றினார்கள்.

விவசாயத்தில் ஆண் பெண் ஆகியோரின் மனித சக்தி மட்டுமே பயன் படுத்தப்பட்டது. உடல் உழைப்பை எப்படிக் குறைக்கலாம் என்று சிந்தித் தார்கள். மாடுகளை வீட்டில் வளர்த்தார்கள். விவசாயத்துக்கும் பால் தரவும் இவை உதவின. அடுத்த கட்டமாக, விவசாய உபகரணங்கள் தயாரித்தார்கள். உலோகங்களை அவர்கள் அறியாத காலம். எனவே, அன்றைய ஆயுதங்கள் அத்தனையும் செய்யப்பட்டது கற்களால்.

தொடக்கத்தில், இலை, தழைகளும், மரப் பட்டைகளுமே, ஆண் பெண்களின் ஆடையாக இருந்தது. துணையாளின் அழகுக்கு அழகூட்ட என்ன செய்யலாம்? தேடியபோது பருத்தி நூல் கண்ணில் பட்டது, கைகளில் கிடைத்தது. காதல் பெண்கள் கடைக்கண் பார்வை நெசவுத் தொழிலுக்கு அச்சாரம் போட்டது. கி.மு. 3630 - இல் சீனப் பெருமகன் பட்டுப் புழுக்கள் வளர்க்கவும், நூல் எடுக்கவும், துணி நெய்து சாயம் பூசவும் கற்றுக் கொண்டான். காலம் காலமாக சீனாவின் முக்கிய தொழிலாகப்போகும் பட்டுத் தொழில் பிறந்து ஆழமாக வேரூன்றியது.

கி.மு. 5000 முதல், கி.மு. 1800 வரையிலான 3200 ஆண்டுகளில், பல முன்னேற்றங்கள். தனிமரங்களாக வாழ்ந்த மனிதர்கள் குடும்ப வாழ்வு தொடங்கினார்கள். கூட்டுக் குடும்பங்களாக வசித்தார்கள். சமூக வாழ்க்கை முறை பரவலாகத் தொடங்கியது. குடியிருப்புகளின் தொகுப்புகள் கிரா மங்கள், ஊர் எனப் பரிணாம வளர்ச்சி கண்டன. முதலில், தடி எடுத்தவன் தண்டல்காரன் என்கிற மாதிரி, கைகளில் அதிகாரம் இருந்தவர்கள் எல்லோருமே தலைவர்கள் ஆனார்கள். ஆனால், மக்கள் தொகை பெருகப் பெருக, இது நடைமுறைக்கு ஒத்துவராது என்பது புரிந்தது. அவர்களாகவே, தங்களுக்குள் ஒரு தலைவனைத் தேர்ந்தெடுத்தார்கள். இந்தத் தலைவன் தனக்கு உதவியாளர்களை அமர்த்திக்கொண்டான். அரசாங்கம், அதிகாரிகள் ஆகிய கட்டமைப்பு தொடங்கியது.

அதிகாரத்தைச் சுவைத்த தலைவன், பதவியைத் தானும் தன் குடும்பமும் மட்டுமே தக்க வைத்துக்கொள்ள வேண்டுமென்று விரும்பினான். காய்களை நகர்த்தினான். தலைவன் அரசனானான். இவர்கள் சக்கரவர்த்திகள் என்று அழைக்கப்பட்டார்கள். கி.மு. 2852 -இல் ஃபிப்யூ க்ஸீ (Fu Xi) என்பவர் முதல் மன்னரானார். அடுத்து, பதின்மூன்று சக்கரவர்த்திகள் தொடர்ந்தார்கள். இவர்களைப் பற்றிய வரலாற்று ஆதாரங்கள் எதுவும் இல்லை; இதிகா சங்களை மட்டுமே நம்பவேண்டிய நிலை.

அறிவியல் முன்னேற்றமும் அட்டகாசமானது. கி.மு. 2500 - க்கு முன்னா லேயே மருத்துவ முறைகள் நடைமுறையில் இருந்தன. அவற்றுள் குறிப் பிடத்தக்கது, சீனர்களின் தனித்துவமான அக்யுபங்ச்சர். உடலின் பிரதான 12 இடங்களில் தோலிலும், தோலுக்கு அடியிலுள்ள திசுக்களிலும் ஊசிகள் சொருகுவார்கள். இதனால், நோய்த் தடுப்பு தரும் இயற்கைச் சுரப்பிகள் தூண்டிவிடப்படும் என்பது அடிப்படைக் கருத்து. உடல் அமைப்பு, நோய்கள் வரும் காரணங்கள், தடுப்பு முறைகள் ஆகியவை பற்றிய ஆழமான

அறிவு இருந்தால்தானே இது சாத்தியம்? சீன டாக்டர்களே, உங்களுக்கு ஒரு சல்யூட்.

கி.மு. 2400 - த்திலேயே, வானியல் பற்றிய அறிவு இருந்தது. பல ஆய்வுக் கூடங்கள் இருந்தன.

கி.மு. 1600 முதல் கி.மு. 1046 வரை - ஷாங் வம்ச (Shang Dynasty) ஆட்சி

கி.மு. 1600 ல், டா யி (Da Yi) என்னும் மன்னர், சீனாவின் வடக்கு மற்றும் மத்திய பாகங்களில் இருந்த பெரும்பாலான குட்டி ராஜாக்களைப் போரில் வென்றார். தெற்குப் பகுதி தவிர்த்த மிச்சச் சீனாவின் பெரும்பகுதி டா யி ஆட்சியின் கீழ் வந்தது. இவர் வம்சாவளியில் தொடர்ந்து 32 அரசர்கள் சீனாவை ஆண்டனர். ஷாங் என்றால் உயர்ந்த என்று பொருள். அந்த அடிப்படையில், ஷாங் என்னும் பெயர் வைக்கப்பட்டது. ஷாங் வம்சத்தில் மொத்தம் 33 மன்னர்கள். அன்றைய சீனப் பாரம்பரியப்படி, மன்னர் மரண மடைந்தால், அரியணை ஏறுவது அவர் மகனல்ல, அவருடைய அண்ணன் அல்லது தம்பி. இவர்கள் உயிரோடு இல்லாவிட்டால், சகோதரர்களின் மகன்கள் தலையில் கிரீடம் ஏறும்.

ஷாங் வம்ச மன்னர்கள் நல்லாட்சி நடத்தினார்கள். அவர்கள் தலைமையில் சீனா மாபெரும் முன்னேற்றங்கள் கண்டது. அந்தப் பாதையின் முக்கிய மைல் கற்கள் சில:

★ மண்பாண்டங்கள் பரவலாகப் பயன்பட்டன. இந்தப் பாத்திரங்களைத் தயாரிக்கத் திகிரி (Potter's Wheel) பயன்படுத்தப்பட்டது.

★ வெண்கலம் தயாரிக்கும் கலை அன்றைய சீனர்களுக்குத் தெரிந்திருந்தது. வெண்கலப் பாத்திரங்களும், ஆயுதங்களும் புழக்கத்தில் இருந்தன.

★ கி.மு. 1500 - இல் எழுத்து வடிவ மொழி தொடங்கியது. ஆரம்பத்தில் ஆமை ஓடுகளில் எழுதினார்கள். பின்னாளில், களிமண் பாத்திரங்கள், மிருக எலும்புகள், கற்கள், வெண்கலப் பாளங்கள், பட்டுத் துணி ஆகியவற்றில் முக்கிய நிகழ்ச்சிகளைப் பதிவு செய்தார்கள். இவை அகழ்வாராய்ச்சிகளில் கிடைத்துள்ளன.

★ தசமக் கணித முறை (Decimal Arithmetic System) கண்டுபிடிக்கப்பட்டது. கூட்டல், கழித்தல் கணக்குகளுக்குக் குச்சிகள், எலும்புகள், மூங்கில் ஆகியவற்றைப் பயன்படுத்தினார்கள்.

★ வர்ணாசிரம முறை இருந்தது. அரசரும், பிரபுக்களும் உயர்ந்த ஜாதி. அடுத்து, மத குருக்கள், போர் வீரர்கள், கை வினைஞர்கள், விவசாயிகள் எனத் தர வரிசை. அடித்தட்டில் அடிமைகள்.

★ நகரங்களைச் சுற்றி கோட்டைகள் இருந்தன. அரசர், மத குருக்கள், போர் வீரர்கள், பூசாரிகள் ஆகியோரும் அவர்கள் குடும்பத்தினரும்

மட்டுமே நகரத்துக்குள் வாழலாம். கை வினைஞர்கள், விவசாயிகள், அடிமைகள் நகரத்துக்கு வெளியேதான் வீடுகள் கட்டிக்கொள்ள வேண்டும்.

★ உயர் குடியினர் தங்கள் போக்குவரத்துக்குக் குதிரைகள் இழுக்கும் தேர்களைப் பயன்படுத்தினார்கள்.

★ மக்கள் ஆழ்ந்த மத நம்பிக்கை கொண்டவர்கள். மறுபிறவியை நம்பினார்கள். மதச் சடங்குகளில் பலி கொடுக்கும் வழக்கம் இருந்தது. மனித பலியும் உண்டு.

★ விவசாயத்துக்கு அடுத்தபடியாக, மக்களின் முக்கியத் தொழில் வியாபாரம். ஆரம்ப காலங்களில் நத்தையின் மேலோடுகள் நாணயங்களாகப் பயன்பட்டன. பின்னாட்களில், வெண்கல நாணயங்கள் இந்த இடத்தைப் பிடித்தன.

★ வருடத்துக்கு 365 1/4 நாட்கள் என்று கண்டுபிடித்திருந்தார்கள். எந்த அடிப்படையில் இதைக் கண்டுபிடித்தார்கள் என்று தெரியவில்லை.

★ ஐநூறு ஆண்டுகளுக்கு மேல் தொடர்ந்த ஷாங் குலத்துக்குக் கோடரிக் காம்பாய் வந்தார், 33- ம் அரசர் டி ஜின் (Di Xin). இவரும் நல்லபடியாகத்தான் ஆட்சியைத் தொடங்கினார். பெண் சபலம் கொண்ட இவர் சின்ன வீடு வைத்துக்கொண்டார். விரைவில் தலையணை மந்திரம் வேதமானது. தன் சொந்த மகனைக் கொன்றார். முக்கிய அமைச்சர்களைச் சித்திரவதை செய்து கழுவேற்றினார். மக்கள் கொதித்து எழுந்தார்கள். ஆட்சி கவிழ்ந்தது. டி ஜின் தற்கொலை செய்துகொண்டார்.

கி.மு. 1045 முதல் கி.மு.403 வரை - ஜோ வம்ச ஆட்சி

சீன வரலாற்றில் அதிக காலம், அதாவது 789 ஆண்டுகள் நீடித்த ஆட்சி இது. டி ஜின் தற்கொலைக்குப் பின் வூ ஜோ (Wu Zhou) என்னும் மன்னர் அரியணை ஏறினார். ஜோ வம்சாவளியைத் தொடங்கி வைத்தார். இவரைத் தொடர்ந்து 36 வாரிசுகள் சீனாவை ஆண்டனர். ஜோ வம்சாவளியில் சீனா கண்ட சில முக்கிய முன்னேற்றங்கள்:

ஷாங் ஆட்சிக் காலத்தில், சீனர்கள் வியாபாரத்தில் முதலில் நத்தையின் மேலோடுகளையும், அடுத்து வெண்கல நாணயங்களையும் பயன்படுத்தினார்கள் அல்லவா? கி.மு. 900 அல்லது கி.மு. 800 காலத்தில், நாணயங்களோடு கரன்சிகளும் சேர்ந்தன. இந்த நோட்டுக்கள் காகிதத்திலும், பட்டுத் துணிகளிலும் செய்யப்பட்டிருந்தன.

ஜோ வம்ச ஆட்சியில், அறிவுத் தேடலுக்கு ஊக்கம் அளிக்கப்பட்டது. கன்ஃப்யூஷியஸ், லாவோஸி ஆகிய இரு தத்துவ மேதைகளின் சித்தாந்தங்களும் செழித்துத் தழைத்தது இப்போதுதான்.

கன்ஃப்யூஷியஸ் கி.மு. 551 முதல் கி.மு. 479 வரை, 72 ஆண்டுகள் வாழ்ந்தார். பிறரிடம் மரியாதை, பரந்த மனப்பான்மை, மன்னிக்கும் குணம், நன்றி காட்டுதல், விசுவாசம், தன்னம்பிக்கை, முன்னோரை வழிபடுதல் ஆகியவை இவருடைய முக்கிய கருத்துகள். கல்வியால் இந்தக் குணங்களை உருவாக்கலாம் என்று கன்ஃப்யூஷியஸ் நம்பினார். இதற்காக, ஒரு கல்விச் சாலையும் தொடங்கினார். இங்கே பட்டை தீட்டப்பட்டவர்கள் ஏராளம்.

லாவோஸி கி.மு. ஆறாம் நூற்றாண்டில் வாழ்ந்தார். இவரைப் பற்றி நிறையக் கதைகள் உள்ளன; ஆனால், ஆதாரங்கள் குறைவு. இவர் சித்தாந்தம் தாவோயிஸம் (Taoism) என்று அழைக்கப்படுகிறது. அனைத்து உயிர்களும், பொருள்களும் ஒரே இயற்கையின் பல வடிவங்கள். மனிதன் இயற்கையோடு ஒத்து வாழ வேண்டும் என்கிறது தாவோயிஸம்.

கி.மு. 543 - இல் ஜிக்கான் (Zichan) என்பவர் அரசரின் ஆலோசகராக இருந்தார். சீனாவின் விவசாயத்திலும், வியாபாரத்திலும் ஏராளமான சீர்திருத்தங்களைக் கொண்டுவந்தார். நாட்டின் எல்லைகளை வரையறுத்தல், ஆட்சி முறைகள்,

மந்திரிப் பதவிகளுக்குத் திறமைசாலிகளைத் தேர்ந்தெடுத்தல் ஆகியவற்றுக் கான நெறிமுறிமுறைகளைத் தொகுத்துச் சட்டங்களாக்கினர்.

ஆட்சியில் மக்களின் கருத்துகளுக்கு மதிப்பு கொடுத்து மாற்றங்கள் செய்யவேண்டும் என்று முதல் முதலாக உலக வரலாற்றில் ஜனநாயகக் குரல் கொடுத்தவர் ஜிக்கான்தான். இவர் உருவாக்கிய சட்டங்கள் வெண்கலப் பாளங்களில் பொறிக்கப்பட்டு, நாட்டின் பல பாகங்களிலும் வைக்கப் பட்டன, நடைமுறை வாழ்க்கையில் பின்பற்றப்பட்டன. ஒவ்வொரு ஊரிலும் ஒரு நீதிபதி இருந்தார். குற்றங்கள், குற்றவாளிகள் பற்றி அவரிடம் தெரிவிப்பது பொதுமக்கள் கடமை. கசையடி, சித்திரவதை போன்ற தண்டனைகளை, குற்றங்களுக்கு ஏற்றபடி நீதிபதிகள் விதித்தார்கள்.

கி.மு. 500 - இரும்பு உருக்குவதும், இரும்புக் கருவிகள் செய்வதும் சீனர்கள் வசப்பட்டது. அவர்கள் முதலில் உருவாக்கிய இரும்புக் கருவி, ஏர். வீட்டு சாமான்களையும், வாள், ஈட்டி போன்ற ஆயுதங்களையும் இரும்பில் வடிவமைப்பது விரைவில் தொடர்ந்தது.

பீஜிங், ஹாங்ஜோ (Beijing-Hangzhou) ஆகிய இரு நகரங்களை இணைக்கும் கிராண்ட் கேனல் (Grand Canal) இன்று 1776 கிலோ மீட்டர் தூரம் ஓடுகிறது. உலகின் மிகப் பெரிய செயற்கை நதி என்று அழைக்கப்படுகிறது. இந்தக் கால்வாய் முதலில் தோண்டப்பட்டது கி.மு. 486 - இல்.

கி.மு. 403 முதல் கி.மு.221 வரை - உள்நாட்டுப் போர்கள் (Warring States) காலம்

கி.மு. 403 வாக்கில், ஜோ பரம்பரை அரசர்களின் பிடி தளரத் தொடங்கியது. அவர்கள் ஆட்சி நீடித்தாலும், நாடு முழுக்கப் பல குறுநில மன்னர்கள் போர்க் கொடி தூக்கினார்கள். மன்னர்கள் மற்றும் மக்களுடைய மனங்களையும் நேரத்தையும் யுத்தங்களே ஆக்கிரமித்தன என்றபோதும், பிற துறைகளிலும் வளர்ச்சிகள் இருந்தன. குறிப்பாக வானியல் ஆராய்ச்சியில் பலர் ஈடுபட்டி ருந்தார்கள். அவர்களின் கண்டுபிடிப்புகள் எதிர்பார்க்கவே முடியாதவை.

கன் டே (Gan De), ஷி ஷென் (Shi Shen) ஆகிய இரண்டு வானியல் அறிஞர்கள் விண்மீன்களின் பட்டியல் ஒன்று தயாரித்தார்கள். கி.மு. 350 வரலாற்று ஆவணங்களின் பொற்காலம். டா டே சிங் (Tao Te Ching) என்னும் வரலாற்றுப் புத்தகமும், சமுதாய அமைப்பு, நிர்வாகம், மதச் சடங்குகள் ஆகியவற்றை விவரிக்கும் நூலும் எழுதப்பட்டன. இந்த நூல் Record of Rites என்று இன்று அழைக்கப்படுகிறது. கி.மு. 300. எர்யா (Erya) என்னும் அகராதியும், கலைக் களஞ்சியமும் இணைந்த புத்தகம் தொகுக்கப்பட்டது. இந்த நூலின் சில பாகங்கள் இன்றும் நமக்குக் கிடைக்கின்றன.

கி.மு. 5, கி.மு. 6 நூற்றாண்டுகளில் வந்த கன்ஃப்யூஷனிஸம், தாவோயிஸம் போல், கி.மு. 305 - இல் உருவான பிரபல தத்துவம் யின் - யாங் (yin yang). மாறுபட்ட இயல்புகள் ஒன்றோடொன்று சார்ந்திருப்பதும் ஒத்துப்போவதும் இயற்கையின் நியதி, மனித வாழ்க்கையின் அடிப்படை என்று இந்தக் கொள்

கை சொல்கிறது. யின் என்பது உலகம், பெண்கள், இருட்டு, பள்ளத்தாக்குகள், நீரோடைகள். யாங் வகையில் சொர்க்கம், ஆண்கள், வெளிச்சம், மலைகள்.

யின் - யாங் தத்துவம் யாரால் உருவாக்கப்பட்டது என்று தெரியவில்லை. ஆனால், பிரபலமாக இருந்தது. இதைக் கற்றுத்தரும் பிரத்தியேகப் பள்ளிகள் இருந்தன. யின் - யாங் மத சார்பான கொள்கையாக இருக்காமல், நடை முறையிலும், குறிப்பாகச் சீனாவின் பாரம்பரிய மருத்துவ முறையான அக்கு பஞ்சரின் வளர்ச்சிக்குப் பெரிதும் உதவியது.

யின் - யாங் தத்துவப்படி, நம் உடலில் மார்பு, உள் அங்கங்கள், இடுப்புக்குக் கீழே இருக்கும் பாகங்கள், ரத்தம், உடல் சுரக்கும் திரவங்கள் யின் வகை: தலை, உடலின் பின்புறம், தோல், ஜீரண உறுப்புகள் யாங் வகை. எந்த நோய்க் குச் சிகிச்சை கொடுத்தாலும், யின் - யாங் சமநிலையில் இருக்க வேண்டும்.

நோயாளியிடம் அவர்களுடைய சுவை, நுகர்தல், கனவுகள் ஆகியவைபற்றி விலாவாரியாகக் கேள்விகள் கேட்பார்கள். அதே நேரத்தில், வெவ்வேறு அழுத்தங்கள் தந்து, உடலில் பல்வேறு பாகங்களில், பல்வேறு நேரங்களில் நாடித் துடிப்பைப் பரிசோதிப்பார்கள். ரத்த சோகை நோய்க்கு இரும்புச் சத்து அளித்தல், தொழுநோய்க்கு சால்முக்ரா எண்ணெய் தருதல் ஆகிய மேற் கத்திய மருத்துவ சிகிச்சைகள் சீனப் பாரம்பரியம் போட்ட பாதைகள்தாம்.

கி.மு. 221 முதல் கி.மு.206 வரை - சின் வம்ச (Qin Dynasty) ஆட்சிக் காலம்

உள்நாட்டுப் போர்கள் காலத்தில், ஏழு சிற்றரசர்கள் ஒருவரோடு ஒருவர் முட்டி மோதிக்கொண்டிருந்தார்கள். அவர்களில் சின் பிரதேச மன்னரான சின் ஷி ஹூவாங் (Qin Shi Huang) மற்ற ஆறு அரசர்களையும் வென்றார், ஏழு பிரதேசங்களையும் தன்னுள் அடக்கிய பிரம்மாண்ட சீனாவின் அதிப தியானார். சீனா பூகோளப் பரப்பு விரிந்த ஒரே நாடானது இப்போதுதான்.

சீனா என்னும் நாட்டுப் பெயரே, சின் என்னும் வம்சப்பெயரில் வந்ததுதான். பிரதேச மன்னர்கள் தங்களைப் பிரபுக்கள் என்று அழைத்துக்கொண்டார்கள். ஆனால், சின் ஷி ஹூவாங், இதிகாசங்களின்படி, தனக்குத் தானே, சக்கரவர்த்தி என்று பட்டம் சூட்டிக்கொண்டார். பட்டம், அதிகாரம் என்று அலைந்த இந்த விசித்திரமான மனிதர் செய்த நல்ல காரியங்களும் உண்டு, பைத்தியக்கார வேலைகளும் உண்டு.

சீன மொழியின் பேச்சு முறை ஏழு பிரதேசங்களிலும் ஒன்றாக இருந்தது. ஆனால், எழுத்து வடிவம் இடத்துக்கு இடம் மாறுபட்டது. சின் ஷி ஹூவாங் இதில் சீர்திருத்தம் கொண்டுவந்தார். ஒரே வடிவம், ஒரே அளவு கொண்ட எழுத்துகளை நாடு முழுக்கப் பயன்படுத்தவேண்டும் என்னும் அரசாணை பிறந்தது. தாம் எல்லோரும் ஒரே நாடு என்னும் உணர்வு சீனா முழுக்க உருவாவதற்கு இந்தச் சீர்திருத்தம் காரணமாக இருந்தது.

அதிகாரிகளை நியமிப்பதில் பாசம், பந்தம் ஆகியவற்றுக்கு இடமே கிடையாது, திறமை மட்டுமே கணக்கில் எடுத்துக்கொள்ளப்படவேண்டும்

என்னும் கொள்கை நடைமுறைக்கு வந்தது, கண்டிப்பாக அமுல் படுத்தப்பட்டது.

இன்று கடைவீதிகளுக்குப் போய்ப் பாருங்கள். பொம்மைகள், வீட்டு உபகரணங்கள், செல்போன்கள் எனச் சீனத் தயாரிப்புகள் வகை வகையாக, விதம் விதம் விதமாக, மலை மலையாகக் குவிந்து கிடக்கின்றன. இன்றல்ல, காலம் காலமாகவே, சீனர்கள் கண்டுபிடிப்புக் கில்லாடிகள். அவர்களுடைய பல்லாயிரம் கண்டுபிடிப்புகளில், நான்கு கண்டுபிடிப்புகள் உலக அறிவியலைப் பெருமளவில் பாதித்தவையாகக் கருதப்படுகின்றன. அவை - திசைகாட்டி, வெடி மருந்து, காகிதத் தயாரிப்பு, அச்சுத்தொழில் ஆகியவை.

இவற்றுள், திசைகாட்டி, சின் வம்ச ஆட்சிக்காலத்தில், சுமார் கி.மு. 221 - 206 காலத்தில் கண்டுபிடிக்கப்பட்டதாகக் கருதப்படுகிறது. காந்தக் கலை (Magnetism) இதன் அடிப்படைக் கொள்கை. கி.மு. 4-ம் நூற்றாண்டிலேயே, சீன சோதிடர்கள் காந்தக் கற்களைப் பயன்படுத்தினார்கள். ஆனால், திசைகாட்டிகளாகக் காந்தங்களை உபயோகப்படுத்தத் தொடங்கியது சின் ஆட்சியில்தான். முதல் திசைகாட்டியில், ஒரு கரண்டி, வெண்கலத் தட்டின் மேல் வைக்கப்பட்டிருந்தது.

இப்படிப் பல துறைகளில் முத்திரை பதித்த சக்கரவர்த்தியின் அடிமனத்தில் எப்போதும் பல பயங்கள் - தன்னை யாராவது கொலை செய்துவிடுவார்களோ, தான் போரில் வென்ற ஆறு அண்டைப் பிரதேசங்களும் ஒன்றாகக் கை கோர்த்துத் தனக்குக் குழி பறிப்பார்களோ? ஆகவே எதிரிகளின் தாக்குதலிலிருந்து தன்னையும் நட்டையும் பாதுகாக்க எல்லா நடவடிக்கைகளும் எடுக்கவேண்டும் என்பதில் சின் ஷி ஹூவாங் உறுதியாக இருந்தார். அவருடைய பயம், இன்றும் நீடிக்கும் அற்புதமான உலக அதிசயம் உருவாகக் காரணமாக இருந்தது. அந்த அதிசயம் - சீனப் பெரும் சுவர்.

இன்று சுமார் 8850 கிலோ மீட்டர் நீளத்துக்கு விரியும் பெரும் சுவரைத் தனித் தனிப் பாதுகாப்புச் சுவர்களாக சின் ஷி ஹுவாங் முதலில் கட்டினார். பல்லாயிரம் தொழிலாளிகள் இந்தப் பணியில் ஈடுபட்டதாகவும், கணக்கில்லாதவர்கள் வேலைப் பளுவால் இறந்ததாகவும் குறிப்புகள் சொல்கின்றன. (கி.பி. 1400 - க்குப் பின் வந்த மன்னர்கள் தனிச் சுவர்களை இணைத்து ஒரே சுவராக மாற்றினார்கள்.)

தான் மட்டுமே புத்திசாலி, தன்னோடு ஒத்துப் போகாதவர்களை ஒழித்துக் கட்டவேண்டும் என்று சின் ஷி ஹூவாங் நினைத்தார். அவர் ஆட்சிக் காலத்தில், 460 - க்கும் அதிகமான அறிஞர்களுக்கு மரண தண்டனை விதித்தார். முந்தைய ஆட்சிகள் பற்றிய சில ஆவணங்கள் அவருக்குப் பிடிக்கவில்லை. அவற்றைத் தீயிட்டுக் கொளுத்தினார்.

தான் அழிவே இல்லாத நிரந்தர மனிதன் என்று சின் ஷி ஹூவாங் நினைத்தார். தனக்குச் சாவே வராமல் தடுக்கும் மருந்துகள் கண்டுபிடிக்க, நிரந்தர மருத்துவர் குழுவை நியமித்தார். அவர்கள் பாதரசம் கலந்த பல

அமிர்தங்களை அவருக்குக் கொடுத்தார்கள். பாதரசம் உடலில் கலந்த முக்கிய காரணத்தால் தனது 49வது வயதில் மரணமடைந்தார்.

சாவை நினைத்துப் பார்க்கக்கூட பயந்த மாமன்னர், தன் கல்லறையையும் ஏற்பாடு செய்திருந்தது ஆச்சரியத்திலும் ஆச்சரியம். களிமண்ணால் செய்யப் பட்ட எட்டாயிரம் போர் வீரர் பொம்மைகள் (Terracota Army என்று இவற்றைஅழைக்கிறார்கள்.)

தன் உடலோடு சேர்த்துப் புதைக்கப்படவேண்டும் என்பது அவர் இறுதி ஆசையாக இருந்தது. அந்த பொம்மைகள் அகழ்வாராய்ச்சியில் கிடைத் துள்ளன. கலைநயம் கொண்ட இந்த எட்டாயிரம் பொம்மைகளில், ஒரு பொம்மைகூட இன்னொன்றுபோல் இல்லை. தன் விபரீத ஆசையில்கூட, நிர்வாகத் திறமையையும், கலை ஆர்வத்தையும் காட்டியிருக்கும் சின் ஷி ஹுவாங் நம் புரிதலைத் தாண்டிய விசித்திர மனிதர்!

கி.மு. 210-ல் சின் ஷி ஹுவாங் மரணமடைந்தபின், அவர் வம்ச ஆட்சி வெறும் நான்கு ஆண்டுகள் மட்டுமே நீடித்தது. இவருக்கு இரண்டு மகன்கள். மூத்த மகன் அரசு கட்டில் ஏறினார். அவருக்குத் தலைமை அமைச்சராக இருந்த தம்பி அண்ணனைக் கொன்றார். திறமையே இல்லாத அவரை, எதிரிப் படைகள் வீழ்த்தின. சின் வம்ச ஆட்சி பதினைந்தே வருடங்களில் அஸ்தமனமானது. அடுத்து வந்தது - ஹான் வம்ச ஆட்சி.

கி.மு. 206 முதல் கி.பி. 220 வரை - ஹான் வம்ச (Han Dynasty) ஆட்சிக் காலம்

ஹான் ஆட்சிக் காலத்தில் சீனாவின் பொருளாதாரமும் நாகரிகமும் மாபெரும் வளர்ச்சிகள் கண்டன. அவற்றில் சில முக்கிய மாற்றங்களையும் முன்னேற்றங்களையும் பார்ப்போம்.

அரசு விவசாயத்தில் பல சீர்திருத்தங்களைக் கொண்டுவந்தது. பெரிய நிலச்சுவான்தாரர்களின் நிலங்களை அரசுடைமையாக்கி, ஏழைகளுக்குப் பங்கிட்டுக்கொடுத்தது. ஒரே ஒரு நிபந்தனை - அவர்களேதான் அந்த நிலங் களை உழுது பயிரிடவேண்டும், வேறு யாருக்கும் நிலத்தை விற்க முடியாது. விவசாயிகள், பயிர்ச் சுழற்சி, உரங்கள் பயன்படுத்துதல் ஆகிய முறைகளைப் பயன்படுத்தத் தூண்டப்பட்டார்கள். இவற்றால், உற்பத்தி பெருகியது. ஏரோட்டுபவர்கள் கையில் பணம் புழங்கியது. நெசவு, பட்டுத் தொழில் போன்ற உபதொழில்களில் பணத்தை முதலீடு செய்தார்கள். சிறு தொழில்கள் வளர்ந்தன.

பட்டுத் தொழிலில் சீனர்கள் முன்னோடிகளாக இருந்தார்கள். கி.மு. 3630 லேயே, பட்டுப் புழுக்கள் வளர்க்கவும், நூல் எடுக்கவும், துணி நெய்து சாயம் பூசவும் அவர்கள் தெரிந்துகொண்டிருந்தார்கள். காலப்போக்கில், பட்டுத் தொழில் பெண்களின் ஏகபோகமானது. இது வெறும் தொழில் மாற்றமாக இருக்காமல், ஆண்களும், பெண்களும் சரி நிகர் சமானமாகும் சமுதாயப் புரட்சிக்கு வித்திட்டது.

பட்டு தங்களுடைய தனித்திறமைகளுள் ஒன்று என்பதைச் சீனர்கள் உணர்ந் தார்கள். இந்தப் பலத்தை, நாட்டின் பொருளாதார வளர்ச்சிக்கு சாமர்த்திய மாகப் பயன்படுத்திக்கொண்டார்கள். சீனாவுக்கும், ஆப்கனிஸ்தானுக்கும் வியாபாரத் தொடர்புகள் இருந்தன. நீலக்கல், சிவப்புக் கல் ஆகியவற்றைச் சீனர்கள் ஆப்கானியர்களிடம் வாங்கினார்கள்: மாற்றாகப் பட்டு நூலும், ஆடைகளும் தந்தார்கள்.

உலக வியாபார சரித்திரத்தில், முக்கிய இடம் பிடிக்கிறது 'பட்டுச் சாலை (Silk Route)'. கி.மு. 190ல் ஹூயி (Hui) சக்கரவர்த்தியின் தொலைநோக்குப் பார்வையில் இது உருவாக்கப்பட்டது. சாதாரணமாக, பொதுமக்களின்

போக்குவரத்துக்கும், ராணுவக் காரணங்களுக்காகவும்தான் அன்றைய அரசர்கள் சாலைகள் அமைப்பார்கள். இந்த இலக்கணங்களை மீறிய வணிகப் பாதை 'பட்டுச் சாலை'. இது 6400 கிலோ மீட்டர் நீளம் கொண்டது. சீனாவின் சியானில் தொடங்கி, வடமேற்குத் திசையில் சீனப் பெரும் சுவர் வழியாகச் சென்று, பாமீர் மலைகளின் வழியாக ஆப்கனிஸ்தானைக் கடந்து மத்தியதரைக் கடலின் கிழக்குப் பகுதியில் முடிவடைகிறது. முதலில், சீன ஆப்கானிஸ்தான் வணிகப் பொருள்கள் ஒட்டகங்கள் மூலமாகப் பரிவர்த்தனம் செய்யப்பட்டன.

ஹான் மன்னர்கள் பட்டுக்குப் புதிய சந்தை கண்டார்கள். ரோம சாம்ராஜ்ஜியத்துடன் மிகப் பெரிய அளவில் வியாபாரத்தை வளர்த்தார்கள். ரோமாபுரி ஆண்களும், பெண்களும் சுகபோகப் பிரியர்கள். தங்களைச் சிங்காரித்துக்கொள்வதில் ஒருவரோடு ஒருவர் போட்டி போடுபவர்கள். இவர்களுக்குச் சீனப் பட்டின்மீது மோகம் வந்தது. ரோமாபுரி ஆப்கானிஸ்தானைப் பின் தள்ளி, சீனாவின் முக்கிய வணிகச் சந்தையானது. இதனால், இந்தப் பாதைக்கே பட்டுச் சாலை என்னும் பெயர் வந்தது.

கி.மு. 139 ல் வூ (Wu) சக்கரவர்த்தியாக இருந்தார். சீனாவில் கம்யூனிஸ்ட் கட்சி தோன்றியது 1921ல் தான். ஆனால், இவர் பொதுவுடைமைக் கருத்துகளை கி.மு. 139ல் விதைத்துவிட்டார். அண்டைய பிரதேசங்களோடு வூ பல போர்கள் நடத்தினார். எக்கச்சக்கச் செலவு. கஜானா காலியாகிவிட்டது. நாட்டு மக்கள்மேல் வரிகளைச் சுமத்தி அவர்களுடைய வெறுப்பைச் சம்பாதித்துக்கொள்ள அவர் விரும்பவில்லை. நாட்டில் பல வியாபாரிகள் செல்வத்தில் கொழித்தார்கள். சக்கரவர்த்தி அந்த வியாபாரங்களை அரசுடைமையாக்கினார்.

வூ சக்கரவர்த்தி, சீனாவின் வெளிநாட்டு உறவுகளிலும், புதிய அணுகுமுறையைக் கொண்டு வந்தார். அதுவரை, சீனாவின் வெளியுலகத் தொடர்புகள் வெறும் வியாபார உறவுகள்தாம். இவற்றைத் தாண்டி, பிற நாடுகளின் ஆட்சி முறை, கலாசாரம் ஆகியவற்றைச் சீனாவின் முன்னேற்றத்துக்குப் பயன்படுத்த விரும்பினார். ஜாங் சியன் (Zhang Chien) என்னும் தம் நம்பிக்கைக்குப் பாத்திரமான அறிஞரை இதற்காகத் தேர்ந்தெடுத்தார். இவர் சீனாவின் அண்டைப் பிரதேசங்களுக்குப் பயணம் செய்தார். இவருடைய உதவியாளர் உஸ்பெக்கிஸ்தான், ஆப்கனிஸ்தான் நாடுகளுக்கு விஜயம் செய்தார். இந்தத் தேடல்களில் கிடைத்த விவரங்களையும், அனுபவங்களையும், சக்கரவர்த்திக்கு அறிக்கையாகச் சமர்ப்பித்தார். ஒவ்வொரு பிரதேசத்தைப் பற்றியும், இந்த அறிக்கை ஆழப்பார்வை பார்க்கிறது.

இவரோ, இவர் உதவியாளரோ, இந்தியாவுக்கு வரவில்லை. ஆனால், பல இடங்களில் இந்தியா பற்றிக் கேள்விப்பட்டார்கள். அதன் அடிப்படையில். இந்தியாவின் தட்ப வெட்ப நிலை, இந்தியப் போர் யானைகள் போன்றவை பற்றிக் குறிப்பிட்டிருக்கிறார்கள். இவை மிகச் சரியான விவரங்கள்.

பட்டுத் தொழிலில் பெண்கள் முக்கிய இடம் வகித்ததைப் பார்த்தோம். மெள்ள, மெள்ள, சமுதாயத்தின் பல்வேறு துறைகளில் பெண்கள் முத்திரை

பதிக்கத் தொடங்கினார்கள். கி.மு. 48 - இல், பான் (Ban) என்னும் கவிதாயினி இருந்தார். லியூ ஸியாங் (Liu Xiang) என்னும் அறிஞர், சக்கரவர்த்தியின் வழிகாட்டலில், சீன வரலாற்றில் சிகரங்கள் தொட்ட 125 பெண்மணிகளின் வாழ்க்கை வரலாறுகளைத் தொகுத்தார். எட்டு அத்தியாயங்களாகப் பட்டுத் துணிகளில் எழுதப்பட்டுள்ள இந்தத் தொகுப்பின் பெயர், 'தலை சிறந்த பெண்மணிகளின் வரலாறுகள் (Biographies of exemplary women)'. சிறந்த தாய்மார்கள், கற்புத் திலகங்கள், உயர்ந்த கொள்கைகளைக் கடைப்பிடிப் பவர்கள், சொல்லின் செல்வர்களான பேச்சாளர்கள் என்று பல அத்தியா யங்கள். இந்தச் சாதனையாளர்களில் பலர் சாமானியர்கள். அன்றைய நாட்களிலேயே, ஆண்களுக்கும், பெண்களுக்கும் சம அந்தஸ்து, குடும்பப் பின்னணியைவிடத் திறமைக்கு அதிக மதிப்பு!

கி.மு. 124 லேயே, அரசுப் பதவிகளுக்குத் திறமைசாலிகளைத் தேர்ந்தெடுக்க, நாடு தழுவிய தேர்வுகள் நடத்தப்பட்டன. திறமையை மதித்த பண்டைய சீனா, நாட்டு முன்னேற்றத்துக்குக் கல்வி அறிவு அவசியம், எல்லோருக்கும் கல்வி அறிவு வழங்கவேண்டும் என்பதில் கண்டிப்பாக இருந்தது. கி.பி. 3 - இல் பிங் (Ping) சக்கரவர்த்தி நாடு தழுவிய கல்வித் திட்டம், பாட முறை, அரசுக் கல்விச் சாலைகள் ஆகியவற்றை அறிமுகம் செய்தார். சீனாவின் பிற்கால வளர்ச்சிகளுக்கு உறுதியான அடித்தளம் தந்தது இந்தக் கல்வி முறைதான்.

ஹான் ஆட்சியில் சீனா, அறிவியல், தொழில்நுட்பக் கண்டுபிடிப்புகளிலும், பல உச்சங்கள் தொட்டது. கி.மு. 30 - இல் அவர்கள் சக்கரத் தள்ளுவண்டிகள் பயன்படுத்தினார்கள். கி.பி. 8 - ம் ஆண்டில், லியூ ஷீன் (Liu Xin) என்னும் வானியல் அறிஞர் நட்சத்திரங்களின் பட்டியல் தயாரித்தார். இவர் பட்டியலில் இருந்த விண்மீன்களின் எண்ணிக்கை 1080. ஒரு வருடத்தில் 365.25016 நாட்கள் என்று இவர் கணக்கிட்டார். 365.14016 என்று இன்றைய அறிவியல் சொல்கிறது. நவீன உபகரணங்கள் இல்லாமலே, இத்தனை துல்லியமாகக் கணக்கிட்ட சீனர்களின் திறமை பிரமிக்கவைக்கிறது.

சீனர்களின் பல்லாயிரம் கண்டுபிடிப்புகளில், உலக அறிவியலைப் பெரு மளவில் பாதித்தவையாகக் கருதப்படும் நான்கு கண்டுபிடிப்புகள், திசை காட்டி, வெடி மருந்து, காகிதத் தயாரிப்பு, அச்சுத்தொழில் என்று சென்ற அத்தியாயத்தில் பார்த்தோம், திசைகாட்டி சின் ஆட்சிக் காலத்தில் வந்தது. வெடி மருந்தும், காகிதத் தயாரிப்பும், ஹான் ஆட்சிக்காலத்தின் அறிவியல் பெருமைகள்.

சீனச் சக்கரவர்த்திகளும், மக்களும் மரணமே இல்லாத வாழ்க்கைக்கு ஆசைப்பட்டார்கள். அரச ஆதரவில், ஏராளமானவர்கள், சாவை வெல்லும் மருந்துகள் செய்யும் ஆராய்ச்சிகள் செய்துவந்தார்கள். கைகளில் கிடைக்கும் விநோதப் பொருள்களையெல்லாம் கலப்பார்கள். ஏதாவது மேஜிக் நடக்குமா என்று காத்திருப்பார்கள். கி.மு. 9 - ம் நூற்றாண்டில், அப்படிப் பட்ட ஒரு குழுவினர், வெடியுப்பு, கந்தகம், கரி ஆகிய மூன்றையும் ஏதோ

விகிதத்தில் கலந்தார்கள். அதைப் பொடித்து, தேனில் குழைத்து வரும் லேகியம் தங்களை அமரர்கள் ஆக்கும் என்று அவர்கள் நம்பி பொடிக்கத் தொடங்கினார்கள். பொடி வெடித்தது. அமரர்கள் ஆக ஆசைப்பட்டவர்கள் இறந்துபோனார்கள். ஆனால், போர்க்கால ஆயுதமாக, அழிவின் மூலப் பொருளாக, வெடிமருந்தின் விபரீதக் கதை ஆரம்பமானது.

வெடிமருந்தை இப்படியொரு விபத்தில்தான் கண்டுபிடித்தார்கள். ஆனால், காகிதத் தயாரிப்பு திட்டமிட்ட அறிவியல் முன்னேற்றம். கி.பி. 100 வாக்கில் பட்டுத் துணிகளிலும், மூங்கில் தட்டிகளிலும் மக்கள் எழுதிவந்தார்கள். பட்டு அதிக விலை: மூங்கில் எடை அதிகமானது. இதற்கு ஒரு தீர்வு கண்டு பிடிக்கும் வேலையைச் சக்கரவர்த்தி, கே லுன் (Cai Lun) என்ற தன் ஆலோ சகரிடம் ஒப்படைத்தார். சகலகலாவல்லவர் கே லுன், சணல், துணி, மீன் பிடிக்கும் வலைகள் ஆகியவற்றைச் சேர்த்துக் கூழாக்கினார். இந்தக் கூழை மெல்லிய பாளங்களாக்கினார். கி.பி. 105ல் காகிதம் பிறந்தது. மனித குலத்தின் அறிவுத் தேடலை ராஜபாட்டை ஆக்கிய மகா கண்டுபிடிப்பு!

கே லுன் ஒரு திருநங்கை. அன்று திருநங்கைகள் சக்கரவர்த்திகளின் நம்பிக்கைக்குப் பாத்திரமானவர்களாக இருந்தார்கள். அதிலும், குறிப்பாக, கி.பி. 75 முதல் கி.பி. 88 வரை சீனாவை ஆண்ட ஜாங் (Zhang) சக்கரவர்த்தி காலம் முதல், திருநங்கைகள் அரசுப் பதவிகள் வகிக்கவும், நிர்வாகத்தில் ஈடுபடவும் ஆரம்பித்தார்கள். பல நூற்றாண்டுகளுக்கு இந்தப் பாணி தொடர்ந்தது. இதன் ஒரு வெளிப்பாடுதான் கே லுன்!

கி.பி. 6 - ம் ஆண்டில், சில அரசியல் சதிராட்டங்கள் நடந்தன. ரூஸி யிங் (Ruzi Ying) என்பவர் சக்கரவர்த்தியானார். அப்போது அவர் வயது ஒன்று! ஆமாம், ஒரு சதிகாரக் கும்பல் தொட்டில் குழந்தையை டம்மி ராஜாவாக்கினார்கள். இரண்டே ஆண்டுகளில், ரூஸி யிங் ஆட்சி கவிழ்ந்தது. ஷின் வம்சாவளியினர் (Xin Dynasty) ஆட்சியைக் கைப்பற்றினார்கள். ஆனால், வெறும் 15 ஆண்டுகள் மட்டுமே ஷின் ஆட்சி நீடித்தது. கி.பி. 23 - இல் ஹான் வம்சத்தார் அரியணையை மறுபடியும் கைப்பற்றினார்கள்.

ஹான் வம்ச ஆட்சியில் சீனா அமைதிப் பிரதேசமாக இருந்தது, வியத்தகு முன்னேற்றங்கள் கண்டது. காரணம் - தொலைநோக்குப் பார்வை கொண்ட மன்னர்கள். கி.பி. 168 க்குப் பின் வந்த சக்கரவர்த்திகள் பரம்பரைக்குத் திருஷ்டி பரிகாரமானார்கள். நாடு மூன்று பகுதிகளாகப் பிரிந்தது. தொடர்ந்த ஆட்சி, கி.பி. 221 முதல் கி.பி. 280 வரை நீடித்தது: மூன்று அரசுகள் ஆட்சிக் காலம் (Three Kingdoms) என்று இது அழைக்கப்படுகிறது. தொடர்ந்த 300 ஆண்டுகள் நிலையில்லா ஆட்சிகள். கி.பி. 580 - இல், வென் டீ (Wen Di) என்னும் குறுநில அரசர் உள்நாட்டுக் குழப்பங்களை அடக்கி, சீனாவை மறுபடியும் ஒருங்கிணைத்தார். ஆனால், அவர் நிறுவிய ஸ்வீ வம்ச ஆட்சி (Sui Dynasty) கி. பி. 580 முதல் கி.பி. 618 வரை, ஆண்டுகள் மட்டுமே நீடித்தது, சீனாவில் மறுபடி வசந்தம் வந்தது கி.பி. 618 - இல் தொடங்கிய டாங் வம்ச ஆட்சியில்தான்.

கி. பி. 618 முதல் கி.பி. 906 வரை – டாங் வம்ச (Tang dynasty) ஆட்சிக் காலம்

சீன வரலாற்றிலும், நாகரிக வளர்ச்சியிலும் டாங் ஆட்சியின் 288 வருடங்கள் பொற்காலம். பல்வேறு துறைகளில் நாடு முன்னேற்றம் கண்டது. குறிப்பாக, எழுத்து, இசை ஆகிய படைப்புக் கலைகளில் சீனா புதிய அடித்தடங்கள் பதித்தது.

கி.பி. 624. ஒயாங் ஜுன்(Ouyang Xun) என்னும் அறிஞர் யிவென் லெஜ்ஜு* (Yiwen Leiju) என்னும் நூலை எழுதினார். அந்நாள்வரை சீனாவில் இருந்த முக்கிய இலக்கியங்களை 47 வரிசைகளாகத் தொகுத்துத் தரும் இந்தப் புத்தகம், இலக்கிய ரசிகர்களின் ரசனைக்கு மட்டுமல்ல, அன்றைய சீன வாழ்க்கைமுறையைத் தெரிந்துகொள்ள ஆசைப்படும் அனைவருக்கும் ஒரு பொக்கிஷம்.

நம் எல்லோருக்கும் பரிச்சயமான ஒரு மனிதர் இதோ வருகிறார். அவர்தான் சுவான்ஸாங் எனப்படும் யுவான் சுவாங் (Xuan zang). இந்தியாவோடு நெருங்கிய தொடர்பு கொண்டவர். யுவான் சுவாங். சீன நாட்டுப் புத்தத் துறவி. புத்த மதத்தைப் பற்றி, அவருக்குள் பல கேள்விகள். தன் அறிவுத் தாகத்தை, இந்தியாவின் பீஹார் மாநிலத்தில் நாலந்தா மடாலயத் துறவிகள்தாம் தணிக்கமுடியும் என்று நினைத்தார். கி.பி. 629 - இல் சீனாவிலிருந்து கால்நடையாகப் புறப்பட்டார். நான்கு வருட நீண்ட நெடும் பயணம். புத்த மதத்தின் நடமாடும் பல்கலைக்கழகமாக அவர் தாயகம் திரும்பியபோது, சீனா பெருமித வரவேற்பளித்தது. கி.பி. 650 - இல், பியான்ஜி (Bianji) என்னும் புத்த பிட்சு, யுவான் சுவாங்கின் பயணக் குறிப்புகளைப் புத்தகமாகத் தொகுத்து எழுதினார்.

எழுத்து உலகில் வகை வகையான படைப்புகள் வந்தன. (இவற்றைப் புத்தகங்கள் என்று குறிப்பிட்டாலும், அச்சடிக்கும் கலை அப்போது கண்டுபிடிக்கப்படாததால், இவை காகிதம், மூங்கில் தகடுகள், பட்டுத்துணி போன்றவற்றில் எழுதப்பட்டன.)

(*வரிசைப்படுத்தப்பட்ட இலக்கியத் தொகுப்பு என்று பொருள்).

கி. பி. 648 - ஜின் வம்ச ஆட்சியை விவரிக்கும் புத்தகம் அரசாங்கத்தால் வெளியிடப்பட்டது. கி. பி. 265 முதல் கி. பி. 420 வரையிலான காலத்தில் நடந்த நிகழ்ச்சிகளின் அற்புத ஆணவம் இந்தப் புத்தகம்.

கி. பி. 657 - 833 வகை இயற்கை மருந்துகள் / மூலிகைகள் பற்றிய புத்தகம் வெளியாகிறது.

கி. பி. 710 - 52 அத்தியாயங்கள் கொண்ட ஷிட்டாங் (Shitong) என்னும் வரலாற்று நிகழ்ச்சிகளின் தொகுப்பு நூல் அரசால் கொண்டுவரப்படுகிறது.

கி. பி. 713 - கையுவான் (Kaiyuan) என்னும் பட்டுத் துணியில் எழுதப்படும் நாளிதழ் அரசால் வெளியிடப்படுகிறது. அரசியல் அறிவிப்புகள், நாட்டு நடப்புகள் ஆகியவை முக்கிய அம்சங்கள்.

கி. பி. 719 - கௌதம சித்தா எழுதிய ஜோசியப் புத்தகம். இந்த வானியல் அறிஞர் இந்தியாவிலிருந்து சீனா சென்று குடியேறியவர்.

கி. பி. 785 - உலகின் பல நாடுகளைப் பூகோள ரீதியாக அறிமுகம் செய்யும் பிரம்மாண்ட ஆராய்ச்சிப் புத்தகம் எழுதத் தொடங்குகிறார், ஜியா டான் (Jia Dan). இவர் பூகோள மேதை, அரசு அதிகாரி. ஜப்பான், கொரியா, இந்தியா, ஸ்ரீலங்கா, ஈராக் ஆகிய நாடுகள்பற்றி, இவர் தந்திருக்கும் விவரங்கள் வியக்க வைக்கின்றன.

கொஞ்சம் பொறுங்கள். இன்னும் சில வியப்புகள் காத்திருக்கின்றன. கி. பி. 868 - இல், ஒரு பக்க புத்தமத ஞான நூலான வைர சூத்திரம் உலகத்திலேயே முதன் முறையாகக் காகிதத்தில் அச்சடிக்கப்பட்டது. இந்திய சம்ஸ்கிருத நூலின் மொழிபெயர்ப்பு இது என்பது நாம் பெருமைப்படக்கூடிய சமாசாரம்.

Woodblock Printing என்னும் அச்சுமுறை இதற்குப் பயன்படுத்தப்பட்டது. மரக்கட்டைகளில், அச்சிடப்படவேண்டிய விஷயங்களைச் செதுக்கு வார்கள். கட்டையில் இவை மட்டும் பொருமி நிற்கும். மை போட்டுக் காகிதத்தில் அழுத்தும்போது, பொருமிய எழுத்துகள் காகிதத்தில் பதியும்.

கி. பி. 712 - ல் லியுயான் (லியுயான் என்றால், பேரிக்காய்த் தோட்டம் என்று அர்த்தம்) என்னும் பெயரில் இசை, நாடகம் ஆகியவற்றுக்காக அரசாங்கம் பயிற்சிக்கூடம் நிறுவியது. மக்களின் அமோக ஆதரவால், விரைவிலேயே நாடெங்கும் இதன் கிளைகள் திறந்தன.

செவிக்கு உணவு இல்லாதபோது சிறிது வயிற்றுக்கும் ஈயப்படும் என்று நாம் பொன்மொழி உதிர்க்கலாம். ஆனால், ஒரு நாட்டில் கலைகள் வளர வேண்டுமானால், அங்கே மக்கள் பஞ்சம், பசி, பட்டினி என்னும் அன்றாடக் கவலைகள் இல்லாமல் சுக வாழ்க்கை வாழ வேண்டும். படைப்புக் கலைகள் செழித்து வளர்ந்ததால், டாங் ஆட்சியில் சீனர்கள் வளமாக, நலமாக இருந் தார்கள் என்பது வரலாற்று ஆய்வாளர்களின் கணிப்பு. பிற சான்றுகளும், ஆவணங்களும், இந்தக் கணிப்புக்கு ஆதரவு தெரிவிக்கின்றன.

பெண்களுக்கு சமுதாயம் சம அந்தஸ்து அளித்தது. சீன வரலாற்றில் ஒரே ஒரு பெண்தான் சக்கரவர்த்தியாக நாட்டை வெற்றிகரமாக ஆட்சி செய்திருக்கிறார். அவர் கி.பி. 690 முதல் கி.பி. 701 வரை ஆண்ட வூ ஜேஷியன் (Wu Zetian). பலமான பணபுலம், அரசியல் தொடர்பு கொண்டவர்களாக இருந்தாலும், நுழைவுத் தேர்வில் தேறாவிட்டால், அவர்களுக்கு அரசுப் பதவிகள் கொடுக்கக்கூடாது என்னும் கொள்கையைக் கறாராக நிறைவேற்றினார் இந்தப் பெண் சிங்கம்.

பீங்கான் தொழில் அமோக வளர்ச்சி கண்டிருந்தது. சமையலறைப் பாத்திரங்கள், அழகு கொஞ்சும் பொம்மைகள் தயாரிக்கப்பட்டன. இவை சீனர்கள் வீடுகளை மட்டுமல்லாமல் கடல் தாண்டிய பல நாடுகளையும் அலங்கரித்தன. குவான்ஜோ நகரத்தில் இருக்கும் துறைமுகம் முக்கிய அந்நிய வியாபாரக் கேந்திரமாக விளங்கியது. அந்நியர்களுக்காகத் திறக்கப்பட்ட முதல் சீனத் துறைமுகம் இது. இந்திய, பாரசீக வியாபாரிகள் அடிக்கடி குவான்ஜோ வந்து போனார்கள்.

கி.பி. 758 - இல் பாரசீகக் கடல் கொள்ளைக்காரர்கள் குவான்ஜோ துறைமுகத்தைத் தாக்கி சூறையாடினார்கள். முக்கியப் பகுதிகளைத் தீயிட்டுக் கொளுத்தினார்கள். எக்கச்சக்கச் சேதம். சீன அரசு துறைமுகத்தை மூட வேண்டிய கட்டாயம். சேதங்களைச் சீர்படுத்தவும், மறுபடி வாணிப மையமாக்கவும் ஐம்பது வருடங்களாயின.

கி.பி. 635 - சீனர்களின் சமுதாய வாழ்வில் முக்கிய வருடம். நாட்டின் மத நம்பிக்கைக் கதவுகள் புதிய கருத்துகளுக்குத் திறக்கத் தொடங்கின. ஆரம்ப நாட்களில் மக்கள் இதிகாசங்களில் குறிப்பிடப்படும் பல தெய்வங்களை வணங்கினார்கள். இவை பெரும்பாலும், இடி, மின்னல், மழை போன்ற இயற்கை சக்திகளின் வடிவங்கள். கி.மு. 265 காலகட்டத்தில் மாமன்னர் அசோகர் புத்த பிட்சுகளை நேபாளம், பூடான், சீனா ஆகிய நாடுகளுக்கு அனுப்பியதாகச் சொல்லப்படுகிறது. விரைவில், புத்த மதம் சீனாவின் பெரும்பகுதி மக்களை ஈர்த்துக்கொண்டது. பின்னாள்களில், கன்ஃபூஷியனிஸம், தாவோயிஸம் ஆகிய கொள்கைகளைப் பலர் பின்பற்றத் தொடங்கினார்கள்.

பாரசீகத்திலிருந்து நான்கு கிருஸ்தவப் பாதிரிமார்கள் கி.பி.635 - இல் சீனா வந்தார்கள், தங்கள் மத நம்பிக்கைகளுக்கு வித்திட்டார்கள். கி.பி.650- ல் அரேபியாவிலிருந்து இஸ்லாமிய மதகுருக்கள் சீனா வந்தார்கள். இந்த வருகை, சீனாவில் இஸ்லாமியத்தின் ஆரம்பம்.

இன்றைய சீனாவில் மத நம்பிக்கை எப்படி இருக்கிறது? எந்த மதக்கொள்கையையும் நம்பாத நாத்திகர்கள் - 42% பழங்கால மதங்கள் + தாவோயிஸம் - 30% புத்த மதம் - 18% கிறிஸ்தவ மதம் - 4 % இஸ்லாமியர் - 2% பிறர் - 4%.

பல்வேறு மதங்களும் ஆண்டாண்டு காலமாக ஒற்றுமையாக வாழ்ந்தார்கள். இந்தச் சூழல் கி.பி. 845 - இல் கெட்டது. உபயம், கி.பி. 840 முதல் கி.பி. 846 வரை சக்கரவர்த்தியாக இருந்த வூ ஜாங் (Wuzong). மண்ணாசை கொண்ட மாமன்னர் பல போர்கள் நடத்தினார். கஜானா காலியானது. எங்கே கை

வைக்கலாம் என்று மன அரிப்பு. அவர் கண்களில் புத்தக் கோயில்கள் பட்டன. இன்றைய திருப்பதிபோல், அன்றைய புத்தக் கோயில்களில் பக்தர்கள் காணிக்கை மழை பொழிந்துகொண்டிருந்தனர். வூ ஜாங் 46,000 கோயில்களை அரசுடைமையாக்கினார். இரண்டு லட்சத்துக்கும் அதிகமான மத குருக்களை நடுத்தெருவில் நிற்கவைத்தார்.

அறிவுகெட்ட அரசர்கள் மட்டுமல்ல, இயற்கையும் தன் சோதனைகளைத் தொடங்கியது. சாங்கான் (Changan - இன்று Xian என்று அழைக்கப் படுகிறது) நகரம் டாங் ஆட்சியில் சீனாவின் தலைநகரம், இங்கே, கி.பி. 843-இல் பெரும் தீ விபத்து ஏற்பட்டது. 4000 வீடுகள், நூற்றுக் கணக்கான சரக்குக் கிடங்குகள், ஏராளம் கட்டடங்கள் அழிந்தன.

பதினைந்து வருடங்கள் ஓடின. அக்னிக்கு நான் என்ன இளைத்தவனா என்று போட்டிப் போட்டுக்கொண்டு வந்தது பெருவெள்ளம். பல்லாயிரம் வீடுகளையும் உயிர்களையும் பலிகொண்டு திருப்தி அடைந்தது.

சக்கரவர்த்திகளுக்கு நாட்டின் மீதிருந்த பிடியும் தளரத் தொடங்கியது. கி.பி. 874 - ல் மக்கள் அதிருப்தி வெடிக்கத் தயாராக இருக்கும் எரிமலையானது. இந்த எரிமலைக்கு வத்திக் குச்சி வைத்துப் பற்றி எரியவிட்டார் ஹுவாங் சாவோ (Huang Chao). அன்றைய சீனாவில், அத்தியாவசியப் பொருளான உப்பு விநியோகம் முழுக்க முழுக்க அரசாங்கத்தின் கையில் இருந்தது.

அரசாங்க வருமானத்தில் பெரும்பகுதியை உப்பு வியாபாரம் தந்தது. பணம் கொட்டும் இடங்களில் லஞ்சம் தலை விரித்து ஆடவேண்டாமா? ஆடியது. ஏராளமானோர் உப்புக் கடத்தலிலும், கறுப்புச் சந்தையிலும் ஈடுபட்டனர்.

ஹுவாங் சாவோ அப்படிப்பட்ட உப்புக் கடத்தல்காரர். கை நிறையப் பணம் வந்தவுடன், அவர் அரசாங்கத்தை எதிர்த்தார். அரசுக்கு எதிரானவர்களும், அதிருப்தி கொண்டவர்களும் ஹுவாங் சாவோ பின்னால் அணி திரண்டார்கள். கலவரம் வெடித்தது. வீதிகள் எங்கும் அரசுப் படைகளும், கலவரக்காரர்களும் மோதினார்கள். ஹுவாங் சாவோ பல ஆரம்ப வெற்றிகள் கண்டார். தலைநகர் சாங்கான் அவர் கை வசமானது. அடுத்து அவர் கைப்பற்றியது வணிகத் தலைநகரான குவான்ஜோ. தன்னைச் சீனச் சக்கரவர்த்தியாக ஹுவாங் ஜோ அறிவித்துக்கொண்டார். ஆனால், பாவம் அவர் மகிழ்ச்சி நீடிக்கவில்லை. சீன அரசுப் படைகள் அவரைத் தோற்கடித்தன. அவர் முடிவு? மருமகனால் படுகொலை செய்யப்பட்டார் என்கிறார்கள் சிலர்: இல்லை, தோல்வியைத் தாங்கமுடியாமல் தற்கொலை செய்துகொண்டார் என்கிறார்கள் சிலர். எப்படி என்பது தெரியவில்லை. ஆனால், அவர் மரணமடைந்தது நிஜம்.

நிறைவேறாத ஆசைகளோடு மரணமடைந்த அவர் ஆத்மா, எட்டு வருடங்களுக்குப் பின் சாந்தி அடந்திருக்கும். கி.பி. 907 - இல் ஜூ வென் (Zhu Wen), ஐ (Ai) சக்கரவர்த்தியைப் போரில் வென்றார், அவரை அரியணையிலிருந்து கீழே இறக்கினார். டாங் வம்சம் முடிந்தது. சீன வரலாற்றில், நாகரிகத்தில் புதிய பக்கங்கள் விரியத் தொடங்கின.

கி. பி. 907 முதல் கி.பி. 1279 வரை – ஸாங் வம்ச (Song Dynasty) ஆட்சிக் காலம்

டாங் வம்சாவளி சரிந்தபின், அடுத்த 54 ஆண்டுகளுக்குச் சீனாவில் உள்நாட்டுக் கலவரங்களும், நிலையில்லா ஆட்சியும்தான். நாடு பத்துப் பகுதிகளாகச் சிதறுண்டது. ஐந்து வம்சாவளிகள் ஆண்டன. மறுபடியும் கி.பி. 960 - இல் தான் நிலைத்தன்மை வந்தது. அப்போது ஆட்சிக்கு வந்தது ஸாங் வம்சம். கி.பி. 1279 வரை ஆட்சி செய்த ஸாங் பரம்பரையினர் சீனாவைப் பாரம்பரியத்திலிருந்து நவீன காலத்துக்கு அழைத்து வந்தவர்கள் என்று கருதப்படுகிறார்கள்.

எல்லா நாகரிகங்களிலுமே, ஆரம்ப காலங்களில் விவசாயம்தான் ஒரே தொழிலாக இருக்கும். இயற்கையை நம்பிப் பிழைக்கும் இவர்கள் பொருளாதாரம் மழையின் வரவுக்கு ஏற்ப, ஏறும், இறங்கும். கையில் பணம் வைத் திருப்பவர்கள் இவர்களுக்குக் கடன் கொடுப்பார்கள், காலப்போக்கில் நிலங்களைத் தங்களுடையதாக்கிக்கொள்வார்கள். இத்தோடு, வியாபாரம் விதை விடத்தொடங்கும், வணிகர்களும், இடைத் தரகர்களும், விவசாயி உழைப்பில் பணம் பார்ப்பார்கள். பணக்காரர்கள், நடுத்தர வர்க்கம், ஏழைகள் என மூன்று பிரிவுகள் சமுதாயத்தில் உருவாகும்.

கி.பி. 960 காலகட்டத்தில், சீனாவில் நடுத்தர வர்க்கத்தினரின் எண்ணிக்கை மற்ற இரு பிரிவினரையும்விட மிக அதிகமானது. கவிதை, கட்டடக் கலை ஆகியவற்றில் இவர்கள் ஆர்வம் காட்டினார்கள். இந்தத் துறைகள் அமோக வளர்ச்சி கண்டன.

தொழில்களைப் பொறுத்தவரை, இரும்புத் தயாரிப்பில் முக்கிய அறிவியல் மாற்றம் வந்தது. கி.பி. 1000 வரை, இரும்பை உருக்க, சாதாரணக் கரி பயன் பட்டது. ஆயிரம் ஆயிரம் மரங்களை எரித்து, சுற்றுப்புறச் சூழலைக் கெடுத்து, இந்தக் கரி எடுக்கவேண்டும். சீன அறிவியல் அறிஞர்கள், Bituminous Coke என்னும் நிலக்கரியைப் பயன்படுத்தும் முறையைக் கண்டுபிடித்தார்கள். சாதாரணக் கரியைவிட அதிக வெப்பசக்திகொண்ட இந்த நிலக்கரி, தொழில் புரட்சியை ஏற்படுத்தியது.

கி.பி. 1010. சக்கரவர்த்தி ஜென்ஜாங் (Zhenzong), சீனாவின் தேசப்படப் புத்தகம் (Atlas) வெளியிட்டார். நாட்டின் ஒவ்வொரு பகுதியையும், விலாவாரியாக விவரிக்கும் இந்தப் படப் புத்தகம், 39 ஆண்டுகள் பல்வேறு துறை அறிஞர்களின் கடுமையான உழைப்பில் உருவான 1,556 அத்தியாயங்கள் கொண்ட பிரம்மாண்ட அறிவுக் களஞ்சியம்.

மருத்துவ உலகின் மாபெரும் படைப்பான Bencao Tujing என்னும் நூல் கி.பி. 1070-ல் வெளியிடப்பட்டது. தாவரவியல், விலங்கியல், கனிப்பொருள் இயல் (மினராலஜி) ஆகிய பல்வேறு துறைகளின் அறிவைச் சாறாகப் பிழிந்து, சிகிச்சைக்கான மருந்துகளாக்கும் சீன மேஜிக் பிரமிக்கவைக்கும் மந்திரவாதம்!

பதினெட்டு ஆண்டுகளுக்குப் பிறகு வருகிறது நம்மைத் திகைக்கவைக்கும் இன்னொரு வியப்பு. ஷென் குவோ (Shen Kuo) என்னும் உடல் முழுக்க மூளை கொண்ட சகலகலாவல்லவர் களத்துக்கு வருகிறார். இவருடைய சில பரிமாணங்கள் என்னென்ன தெரியுமா? நிதி அமைச்சர், கணித மேதை, வானியல் அறிஞர், தாவரவியல் நிபுணர், விலங்கியல் வித்தகர், மருத்துவர், அகழ்வாராய்ச்சியாளர், ராணுவத் தளபதி, கல்வியாளர், கண்டுபிடிப்பாளர்... கட்டுரைகள் மூலம் தன் அறிவைப் பொதுமக்களோடு இவர் பகிர்ந்து கொண்டார். கால்க்குலஸ், திரிகோணமிதி போன்ற நுணுக்கமான கணிதத் துறைகளில் இவர் காட்டும் புலமை நம்பமுடியாத திறமை!

இத்தனை சாதனைகள் கொண்ட ஸாங் ஆட்சிக்கு ஒரு கறுப்புப் புள்ளி உண்டு. நீண்ட நெடுங்காலமாகப் பெண்கள் ஆண்களுக்கு சரிநிகர் சமானமாக வாழந்தார்கள். அதை ஸாங் தகர்த்தார்கள். விதவைகள் மறுமணம் செய்யும் வழக்கம் சீனாவில் இருந்தது. அரசாங்கம் இதைத் தடை செய்தது. கோயில்களுக்கும், குறிப்பிட்ட சில திருவிழாக்களையும் தவிர, வேறு எதற்கும் பெண்கள் வீட்டை விட்டு வெளியே வரக்கூடாது என்று சட்டம் வந்தது.

ஸாங் சக்கரவர்த்திகள் ஏனோ, ராணுவ பலத்தைப் பெருக்குவதில் கவனம் காட்டவில்லை. அண்டை நாடான மங்கோலியாவுக்குச் சீனாமேல் எப்போதும் ஒரு கண் உண்டு. கி.பி. 1260 - ல் குப்ளாய் கான் (Kublai Khan) மங்கோலிய அரசரானார். கி.பி. 1265-ல் போர் தொடுத்து வந்த அவர், சீனப் படைகளைத் தோற்கடித்து, 146 ஸாங் கப்பல்களைச் சிறைப்பிடித்தார். தொடர்ந்தன பல யுத்தங்கள். கி.பி. 1279 - ல் ஸாங் ஆட்சி வீழ்ந்தது. குப்ளாய் கான் தலைமையில் யுவான் வம்ச ஆட்சி எழுந்தது.

கி. பி. 1279 முதல் கி.பி. 1368 வரை - யுவான் வம்ச (Yuan Dynasty) ஆட்சிக் காலம்

அரியணை ஏறிய குப்ளாய் கானுக்கு எல்லாப் பக்கங்களிலிருந்தும் எதிர்ப்புகள். தங்கள் நாட்டை ஜெயித்த அந்நியனைச் சீனர்கள் வெறுத்தார்கள். அதேசமயம், பிற மங்கோலியச் சிற்றரசர்களுக்கும் பொறாமை - தங்களுள் ஒருவனாக இருந்த சிற்றரசன் சீனச் சக்கரவர்த்தியாகிவிட்டானே

என்று. இவை அத்தனையையும், குப்ளாய்கான் இரும்புக்கரத்தால் சமாளித்தார். பீரங்கிகள், ராக்கெட்கள் போன்ற நவீனப் போர் ஆயுதங்கள் அவரிடம் இருந்தன. அவற்றைச் சாமர்த்தியமாகப் பயன்படுத்தினார். எதிரிகளைக் கட்டுக்குள் வைத்தார். *1274* - ல் முதலில் சீனாவின் வடக்குப் பகுதியையும், அடுத்துத் தெற்குப் பகுதியையும் ஆண்ட அரசர்களை வென்று, சீனாவை ஒருங்கிணைத்தார்.

சொந்த மண்ணிலேயே சீன மக்களை அடக்கி, மங்கோலியர் ஆண்ட கொடுமைக்காலம் இது. குப்ளாய்கான் நான்கு அடுக்கிலான சமூக அமைப்பை உருவாக்கினார். மங்கோலியரும், மத்திய ஆசிய மக்களும் முதல் இரண்டு அடுக்குகளிலும், வட சீன மக்கள் மூன்றாவதிலும், தென் சீனாவினர் கடைசியான நான்காம் படிநிலையிலும் வைக்கப்பட்டனர். முதல் அடுக்கில் இருந்த மங்கோலியர்களுக்கு அரசு நிலங்கள் இலவசமாக வழங்கப்பட்டன.

அரசாங்கத்தின் முக்கியப் பதவிகள் சீனர்களுக்கு மறுக்கப்பட்டன, வெளிநாட்டவர்களுக்கு வழங்கப்பட்டன. இதனால் பயனடைந்தவர் மார்க்கோ போலோ. இத்தாலியின் வெனிஸ் நகர வணிகரான இவர் கி.பி. *1274* - வாக்கில் குப்ளாய்கான் அரசவைக்கு வந்தார். சக்கரவர்த்திக்கு மார்க்கோ போலோவை மிகவும் பிடித்துவிட்டது. சீனாவிலேயே பதினேழு ஆண்டுகள் தங்கவைத்தார், உயர் பதவிகள் கொடுத்தார். தொலைதூர நாடுகளுக்குச் சீனாவின் பிரதிநிதியாக அனுப்பிவைத்தார்.

குப்ளாய்கானின் ஒரே குறிக்கோள் சீனாவைச் சுரண்டுவதிலேயே இருந்தது. வெளிநாட்டு, குறிப்பாக மங்கோலிய வியாபாரிகளுக்குச் சலுகைகளை அள்ளி அள்ளி வழங்கினார். சீனச் செல்வம் அந்நிய மண்களுக்குப் பறந்தது. ஆட்சி நடத்தப் பணம் வேண்டுமே? வரிச் சுமை எகிறியது.

மக்களின் அதிருப்தி வெடிக்கத் தொடங்கியது. ஜு யுவான்ஜாங் (Zhu Yuanzhang) என்னும் விவசாயி தலைமையில் மக்கள் திரண்டார்கள். மங்கோலிய யுவான் வம்ச ஆட்சி முடிவுக்கு வந்தது. ஜு யுவான் ஜாங் (Zhu Yuanzhang) என்னும் மண்ணின் மைந்தர் சக்கரவர்த்தியானார். அவருடைய மிங் வம்ச ஆட்சி தொடங்கியது.

கி. பி. *1368* முதல் கி.பி. *1644* வரை - மிங் வம்ச (Ming dynasty) ஆட்சிக் காலம்

*1382*ல் சக்கரவர்த்தி, தனக்குப் பாதுகாப்பளிக்க, கறுப்புப் பூனைகள் போன்ற ஜினிவே என்னும் அமைப்பைத் தொடங்கினார். இவர்கள் விரைவிலேயே மன்னரின் ஐந்தாம் படை ஆனார்கள். அரசியல் எதிரிகள், பொது மக்கள் ஆகியோரின் நடவடிக்கைகளை நோட்டமிட ஆரம்பித்தார்கள். மக்கள் பயந்து வாழும் நிலை. அன்றைய அரசர் செயல் இன்றும் தொடர்கிறது. கம்யூனிஸ ஆட்சியிலும், தனி மனிதன் அரசின் கழுகுப் பார்வையின் கீழ்தான் வாழ்கிறான்.

மிங் ஆட்சியில் வந்த முக்கிய மாற்றம் - காலம் காலமாக, நாங்கிங் (Nanking) நகரம் சீன நாட்டின் தலைநகரமாக இருந்தது. மிங் சக்கரவர்த்திகள் பீக்கிங் (Beijing) நகருக்கு மாற்ற முடிவெடுத்தார்கள். அரண்மனை வளாகம் கட்டும் பணி 1406ல் தொடங்கியது. பதினான்கு வருடக் கட்டுமானம். ராஜா வாழப்போகும் இடம் அல்லவா? இழைத்து இழைத்துக் கட்டினார்கள். 980 கட்டடங்கள், 9000 அறைகள், 78 லட்சம் சதுர அடி. சுற்றிலும் அகழிகள், பிரம் மாண்ட அரண்மனைகள், அவற்றில் தங்க ஓடுகள் வேய்ந்த கூரை, உயர்ந்த மதில் சுவர்கள், நான்கு மூலைகளிலும் கோபுரங்கள். இந்த வளாகத்துக்குள் சாதாரண மக்கள் யாரும் நுழையக்கூடாது. இதனால், இந்த வளாகத்துக்குத் தடை செய்யப்பட்ட நகரம் (Forbidden State) என்றே பெயர் வைத்தார்கள்.

1420ல் சக்கரவர்த்திகள் இங்கே குடியேறினார்கள். பீக்கிங் சீனத் தலைநகர மானது. 1911 வரை சக்கரவர்த்திகள் இந்த வளாகத்தில் வசித்தார்கள். 1925-ல் வளாகம், அரசால் அருங்காட்சியகமாக மாற்றப்பட்டது. தடைகள் உடைந்தன. சாமானியன் உரிமையோடு இன்று உள்ளே நுழைகிறான். மிங் ஆட்சியில் பதினான்கு சக்கரவர்த்திகள் நாட்டை ஆண்டார்கள். ஆனால், மிங் ஆட்சியை நினைக்கும்போது, இன்று நம் நினைவுக்கு வருபவர் இவர்களில் யாரமில்லை, தன் அறிவாலும், உழைப்பாலும் சிகரம் தொட்ட ஜெங் ஹி என்னும் சாமானியர்தான்.

பிற நாடுகளோடு நட்பை வளர்ப்பதில் ஆர்வம் காட்டாமல், கிணற்றுத் தவளையாக இருந்த சீனா, தன் சுவர்களைத் தாண்டி வெளியுலகத்தைப் பார்க்கத் தொடங்கியது. நட்புக் கரங்களை மெள்ள மெள்ள அந்நியருக்கு நீட்டியது. சீனாவின் நட்புத் தூதராகச் சக்கரவர்த்தியால் தேர்ந்தெடுக்கப் பட்டவர் ஜெங் ஹி (Zheng He). இவர் ஒரு திருநங்கை. அன்றைய சீனாவில். ஏராளமான திருநங்கையர் நிர்வாகத்திலும், ராணுவத்திலும் முக்கிய பதவிகளில் இருந்தார்கள். அவர்களுள், மிக உயர்ந்த பதவியான கப்பற் படைத் தளபதி பதவியைத் தன் முப்பத்தைந்தாவது வயதிலேயே எட்டினார் இவர். ஹியின் திறமையில் வைத்த முழு நம்பிக்கையால்தான், சக்கரவர்த்தி நாட்டின் நட்புத் தூதராக இவரை நியமித்தார்.

ஜெங் ஹி மகா சாமர்த்தியசாலி. ஆகவே, அவருடைய பயணங்கள் வெறும் நட்புப் பயணங்களாக மட்டும் இருக்கவில்லை. சீனாவின் வணிகத்தை வளர்க்கவும், சீனாவின் பலத்தை அண்டை நாடுகளுக்கு வெளிச்சம் போட்டுக் காட்டவும் அவர் பயணங்களைப் பயன்படுத்திக்கொண்டார். 1405 தொடங்கி 1432 வரையிலான 27 வருடங்களில், ஜெங் ஹே ஏழு கடல் பயணங்கள் செய்தார். இவரோடு 317 கப்பல்களும், 27,000 ஆட்களும் பயணித்தார்கள். இவற்றுள் பல, சீனாவின் கட்டுமானத் திறமையைப் பறை சாற்றும் 400 அடி நீள பிரம்மாண்டக் கப்பல்கள்!

ஜெங் ஹி முப்பது ஆசிய, ஆப்பிரிக்க நாடுகளுக்கு விஜயம் செய்தார். இந்தப் பட்டியலில், இந்தியா, இந்தோனேஷியா, தாய்லாந்து, யேமன், சவுதி அரேபியா, சோமாலியா, கென்யா போன்ற நாடுகள் அடக்கம். இந்த உலகம்

சுற்றும் வாலிபர் கப்பல்கள் நிறைய, சீனாவின் பிரசித்தி பெற்ற பட்டுத் துணிகளையும், பீங்கான் கலைப் பொருள்களையும் கொண்டு வந்திருந்தார். சீனச் சக்கரவர்த்தியின் பரிசுகளாக அவற்றை உள்ளூர் ராஜாக்களுக்குக் கொடுப்பார். அவர்கள் மறு மரியாதையாக, நகைகள், மர சாமான்கள், வாசனைத் திரவியங்கள் ஆகியவற்றைச் சீனச் சக்கரவர்த்திக்கு அன்புப் பரிசுகளாகக் கொடுப்பார்கள். நம் நாட்டு வங்காள அரசர் எல்லோரையும் மிஞ்சினார், வித்தியாசப் பரிசு கொடுத்தார். அவர் தந்த பரிசு என்ன தெரியுமா? கென்ய நாட்டிலிருந்து ஆசை ஆசையாக அவர் இறக்குமதி செய்து வைத்திருந்த ஒட்டகச் சிவிங்கி!

ஜெங் ஹி தென் இந்தியாவில் கொச்சி, கோழிக்கோடு ஆகிய இரண்டு இடங்களுக்கு வந்தார். நல்ல மிளகு, கிராம்பு, ஏலம், லவங்கம் போன்ற வாசனைத் திரவியங்கள் சீனர்களுக்கு மிகவும் பிடித்தமானவை. இவைதாம் அவரைக் கேரளத்துக்கு ஈர்த்திருக்கும் என்று நம்பப்படுகிறது.

கொச்சி, கோழிக்கோடு ஆகிய இரண்டு ஊர்களும் கொச்சி மன்னரின் ஆட்சிக்கு உட்பட்ட பிரதேசங்கள். கொச்சி மன்னர் ராஜ உபசாரம் தந்தார். ஜெங் ஹியின் கப்பல்கள் கொச்சித் துறைமுகத்தில் நங்கூரம் தட்டியவுடன், தாரை, தப்பட்டை, நாதஸ்வரம், செண்டை மேளம், நடனக் கலைஞர்கள் ஆட்டம் என அட்டகாச வரவேற்பு. ஜெங் ஹே சீனச் சக்கரவர்த்தி சார்பாகப் பட்டு ஆடைகள், பீங்கான் கலைப் பொருள்கள் தந்தார். பதிலாகக் கொச்சி ராஜா ஓர் அசத்தலான பரிசை அளித்தார்.

நாட்டின் தலை சிறந்த ஆச்சாரிகளிடம் 50 அவுன்ஸ் தங்கம் கொடுத்தார். பார்த் தோரைப் பிரமிக்கவைக்கும் அற்புதமான நகையை உருவாக்கச் சொன்னார். நகைக் கலைஞர்கள் தங்கத்தைத் தலைமுடிபோல் மெல்லிய இழைகளாக் கினார்கள். இந்த இழைகளில் விலை மதிப்பிடமுடியாத முத்துக்களும், வைர வைடூரியங்களும் கோத்தார்கள். இடுப்பில் அணியும் ஒட்டியாணம் போன்ற நகை உருவானது. ஆண்கள், பெண்கள் இரு பாலரும் அணியலாம், ஒட்டியாணத்தைப் பார்த்த ஜெங் ஹி அசந்தே போனார். அதை உருவாக்கிய பல ஆசாரிகளையும் அவர் தன்னோடு சீனாவுக்கு அழைத்துப்போனார். இந்திய சீன உறவில் புதிய அத்தியாயம் தொடங்கியது.

இந்தியாவைப்போல், சீனாவோடு நெருக்கம் வளர்ந்த இன்னொரு நாடு போர்ச்சுகல். 1517ல் இரு கிறிஸ்தவப் பாதிரியார்கள் சீனா வந்தார்கள். 1582 முதல் கிறிஸ்தவ மதம் வேரூன்றத் தொடங்கியது.

வெளிநாட்டு உறவுகளில் கவனம் காட்டிய சக்கரவர்த்திகள் உள்நாட்டை அத்தனை கவனமாகக் கண்காணிக்கவில்லையோ? பல உள்நாட்டுக் கலகங்கள் வெடித்தன. உள்நாட்டுப் புரட்சித் தலைவர்கள் சிலர், சீனாவின் வடகிழக்குப் பகுதியில் வசித்த மஞ்சூரியர்களின் உதவியை நாடினார்கள். ஆடுகள் சண்டையில் ஓநாய் நுழைந்தது. மஞ்சூரியா சீனாவை அடக்கியது. அரியணை ஏறியது கிங் வம்சாவளி.

கி. பி. 1644 முதல் கி.பி. 1911 வரை - கிங் வம்ச (Qing Dynasty) ஆட்சிக்காலம்

சீனாவின் முதல் மன்னராட்சி கி.மு. 1600 முதல் கி.மு. 1046 வரை தொடர்ந்த ஷாங் வம்ச (Shang Dynasty) ஆட்சி. 3511 ஆண்டுகளுக்குப் பின், இந்தச் சகாப்தம் முடிந்தது. சீனாவின் கடைசி மன்னராட்சி தந்தவர்கள் என்னும் பெருமை இவர்ளைச் சாரும்.

சீனா இன்று உலகச் சந்தையில் வகை வகையான பொருள்களைக் கொண்டு வந்து குவிக்கிறது. இதற்கு முதல் புள்ளி வைத்தவர்கள் கிங் சக்கரவர்த்திகள். கி.பி. 1700-ல், வெளிநாட்டவர் சீனாவில் தொழிற்சாலைகள் தொடங்க அரசாங்கம் அனுமதி கொடுத்தது. அமெரிக்கா, இங்கிலாந்து, டென்மார்க், நெதர்லாந்து, ஸ்வீடன் போன்ற பல நாடுகள் 13 தொழிற்சாலைகள் ஆரம் பித்தார்கள். சீன வணிக வரலாற்றில், இது ஒரு முக்கிய ஆரம்பம். இதன் அடுத்த கட்டமாக, கிழக்கு இந்திய கம்பெனி, குவான் ஜோ (Guangzhou) என்னும் துறைமுக நகரத்தில் கிளை திறந்தார்கள். ஏற்றுமதி, இறக்குமதி அமோகமாக வளரத் தொடங்கியது.

மஞ்சூ சக்கரவர்த்திகளில், சீனாவை உச்சத்துக்குக் கொண்டு போனவர்கள் இருவர். அவர்கள் ஒரு தாத்தாவும் அவர் பேரனும், தாத்தா - காங்ஸி பேரரசர் (Kangxi Emperor). இவர் கி.பி. 1667 முதல் கி.பி. 1722 வரை 55 ஆண்டுகள் நல்லாட்சி செய்தார். எதிரிகளிடமிருந்து சீனாவைப் பாதுகாக்க, எல்லை களில் பாதுகாப்பைப் பலப்படுத்தினார். இலக்கிய வளர்ச்சியில் காங்ஸி பங்கு மகத்தானது. அறிஞர்கள் குழு அமைத்தார். சீன வரலாற்றையும், புரா தனப் பெருமை கொண்ட இலக்கியங்களையும் புதிப்பித்து வெளியிடுவது இவர்கள் பணி. பழம்பெருமை போற்றியவர், சீனாவின் கலாசார ஜன்னல் களையும் விசாலமாகத் திறந்தார். இங்கிலாந்து, ஸ்வீடன், டென்மார்க் போன்ற ஐரோப்பிய நாடுகளின் கல்விமுறைகளை அறிமுகம் செய்தார். 18, 19 நூற்றாண்டுகளில், அற்புதமான புதினங்களும், நாடகங்களும் படைக் கப்பட்டன. காங்ஸி விதைத்த ஐரோப்பியத் தாக்கம் இதற்கு முக்கிய காரணம். சீனக் கதவுகள் வெளிநாட்டவர்களுக்காக அகலத் திறந்தன. 1793-ல், இங்கிலாந்தோடு அரசு முறையிலான உறவு தொடங்கியது, இங்கிலாந்து நாட்டுத் தூதர் சீனா வந்தார். ராஜாங்க மரியாதைகளோடு வரவேற்கப்பட்டார்.

பேரர் - கியன்லங் பேரரசர் (Qianlong Emperor). *1735* முதல் *1796* வரை *61* ஆண்டுகள் இவர் செங்கோல்தான் சீனாவின் தலைவிதியை நிர்ணயித்தது. ராணுவ யுக்திகளில் வித்தகரான இவர், பத்து முக்கியப் போர்கள் நடத்தினார், அனைத்திலும் வெற்றி. மங்கோலியா, திபெத், நேபாளம், மத்திய ஆசியப் பகுதிகள் எனப் பல நாடுகளை வென்று சீனாவை விரிந்த சாம்ராஜ்ஜிய மாக்கினார்.

கியன்லங் போர்களில் மட்டும் தன் திறமையைக் காட்டவில்லை. இவர் மாபெரும் கலாரசிகர், இலக்கிய ஆர்வலர். ஓவியங்கள், பித்தளை, பீங்கான், இனாமல், அரக்குக் (lacquer) கலைப்பொருள்கள் என இவர் சேமித்துவைத்த பொக்கிஷங்கள் இன்றும் நம்மைப் பிரமிக்கவைக்கின்றன.

கியன்லங் ஒரு கவிஞர், எழுத்தாளர். *40,000* கவிதைகளும், *1300* கட்டுரை களும் படைத்திருக்கிறார். இந்த ஆர்வம், மற்றொரு மாபெரும் சாதனை படைக்க அவரைத் தூண்டியது. சீனாவில் அதுவரை வெளியாகியிருந்த அத்தனை தத்துவ, வரலாற்று, இலக்கியப் படைப்புகளையும் தொகுப்பு களாக்கி வருங்கால சந்ததியினருக்கு அழியாச் சொத்துகளாக விட்டுப்போக வேண்டும் என்னும் பேராசை கியன்லங்குக்கு வந்தது. இதை நிறை வேற்றியும் காட்டினார்.

361 அறிஞர்கள் *1773* முதல் *1782* வரை ஒன்பது வருடங்கள் அயராது உழைத்து, இந்தத் தொகுப்பை உருவாக்கினார்கள். இதற்காக அவர்கள் *10,000* நூல்களைப் படித்தார்கள், அவற்றுள் *3461* நூல்களைத் தேர்ந்தெடுத்தார்கள். 'ஸிக்கு க்வான்ஷு' (இந்தச் சீன வார்த்தைக்கு, இலக்கியத்தின் நான்கு பகுதிகளின் மொத்த நூலகம் என்று பொருள்) என்ற தலைப்பில் அறிஞர் குழு தயாரித்த தொகுப்பு, *36,381* அத்தியாயங்களும், *23* லட்சம் பக்கங்களும் கொண்ட மாபெரும் நூல்! இதை வார்த்தைகளில் வடிக்க *15,000* எழுத்தர்கள் தேவைப்பட்டார்கள். இந்தத் தொகுப்புக்கு மட்டுமல்ல, பேரரசர் கியன்லங் அவர்களுக்கும் வரலாற்றில் அழியாத இடம் கிடைத்தது.

கலை, இலக்கிய தாகங்களும், தேடல்களும் அபாயகரமானவை. கட்டுப் பாட்டுக்குள் வைத்திராவிட்டால், இவை ஆள்களை விழுங்கிவிடும். பேரரசர் கியன்லங் விஷயத்திலும் இதுதான் நடந்தது. எழுத்தையும், கலை களையும் பின் தொடர்ந்த சக்கரவர்த்தி ஆட்சியை, மக்களை மறந்தார். நாடு கை நழுவத் தொடங்கியது. சீனாவின் பல்வேறு பாகங்களில் உள்நாட்டுக் கலவரங்கள் ஆரம்பித்தன. இதன் வெளிப்பாடு, *1794*-ல் தொடங்கி, பத்து வருடங்கள் நீடித்த வெள்ளைத் தாமரைக் கிளர்ச்சி (White Lotus Rebellion).

பேரரசர் தொடங்கியதால், தடி எடுத்தவர்கள் எலோரும் தண்டல்காரர்கள் ஆனார்கள். பொதுமக்களிடம் வரி என்ற பெயரில் பணம் வசூலித்தார்கள், கட்டைப் பஞ்சாயத்து நடத்தினார்கள். இதற்கு எதிராகப் பொதுமக்கள் வெள்ளைத் தாமரைச் சங்கம் என்னும் அமைப்பைத் தொடங்கினார்கள். நாட்டின் பல பாகங்களில் போராட்டங்கள் எழுந்தன.

அரசின் ராணுவம் கட்டுப்படுத்த முடியாமல் திணறியது. அடக்கப் பத்து வருடங்கள் எடுத்தது. ஜெயித்தாலும், எப்போது எரிமலை குமுறுமோ என்னும் பயம்! என்றும் கவிழ்ந்துவிடலாம் என்னும் கலக்கம் பேரரசர்கள் மனங்களில் முளைவிடத் தொடங்கிவிட்டது.

கிங் வம்ச ஆட்சியிலும், சீன வரலாற்றிலும், அபினிப் போர்கள்(Opium Wars) மிக முக்கியமானவை. இவை வர்த்தகப் போர்கள். முதல் அபினிப் போர் *(1839 - 1842)*, சீனாவுக்கும், இங்கிலாந்துக்குமிடையே நடந்தது: இரண்டாம் அபினிப் போரில் *(1856 - 1860)*, ஓரணியில் சீனா, மறு அணியில், பிரிட்டிஷ், பிரெஞ்சு நாட்டுப் படைகள் கை கோர்த்து நின்றன.

பிரிட்டிஷாரின் வியாபாரம் எப்போதுமே அவர்கள் அரசியல் ஆசைகளின் நுழைவாயிலாக இருந்தது. இந்தியாவில் வியாபாரிகளாகப் புகுந்த கிழக்கு இந்தியக் கம்பெனி நாட்டையே அடிமைப்படுத்தவில்லையா? சீனாவிலும், இதே நாடகம் நடத்த முனைந்தார்கள்.

இங்கிலாந்தில், சீனப் பட்டுக்கு ஏகக் கிராக்கி. இங்கிலாந்தின் இறக்குமதி எக்கச்சக்கம். சீனர்களுக்கு இங்கிலாந்துத் தயாரிப்புகளில் அத்தனை மோகம் இருக்கவில்லை. சீனா தன் ஏற்றுமதிக்கு வெள்ளியைப் பண்டமாற்றாகக் கேட்டது. இந்த நிலை தொடர்ந்தால், தன் வெள்ளிக் கையிருப்பு சரியும் என இங்கிலாந்து பயந்தது. இதைச் சரிக்கட்ட, அவர்கள் கண்டுபிடித்த குறுக்கு வழி - அபினி.

சீனாவில், கி.பி. ஏழாம் நூற்றாண்டு முதலாகவே அபினி வீடுகளில் சர்வ சாதாரணமாக உபயோகப்படுத்தப்பட்ட மருந்து. பதினேழாம் நூற்றாண்டில், சீனா வந்த ஐரோப்பியர்கள், சீனர்கள் புகையிலையோடு அபினியைச் சேர்த்துப் புகைப்பதையும், சுகபோக மயக்கத்தில் புரள்வதையும் பார்த்தார்கள். அபினி மருந்து மட்டுமல்ல, போதைப் பொருளும்கூட, என்னும் பாலபாடம் ஆரம்பமானது. இந்த போதை ஆசையை பிரிட்டிஷார் தங்கள் வளர்ச்சிக்குப் பகடைக்காயாக்கினார்கள்.

இந்தியாவின் வங்காளத்திலும், காசியிலும் அபினித் தொழிற்சாலைகள் தொடங்கினார்கள். பிரிட்டிஷார் உபயத்தில், சீனக் கடைத்தெருக்களில், இந்திய அபினி குவிந்தது. சீனா, அபினியைத் தடை செய்ய முயற்சித்தது. இந்தச் சலசலப்புக்கா இங்கிலாந்துக் குள்ளநரி பயப்படும்? நேர் வழிகளிலும், கடத்தல் மார்க்கங்களிலும், பிரிட்டிஷார் சீனாவில் போதைப் பொருளைக் கொண்டுவந்து கொட்டினார்கள்.

சீனாவின் சமுதாய வாழ்க்கையும், பொருளாதாரமும் சின்னாபின்னமாகத் தொடங்கின. நாட்டின் வருங்காலமே கேள்விக்குறியாவதைப் புரிந்துகொண்ட சீன அரசு, அபினி வர்த்தகத்தை நிறுத்துமாறும், கையிருப்பை அதிகாரிகளிடம் ஒப்படைக்குமாறும், இங்கிலாந்து வியாபாரிகளுக்கு ஆணையிட்டது. அவர்கள் மறுத்தார்கள், அரசுத் தடையை மீறினார்கள். வியாபாரிகள் கைது செய்யப்பட்டார்கள், சீனச் சிறைகளுக்குள் தள்ளப்

பட்டார்கள். சீனாவுக்கும், இங்கிலாந்துக்குமிடையே நடந்த பேச்சு வார்த்தைகள் முறிந்தன. இதற்குத்தானே இங்கிலாந்து காத்திருந்தது? பெரும் கப்பற்படையை இந்தியாவிலிருந்து அனுப்பியது. சீனத் துறைமுகங்களைத் தாக்கியது. ஏராளமான சீனக் கப்பல்களைத் தீயிட்டுக் கொளுத்தியது. கியன்லங் ஆட்சிக்கால முடிவிலிருந்தே, சீனா பலவீன தேசமாக இருந்தது. ஆகவே, இங்கிலாந்திடம் தோற்றது, மண்டியிட்டது.

1842. பிரிட்டிஷார் கட்டளையிட்ட இடத்தில் சீனப் பேரரசர் கையெழுத்திட்டார். சீனா முழுக்க, தடைகளே இல்லாமல் அபினி வியாபாரம் நடத்தும் உரிமையைத் தந்தார். பதினான்கு வருடங்கள். தன்மானம் பறிபோய்விட்டதே என்று நாடு குமுறிக்கொண்டிருந்தது. 1856 - இல் இந்த ஆதங்கம் வெடித்தது. அபினி தாங்கிவந்த இங்கிலாந்துச் சரக்குக் கப்பலைச் சீன அதிகாரிகள் பறிமுதல் செய்தார்கள். இப்போது இங்கிலாந்தோடு பிரெஞ்சுப் படைகளும் கை சேர்ந்தன. இரண்டாம் அபினிப் போர் நான்கு ஆண்டுகள் நடந்தது. சீனாவுக்குப் படு தோல்வி. அபினி வியாபாரம் அரசு ஒப்புதல் பெற்றது. சீனாவின் பல முக்கிய துறைமுகங்கள் அபினி மற்றும் பிற பொருள்களின் இறக்குமதிக்காக ஐரோப்பிய வியாபாரிகளுக்குத் திறந்து விடப்பட்டன.

அடுத்த ஐம்பது வருடங்கள். ஐரோப்பியர்களின் தெனாவெட்டும், தாய் நாட்டின் கையாலாகாத்தனமும், மக்களிடையே எதிர்ப்பு உணர்வுகளைத் தூண்டிவிட்டன. நாட்டின் பல்வேறு பாகங்களில் கலவரங்கள் வெடித்தன. விரைவில் அக்னிக் குஞ்சுகள் கொழுந்துவிடும் நெருப்பாயின. பேரரசருக்கு எதிரான இயக்கங்கள் தோன்றின.

விரக்திக்குத் தீர்வுகாணும் நம்பிக்கை நட்சத்திரமாக இப்போது தோன்றினார், சன் யாட்-சென் (Sun Yat-Sen). மருத்துவரான இவர் நாடு படும் அவமானங்களுக்கு முடிவுகட்ட விரும்பி, அரசியலில் நுழைந்தார். 1905 - இல், புரட்சி அணிகள் சன் யாட்-சென்னைத் தலைவராக ஏற்றுக்கொண்டன. ஒவ்வொரு மாகாணமாக, புரட்சியாளர்கள் கைகளில் விழுந்தது.

ஏழே வருடங்கள். 1912. கி.மு. 2852 -இல் ஃப்யூ க்ஸீ (Fu X) தொடங்கிவைத்த மன்னராட்சியை, கி.பி. 1912 - இல், பேரரசர் புயி (Puyi) முடித்துவைத்தார். மக்கள் பிரதிநிதியான சன் யாட்-சென்னிடம் ஆட்சியை ஒப்படைத்தார். மன்னராட்சி முடிந்தது, மக்களாட்சி மலர்ந்தது, சீன நாட்டின் வரலாற்றில் புத்தம் புதிய பாதை தொடங்கியது.

கி. பி. 1912 முதல் இன்று வரை

தேசியம், மக்களாட்சி, மக்கள் நலம் ஆகிய மூன்று கொள்கைகளைத் தன் தாரக மந்திரங்களாக அறிவித்து, சன் யாட்-சென் ஆட்சியமைத்தார். முதல் உலகப் போர் தொடங்கியபோது, சன் யாட்-சென் சீன ஆதரவை நேச நாடுகளுக்கு வழங்கினார். அவர் போட்ட ஒரே நிபந்தனை - சீனாவின் சில பகுதிகளை ஜெர்மனி ஆக்கிரமித்து வைத்திருந்தது. போர் முடிந்தவுடன், நேச நாடுகள், அந்தப் பிரதேசங்களைச் சீனாவுக்குத் திரும்பப் பெற்றுத் தரவேண்டும். நேச நாடுகள் இந்த நிபந்தனையை ஏற்றன. போர் முடிந்தது. ஆனால், வாக்குறுதிகள் காற்றில் பறக்கவிடப்பட்டன.

சீனாவுக்கு இது ஒரு முக்கியக் கட்டம். மாணவர்கள் களத்தில் குதித்தார்கள். மே 4, 1919. ஊடகங்கள் மாணவர்கள் பின்னால் அணிவகுத்தன. வியாபாரிகளும், பொதுமக்களும் வரி கொடுக்க மறுத்தார்கள். நேச நாடுகளின் ஒப்பந்தத்தில் சீனா கையெழுத்திட மறுத்தது. அதே சமயம், மாணவர் கிளர்ச்சியையும், வன்முறையால் அரசு அடக்கியது.

ஜூலை 1, 1921. சீன வரலாற்றில் மிக முக்கியமான நாள். கம்யூனிஸ்ட் கட்சி பிறந்தது. சன் யாட் - சென்னோடு இவர்களுக்கு நல்ல உறவு இருந்தது. 1925 - இல் அவர் மறைந்து, சியான் கைஷேக் தலைவரானார். கம்யூனிஸ்ட் கட்சியை இவர் அடக்க நினைத்தார். அதற்குள் ஆலமரமாகத் தழைத்து வளர்ந்துவிட்ட கம்யூனிஸ்டுகள் தொடர்ந்து போராட்டங்கள் நடத்தினார்கள். உண்மையில், இவை போராட்டங்களல்ல, சீன ராணுவத்தோடு நடத்திய போர்கள். தொடர்ந்து 1949ல் சீனா முழுக்க கம்யூனிஸ்ட் கட்சியின் கீழ் வந்தது.

சியாங்கும் அவர் ஆதரவாளர்களும், சீனாவின் பகுதியான ஃபர்மோஸா தீவுக்கு ஓடிப் போனார்கள். தாங்கள்தாம் உண்மையான சீனக் குடியரசு என்று பிரகடனம் செய்துகொண்டார்கள். (அன்றைய ஃபர்மோஸாதான் இன்றைய தைவான்.) கம்யூனிஸ்ட் கட்சி தங்கள் நாட்டின் பெயரை சீன மக்கள் குடியரசு என்று மாற்றியது. உலகம் முழுக்க, சீனா என்று அங்கீகரிப்பது, சீன மக்கள் குடியரசைத்தான்.

கம்யூனிஸ்ட் கட்சித் தலைவராக இருந்த மா சே துங், சீன மக்கள் குடியரசின் முதல் தலைவராகப் பொறுப்பேற்றார். 1976 - இல் மறையும்வரை, 27

ஆண்டுகள் ஆட்சி நடத்தினார். மாவோ சீனாவின் பொருளாதாரம், வாழ்க்கை முறை, கலாசாரம் ஆகியவற்றில் அதிரடி மாற்றங்கள் ஏற்படுத்தினார். சீனா உலக வல்லரசாவதற்கு அடித்தளம் போட்டவர் இவர்தான். தன் கொள்கைகளையும், சீர்திருத்தங்களையும் நிறைவேற்ற இவர் பயன்படுத்தியது ஈவு இரக்கமேயில்லாத இரும்புக் கரம். அரசுக்கு எதிராக இருந்த அத்தனை பேரும் அடக்கப்பட்டனர். வாழ்நாள் முழுக்கச் சிறையில் அடைக்கப்பட்டார்கள். அல்லது 'காணாமல் போனார்கள்'.

அதிரடி நிலச் சீர்திருத்தங்கள் அரங்கேறின. நிலச்சுவான்தாரர்களிடமிருந்து நிலம் பிடுங்கப்பட்டு, ஏழைகளுக்கு விநியோகிக்கப்பட்டது. தன் நாடு தொழில்நுட்பத்திலும், தொழில் வளர்ச்சியிலும் பின் தங்கியிருக்கிறது, உலகம் மதிக்கவேண்டுமானால், தொழிலிலும், தொழில்நுட்பத்திலும் அவசர கதியில் முன்னேறியாகவேண்டும் என்பதை மாவோ உணர்ந்தார். 1953 - இல் ஐந்தாண்டுத் திட்டங்களை உருவாக்கினார். ரஷ்ய உதவியோடு, பல கனரகத் தொழில்கள் நாடெங்கும் நிறுவப்பட்டன. சீனா தொழிற் பாதையில் முன்னேறத் தொடங்கியது.

1956. யாருமே எதிர்பாராத மாற்றத்தை மாவோ அறிவித்தார். அதுதான், நூறு மலர்கள் இயக்கம். 'நூறு மலர்கள் மலர வேண்டும், நூறு வகையான சிந்தனைகள் உருவாகவேண்டும் என்கிற இந்தக் கொள்கை, கலைகளை வளர்க்கவும், அறிவியலை முன்னேற்றவும், நாம் தேர்ந்தெடுத்திருக்கும் பாதை.'

கம்யூனிச ஆட்சியில் கருத்து சுதந்திரமா? சீன மக்கள் சிலிர்த்தார்கள், உலகப் பொதுவுடமைவாதிகள் அதிர்ந்தார்கள். இந்த அறிவிப்பின்படி, பொது மக்களில் எல்லோரும், பகிரங்கமாக அரசாங்கத்தை விமரிசிக்கலாம், குறை சொல்லலாம். ஆனால், விமரிசனங்கள் சுனாமியாக அடிக்கும் என்று யாருமே எதிர்பார்க்கவில்லை. 1957 மே 1 முதல் ஜூன் 7 வரையிலான 37 நாட்களில் மட்டும், பத்து லட்சத்துக்கும் அதிகமான குறைப் பட்டியல்கள், வீதிகள் எங்கும் போஸ்டர்கள், மாணவர், பொதுமக்கள் ஊர்வலங்கள். தூங்கிக் கிடந்த சிங்கத்தை எழுப்பி விட்டுவிட்டோம், சீண்டிவிட்டோம் என்று மாவோ புரிந்துகொண்டார். அடுத்த சில மாதங்களில், நூறு மலர்கள் இயக்கம் பின்வாங்கப்பட்டது. கருத்து சுதந்தரத்தின் கதவுகள் சீனாவில் நிரந்தரமாக மூடப்பட்டன. இனிமேல், சீனாவும் உலகமும் பார்க்கப்போவது மாவோவின் சர்வாதிகார முகத்தை.

1958 - இல், மாவோ, மாபெரும் பாய்ச்சல் என்னும் தொழில் வளர்ச்சிக் கொள்கையை அமலாக்கினார். சீனா மக்கள் தொகை அதிகமான, ஏழை நாடு. மூலதனம் குறைவான, உடல் உழைப்பு அதிகம் தேவைப்படும் தொழில்களை உருவாக்கவேண்டும் என்பது பெரும் பாய்ச்சல் கொள்கையின் நோக்கம்.

கனரக இயந்திரங்கள் வாங்குவது நிறுத்தப்பட்டது. சிறு சிறு எஃகுத் தொழிற்சாலைகளும், குடிசைத் தொழில்களும் தொடங்கப்பட்டன. விவசாயிகள் தொழில் தொடங்க ஊக்குவிக்கப்பட்டார்கள். அவசரக் கோலமாகவும்,

அரசியலை முன்னணியாக்கியும் இந்தக் கொள்கை நடைமுறைப்படுத் தப்பட்டது. பலன்? தொழில்கள் தோல்வி கண்டன. விவசாயம் அதல பாதாளத்தில் வீழ்ந்தது, பெரும் பஞ்சம் வந்தது. மூன்றே வருடங்களில் அரசாங்கம் பெரும் பாய்ச்சல் கொள்கையைப் பின் வாங்கியது.

மா சே துங்கின் இன்னொரு சீர்திருத்தம் பண்பாட்டுப் புரட்சி. பழைய உலகை அழிப்போம், புதிய உலகை உருவாக்குவோம் என்பது இதன் கோஷம். உண்மையில், தன் கொள்கைகளுக்கு எதிரானவர்களைத் தீர்த்துக் கட்ட மாவோ போட்ட திட்டம் இது. ஏழு லட்சம் பேருக்கு மேல் இந்தத் திட்டத்தின் கீழ் கொல்லப்பட்டதாக அவரே ஒப்புக்கொண்டுள்ளார்.

கம்யூனிஸ்ட் கட்சியிலேயே, மாவோவுக்கு எதிர்ப்பு தோன்றியது. பிரதமராக இருந்த சூ என் லாய் வலதுசாரி நிலையை எடுத்தார். முதலாளித்துவம் இணைந்த பொதுவுடமைத் தத்துவம், அமெரிக்காவோடு உறவு, மக்களுக்கு கூடுதல் கருத்துச் சுதந்தரம் ஆகியவற்றை இவர் உயர்த்திப் பிடித்தார்.உதவிப் பிரதமர் டெங் சியோ பிங், சூ என் லாய்க்கு பக்கபலமாக நின்றார்.

ஜனவரி 1976. சூ என் லாய் மரணமடைந்தார். மாவோ அரசு அவர் மறைவுக்குச் சம்பிரதாய அஞ்சலி மட்டும் செலுத்தியது. தக்க அரசாங்க மரியாதைகளை மறுத்தது. மரபுப்படி, டெங் பிரதமராகவேண்டும். பதவி தரவில்லை. அவரை ஆட்சியிலிருந்து அகற்றினார்கள். கொந்தளித்த மக்கள் போராட்டங்கள் அடக்கப்பட்டன.

எட்டே மாதங்களில் கதை தலைகீழாக மாறியது. செப்டெம்பர் மாதம் மாவோ மரணடைந்தார். மக்கள் ஆதரவு டெங் பின்னால் திரண்டது. ஆனால் டெங், அதிகார பீடங்களான நாட்டுத் தலைமை, கம்யூனிஸ்ட் கட்சியின் பொதுச் செயலாளர் ஆகிய எந்தப் பதவிகளையும் ஏற்கவில்லை. தன் ஆதர வாளர்களை அந்தப் பதவிகளில் அமர வைத்தார். திரைக்குப் பின்னால், அத்தனை முக்கிய முடிவுகளையும் எடுத்தவர் டெங்தான் என்பது உலகறிந்த உண்மை. டெங், கம்யூனிஸ்ட் சித்தாந்தங்களைக் கைவிட்டு சுதந்தரமான பொருளாதார, தொழில் வளர்ச்சிக் கொள்கைகளை அறிமுகப்படுத்தினார்.

கட்சியின் பழமைவாதிகளோடு போராடிக்கொண்டே, சீர்திருத்தங்கள் கொண்டுவந்துகொண்டிருந்த டெங், விரைவில் இருதலைக் கொள்ளி எறும் பானார். மேற்கத்திய (குறிப்பாக அமெரிக்க) தாக்கத்தால், வகை வகையான பொருள்கள் சீனச் சந்தைகளுக்கு வரத் தொடங்கின. இவற்றின் சுவை கண்ட இளைஞர்கள், இன்னும் இன்னும் என்று அவற்றுக்கு ஏங்கத் தொடங் கினார்கள். முதலாளித்துவப் பாதையில் சீனா அதிவேகமாகப் பயணிக்க வேண்டும் என்பது இவர்கள் ஆதங்கம்.

1989ம் ஆண் மாணவர் அணி திரண்டது. தியானென்மென் சதுக்கம் என்னும் பீகிங் நகரின் மத்திய பகுதியில் பத்து லட்சம் மாணவர்களும், பொது மக்களும் அணி திரண்டனர். சீனா ஜனநாயக நாடாகவேண்டும், தொழில், வியாபாரம் ஆகியவற்றை அரசின் பிடியிலிருந்து விடுவித்துத்

தாராளமயமாக்கவேண்டும் என்பவை இவர்கள் கோரிக்கைகள். டெங் அரசு, அடக்குமுறையைக் கட்டவிழ்த்துவிட்டது. ராணுவமும், டாங்கிகளும் களத்தில் இறக்கப்பட்டன. நூற்றுக்கணக்கானோர் கொல்லப்பட்டனர், பல்லாயிரக்கணக்கானோர் சிறைகளில் தள்ளப்பட்டார்கள். உலகத் தலைவர்களும், ஊடகங்களும் ஒருமித்த குரலோடு டெங் ஆட்சியைக் கண்டித்தார்கள். இந்தக் கரும்புள்ளியோடு, உலகப் பார்வை வெளிச் சத்திலிருந்து டெங் ஒதுங்கிக்கொண்டார்.

அதிவேகப் பொருளாதார வளர்ச்சி வராவிட்டால், மக்கள் விரக்தி எல்லை தாண்டும் என்பதை உணர்ந்த அரசினர் உலகப் பொருளாதார நீரோட்டத்தில் கலக்கும் முயற்சிகளை முடுக்கிவிட்டார்கள். 1991ல் அமெரிக்காவின் பிரபலத் துரித உணவகமான மெக்டொனால்ட்ஸ் பெய்ஜிங் நகரில் கடை விரித்தது. இது சாதாரணக் கடைத் திறப்பல்ல, அமெரிக்க நாகரிகத்தை சீனா இருகரம் நீட்டி வரவேற்றதன் பிரதிபலிப்பு.

2001ல் சீனா உலக வர்த்தக நிறுவனத்தில் உறுப்பினரானது. சீனப் பொருள்கள் இன்று உலகச் சந்தைகளில் வந்து குவிகின்றன. குறைந்த உற்பத்திச் செலவில் பொருள்களைத் தயாரிப்பதால், ஆப்பிள், ரீபாக், டெல் கம்ப்யூட்டர், ஜெனரல் எலெக்ட்ரிக், மாட்டெல் பொம்மைகள் போன்ற அமெரிக்கக் கம்பெனிகள் தங்கள் உற்பத்தியைச் சீனாவுக்கு மாற்றிவிட்டார்கள். இதனால், சீனப் பொருளாதார வளர்ச்சி 8 சதவிகிதத்துக்கும் மேல் அதிகரித்தது. இன்னும் பத்தாண்டுகளில், சீனா மாபெரும் பொருளாதார வல்லரசாகும் என்று மேதைகள் கணிக்கிறார்கள்.

மற்றொரு பக்கம், பொருளாதார வளர்ச்சி, ஏழை, பணக்காரர் என்னும் இரு வர்க்கங்களை உருவாக்கிவருகிறது. அவர்களுக்கு இடையிலான இடைவெளி விரிவாகி வருகிறது. மெக்டொனால்ட் பர்கர், கேஎஃப்சி சிக்கன், ஸ்டார்பக்ஸ் காபி, கோகோ கோலா, ஐஃபோன் போன்ற அமெரிக்க நாகரிக அடையாளங்களைத் தேடி சீன இளைய தலைமுறையினர் அலையத் தொடங்கிவிட்டனர். கி.மு. 5000 தொடங்கி, 7000 வருடங்களுக்கும் அதிகமாக உலகத்துக்கே பெருமை சேர்க்கும் பாரம்பரியப் பெருமை கொண்ட சீன நாகரிகம், அமெரிக்கக் கலாசார சுனாமிக்கு பலியாகிவிடுமோ? காலம்தான் பதில் சொல்லவேண்டும்.

எகிப்து நாகரிகம்

கரை புரண்டு ஓடி வரும் உலகின் மிக நீளமான நைல் நதி. ஒட்டகங்கள் கம்பீர பவனிவரும் பரந்து விரிந்த சஹாரா பாலைவனம். உயர்ந்து நிற்கும் பிரம்மாண்ட பிரமிட்கள். சிங்க உடலும், மனித முகமுமாகப் பிரமிக்க வைக்கும் ஸ்ஃபிங்க்ஸ் (Sphinx) சிலைகள். தன் சுட்டுவிரல் அசைவில் சாம்ராஜ்ஜியங்களைச் சுழலவைத்த பேரழகி கிளியோபாட்ரா... எகிப்தின் வரலாற்றுக்கும் நாகரிகத்துக்கும் பல்வேறு முகங்கள் உள்ளன. இவை நமக்குத் தெரிந்த முகங்கள். இவை ஒரு பானை சோற்றுக்கு ஒரு சோறு பதம்தான். எகிப்தின் நாகரிக வளர்ச்சி சரித்திர சமுத்திரம்.

நில அமைப்பு

ஆப்பிரிக்கா, ஐரோப்பா, ஆசியா ஆகிய மூன்று கண்டங்களும் சந்திக்கும் இடத்தில் எகிப்து அமைந்துள்ளது. இஸ்ரேல், ஜோர்டான், லிபியா, சவுதி அரேபியா, சூடான் ஆகியவை எகிப்தின் அண்டை நாடுகள். மூன்று பக்கங்களில் கடல் - வடக்கில் மத்தியதரைக் கடல், தெற்கிலும் கிழக்கிலும் செங்கடல், தெற்கில் லிபியப் பாலைவனம். இந்தப் பூகோள அமைப்பு, பக்கத்து நாடுகளிலிருந்து இயற்கை தந்த பாதுகாப்பு. இதனால், எகிப்தின் நாகரிகமும், தனித்துவத்தோடு வளர முடிந்தது.

எகிப்தின் இன்றைய அதிகாரபூர்வமான பெயர் எகிப்திய அரபுக் குடியரசு. இந்தப் பெயர்தான் எப்படியெல்லாம் மாறி வந்திருக்கிறது தெரியுமா? நாகரிக ஆரம்ப காலங்களில், கெமெட் (Kemet) என்று பெயர். கறுப்பு நிலம் என்பது இதன் பொருள். நைல் நதி அடிக்கடி வெள்ளப் பெருக்கெடுத்துப் பாய்ந்துவரும். பெருவெள்ளம் ஓயும்போது, கறுப்பு நிறக் கரிசல் மண்ணை விட்டுச் செல்லு. அதனால், இந்தப் பெயர். சிவப்பு நிலம் என்று பொருள் படும் டெஷ்ரெட் (Deshret) என்றும் பலர் அழைத்தார்கள். எகிப்தின் நிலப் பரப்பில் 94.5 சதவிகிதம் பாலைவனம். இந்த நிலப்பரப்பு சிவப்பு மண் கொண்டது. அடுத்து வந்த பெயர் Hwt-ka-Ptah. நம் ஊர் கலைமகள்போல், எகிப்தியக் கலைஞர்களின் தெய்வம் Ptah. தங்கள் நாட்டுக் கலைகளிலும், கைவினைத் திறமைகளிலும் பெருமைகொண்ட குடிமக்கள் வைத்த பெயர். எகிப்துக்குப் பெருமளவில் கிரேக்கர்கள் வந்தார்கள். அவர்களுக்கு இந்தப் பெயர் வாயில் நுழையவில்லை. Aegyptus என்று உச்சரித்தார்கள். இதுவே மருவி, Egypt என்றாகிவிட்டது.

82

இதிகாச ரகசியம்

எகிப்து 'ரகசியங்கள் நிறைந்த நாடு' என்று வரலாற்று அறிஞர்கள் சொல்கிறார்கள். அப்படி என்ன த்ரில்லர் ஸ்டோரி எகிப்துக்கு? 'இயற்கை பாதுகாக்கிற நாடு மட்டுமல்ல, இறைவன் விரும்புகிற நாடும் எகிப்துதான், கடவுள் முதலில் படைத்ததும் எகிப்துதான்' என்று பெருமையோடு அந்த மண்ணின் மைந்தர்கள் மார் தட்டுகிறார்கள். தங்களுடைய சுவாரஸ்யமான புராணக் கதைகளை அவர்கள் ஆதாரம் காட்டுகிறார்கள்.

எகிப்து தோன்றுவதற்கு முன்னால், பிரபஞ்சம் எங்கும் ஒரே இருட்டு. நன் (Nun) என்கிற தண்ணீர்ப் பரப்பு மட்டுமே இருந்தது. நன் மிக சக்தி கொண்ட தண்ணீர். அது இருட்டிலிருந்து பளபளக்கும் ஒரு முட்டையை உருவாக்கியது. அந்த முட்டையின் பெயர் ரே (Re).

ரே மந்திர சக்தி கொண்ட முட்டை. ரேயால் எந்த சக்தியையும் படைக்க முடியும், எந்த மனித, மிருக உருவத்தையும் எடுக்க முடியும். அந்த சந்தர்ப்பங்களுக்கு ஏற்றவாறு ரேயின் பெயர் மாறும். ரே தன் உண்மைப் பெயரை மட்டும் யாரிடமும் சொல்லக்கூடாது. ரேதான் முழு முதற் கடவுள், சூரியக் கடவுள்.

ரே முதலில் படைத்தது இரட்டைக் குழந்தைகள். ஷு (Shu) என்கிற ஆண் குழந்தைதான் காற்றுக் கடவுள். அடுத்து வந்த டெஃப்னட் (Tefnut) என்ற பெண் குழந்தை மழைக் கடவுள். இவர்கள் இருவருக்கும் கெப் (Geb), நட் (Nut) என்ற இரண்டு குழந்தைகள் பிறந்தன.

கெப் பூமிக் கடவுள். நட் வானத்தின் கடவுள். இவர்களுக்கு ஐஸிஸ் (Isis), ஓஸிரிஸ் (Osiris), நெப்திஸ் (Nephthys), ஸெட் (Set) என்ற நான்கு குழந்தைகள் பிறந்தார்கள்.

இந்தக் கடவுள்கள் அத்தனை பேரும் சேர்ந்து நைல் நதி எப்போதும் தண்ணீர் வரும் ஜீவ நதியாக இருக்க வரம் கொடுத்தார்கள். எகிப்து நாடு வளங்கள் நிறைந்த பூமியானது. இந்தப் பொன் விளையும் பூமியில் வாழும் ஆண்கள், பெண்கள், மிருகங்கள். பறவைகள், மீன்கள் ஆகிய எல்லா ஜீவராசிகளையும் ரே படைத்தார்.

நாடு, மக்கள், மற்ற உயிரினங்கள், அத்தனையும் தயார். அவர்கள் நல்லவர்களாக, தங்களுக்குள் சண்டை போட்டுக் கொள்ளாமல் ஒற்றுமையோடு, வாழ்ந்தால்தானே எகிப்து நாட்டின் வருங்காலம் சிறப்பாக இருக்க முடியும்? அதற்கு அவர்களுக்கு வழி காட்ட நல்ல அரசர் தேவை. தானே அந்த அரசராக ரே முடிவு செய்தார்.

ரே மனித வடிவம் எடுத்தார். எகிப்து நாட்டின் முதல் அரசர் ஆனார். இந்த ராஜா அவதாரத்தில் அவர் தனக்கு வைத்துக் கொண்ட பெயர் ஃபாரோ (Pharaoh). ரே ஆயிரம் ஆயிரம், பல்லாயிரம் ஆண்டுகள் எகிப்தை ஆண்டார். கடவுள்களின் நேரக் கணக்கு நம்மிடமிருந்து வித்தியாசமானது. நம் ஒரு வருடம் அவர்களுடைய ஒரு மணி நேரம், ஒரு நிமிட நேரமாகக்கூட இருக்கலாம்.

பல்லாயிரம் ஆண்டுகள் ஓடியபின் மெள்ள மெள்ள ரேக்கு முதுமை வரத் தொடங்கியது. வயதான அவருடைய கட்டளைகளை மக்கள் புறக்கணிக்க ஆரம்பித்தார்கள். எகிப்து நாடு அழிவுப் பாதையில் நடை எடுத்து வைத்தது.

ரே கவலைப்பட்டார். மற்றக் கடவுள்களிடம் ஆலோசனை கேட்டார்.

அவர்கள் சொன்னார்கள்.

'உங்கள் கண் பார்வை மிக சக்தி கொண்டது. அயோக்கியர்கள் பக்கம் உங்கள் கண்களைக் காட்டுங்கள். அப்போது ஷெக்மத் என்று ஒரு பெண் தோன்றுவாள். அவள் அதர்மங்களை அழித்து தர்மத்தை நிலை நாட்டுவாள்.'

ரே தன் கண்களைக் கூர்மையாக்கினார். நம் ஊர்க் காளி சிலையோ, படமோ நினைவிருக்கிறதா? முகத்தில் ஆக்ரோஷம், நெருப்பாய்ச் சிவந்த கண்கள், கையில் ஒரு சூலாயுதம்!

ஷெக்மத் புறப்பட்டாள். ஈவு இரக்கம் இல்லாமல். அத்தனை அயோக் கியர்களையும் கொன்று தீர்த்தாள். எகிப்து மறுபடியும் நல்லவர்களின் நாடாயிற்று.

ரே தன் முடிவு நெருங்குகிறது என்பதை உணர்ந்தார். எகிப்தின் வருங்காலம் பாதுகாப்பாக இருக்க ஆட்சியை யாரிடம் நம்பிக்கையாக ஒப்படைக்கலாம் என்று சிந்தித்தார்.

ரேயின் பேத்தி ஐஸிஸ் மிக புத்திசாலி. தன் ரகசிய சக்திகளை ஐஸிஸுக்குக் கற்றுக் கொடுத்தார். அவள் கணவர் ஓஸிரிஸ் எகிப்தின் மன்னரானார். அவர்தான் இரண்டாவது ஃபாரோ.

சில ஆண்டுகளில் ரே மறைந்தார். அவர் வகுத்த பாதையில், ஓஸிரிஸின் நல்லாட்சி தொடர்ந்தது. இதற்குப் பிறகு வந்த அரசர்கள் எல்லோருமே ஃபாரோக்கள் என்றுதான் அழைக்கப்பட்டார்கள். தாங்கள் ரே கடவுளின் அவதாரங்கள், தங்கள் எல்லோருக்குள்ளும் கடவுளின் சக்தி இருக்கிறது என்பதற்காக இந்த அடைமொழியை அவர்கள் வைத்துக்கொண்டிருக் கலாம். ரே, ஓஸிரஸ் இருவர்தான் கடவுள்கள். பிறகு வந்த அரசர்கள் அத்தனைபேரும் மனிதர்கள்தாம். ஆனாலும், மக்கள் அவர்களைக் கடவுளின் அவதாரங்களாகக் கருதினார்கள், மதித்தார்கள், வணங் கினார்கள்.

இது இதிகாசம் சொல்லும் கதை. வரலாறு என்ன சொல்கிறது?

பழைய கற்காலத்தின் பிற்பகுதியில், அதாவது, சுமார் இரண்டரை அல்லது ஒன்றரை லட்சம் வருடங்களுக்கு முன்னால். ஆப்பிரிக்காவின் தென் பகுதியில் முதல் பெண் தோன்றினாள். ஆண் உதவி இல்லாமலே, வம்ச விருத்தி செய்யும் சக்தி இவர்களுக்கு இருந்தது. மனித இனம் பெருகியது. பழைய கற்காலத்தின் பிற்பகுதியில், பெரும்பாலும் பாலைவனமான ஆப்பிரிக்காவில் வெப்பம் அதிகமானது. காய்கறி, பழச் செடிகள் வாடின,

வதங்கின, மறையத் தொடங்கின. பசுமை மறையும்போது, அவற்றை உண வாக நம்பி வாழ்ந்த விலங்குகள், பறவைகள் வேறு இடங்களுக்குப் போயின. மனிதர்களும் உணவு கிடைக்கும் இடங்களைத் தேடிப் போவார்கள். அவர்கள் பயணம், எகிப்து நாட்டின் செழிப்பு நிறைந்த நைல் நதிக் கரையில் சங்கமித்தது. இதுதான் எகிப்தின் சரித்திர, நாகரிக வளர்ச்சி ஆரம்பம்.

எகிப்தின் நாகரிகம் பற்றிய அறிவுத் தேடல் எகிப்தியல் (Egyptology) என்று அழைக்கப்படுகிறது. இதைத் தொடங்கிவைத்தவர் ஹொவார்டு கார்ட்டர் (Howard Carter) என்கிற பிரிட்டிஷ் ஆராய்ச்சியாளர். சிறு வயது முதலே, எகிப்துக்குப் போக வேண்டும் என்று அவருக்கு வெறித்தனமான ஆசை.

பதினேழாம் வயதில், தன் கனவு தேசத்துக்குப் புறப்பட்டார். பதினான்கு ஆண்டுகள் பழங்கால நினைவுச் சின்னங்களைப் பராமரிக்கும் அரசாங்க வேலையில் ஈடுபட்டார். பிரெஞ்சு நாட்டிலிருந்து வந்த சுற்றுலாப் பயணிகளோடு சின்னச் சண்டை ஏற்பட்டு வேலை பறிபோனது. அடுத்த நான்கு வருடங்கள் ஓவியம், பழங்கால சாமான்களை விற்பது என வயிற்றை நிறைத்து, மனத்தை நிறைக்காத பல வேலைகள் செய்தார்.

ஒரு கட்டத்தில் கார்ட்டருக்கு நல்ல காலம் பிறந்தது. கார்னர்வான் பிரபு (Lord Carnarvon) கார்ட்டரின் அகழ்வாராய்ச்சிக்கு முழுப் பண உதவி செய்ய முன் வந்தார். கார்ட்டர் தன் முயற்சியை 1909ல் தொடங்கினார். எகிப்து நாட்டின் பல பாகங்களில், பல ஆண்டுகள் அகழ்வாராய்ச்சி நடத்தினார். தோண்டிய இடங்களில் எல்லாம் ஒன்றுமே கிடைக்கவில்லை. தோல்வி, தோல்வி, தோல்வி. ஆனாலும், கார்ட்டர் அயராமல் தன் முயற்சிகளைத் தொடர்ந்தார்.

85

பன்னிரெண்டு ஆண்டுகள் ஓடின. கார்னர்வான் பிரபுவின் பொறுமை எல்லையை எட்டியது. ஒரு நாள் கார்ட்டரைக் கூப்பிட்டு கெடு கொடுத்தார். அடுத்த சில மாதங்களுக்கு மட்டுமே இந்த ஆராய்ச்சிக்குப் பணம் தருவதாக இருக்கிறேன். அதற்குள் ஆராய்ச்சிக்குப் பலன் கிடைக்கவேண்டும்.

கார்ட்டர் பயந்து நடுங்கினார். அவருக்குத் திருமணம் ஆகவில்லை. வீட்டின் தனிமை இந்த பயத்தை அதிகமாக்கியது. கார்ட்டர் ஒரு நாள் கடைக்குப் போனார். வழியில் ஒருவன் கானரி என்ற ஒரு வகைப் பறவையை விற்றுக் கொண்டிருந்தான். அந்தப் பறவை கூண்டில் அடைக்கப்பட்டிருந்தது. கானரிப் பறவைகள் நம் ஊர்க் குயில்கள் மாதிரி. இனிமையாகப் பாடும். ஆனால், குயில் மாதிரிக் கறுப்பு நிறமல்ல. மஞ்சள் நிறமாக அழகாக இருக்கும்.

வேலையின் பயத்திலிருந்து விடுபட, தன் தனிமையில் துணை தர கானரியின் பாட்டு உதவும் எனக் கார்ட்டர் நினைத்தார். கூண்டோடு கானரியை வாங்கிக் கொண்டு வீட்டுக்கு வந்தார்.

அவருடைய வேலைக்காரன் எஜமானரின் கையில் இருந்த கானரியைப் பார்த்தான். அவன் சொன்னான், 'கானரி அதிர்ஷ்டம் தரும் பறவை, தங்கப் பறவை. கடவுள் அருளால், நீங்கள் இந்த வருடம் தங்கம் கொட்டும் ஒரு கல்லறையைக் கண்டு பிடிப்பீர்கள்.'

அவன் வாக்கு பலிக்க வேண்டும் என்று கார்ட்டர் பிரார்த்தித்தார். வீட்டில் இருக்கும்போதெல்லாம் கார்ட்டர் கானரியைக் கொஞ்சிக் கொண்டிருப்பார், அதன் இனிமையான குரலைக் கேட்டு ரசித்துக் கொண்டிருப்பார். மற்ற வேளைகளில் அவருக்கு ஒரே கவலைதான். முப்பது வருடங்கள் கழிந்து விட்டன. எப்படியாவது ஜெயிக்க வேண்டுமே!

தனக்குத் தெரிந்த கடவுள்கள், தேவதைகள், குட்டி தேவதைகள், எல்லோரிடமும் வேண்டினார். அவருடைய வேண்டுதல் பலித்தது. நவம்பர் 4, 1922. கி.மு. 1332 முதல் கி.மு. 1323 வரை ஆண்ட அரசர் துட்டன் காமுன் (Tutankhamun) என்ற மன்னனின் கல்லறையைக் கார்ட்டர் தோண்டினார். ஒரு படிக்கட்டு தெரிந்தது. கார்ட்டர் கீழே இறங்கினார்.

கார்ட்டர் சொல்கிறார், 'படிக்கட்டில் இறங்கும்போது ஒரே இருட்டு. என் கையில் இருந்த மெழுகுவர்த்தி மட்டுமே வெளிச்சம். அதன் சுடர் காற்றில் ஆடியது. திடீரென, அறை முழுவதும் வெளிச்சம், அங்கே கொட்டிக் கிடந்த தங்க சாமான்களில் இருந்து வந்த வெளிச்சம்!'

வேலைக்காரனின் வார்த்தை பலித்துவிட்டது. அவருடைய கானரிப் பறவை வந்த நேரம், தங்கம் கொட்டும் கல்லறையைக் கார்ட்டர் கண்டுபிடித்து விட்டார். மரத்தால் செய்யப்பட்ட கோயில். அதன்மேல் முழுக்கத் தங்கத் தகடுகள். கூரையில் பிரதானமாக இரண்டு பாம்புச் சிற்பங்கள். துட்டன் காமுனின் தங்க சிம்மாசனம் பளபளத்தது. அதன் கைப் பிடிகளில் இரண்டு நல்ல பாம்புகள் செதுக்கப்பட்டிருந்தன. ஃபாரோ மன்னர்களைப் பாதுகாக்க

அவர்கள் அருகே விஷப் பாம்புகள் இருக்கும் என்பது புராணக் கதை. அதன் அடிப்படையில் இருந்தன இந்தப் பாம்புகள்.

துட்டன் காமுனின் மம்மி (பதம் செய்யப்பட்ட உடல்) கிடைத்தது. தங்கத்தால் செய்யப்பட்ட முக, உடல் கவசங்கள் மம்மியைப் பாதுகாத்தன. தங்க நகைகள், அற்புதக் கலை நயம் கொண்ட சிலைகள், மன்னரின் லினன் ஆடைகள், முகம் பார்க்கும் கண்ணாடி, மதுக் கோப்பைகள், எழுதுகோல், என ஐயாயிரத்துக்கும் மேற்பட்ட பொருள்கள்!

கார்ட்டருக்கு எக்கச்சக்க சந்தோஷம், பதின்மூன்று வருட உழைப்புக்குப் பலன் கிடைத்துவிட்டது. உலக அகழ்வு ஆராய்ச்சியில் கார்ட்டரின் இந்தக் கண்டுபிடிப்பை மிஞ்ச, இதற்கு முன்னும் பின்னும் யாருமே இல்லை.

எகிப்தில் கார்ட்டருக்குப் பெரும் எதிர்ப்பு கிளம்பியது. ஏனென்றால், எகிப்திய மத நம்பிக்கைகளின்படி, ஆராய்ச்சி என்ற பெயரில் மம்மிகளைத் தோண்டுதல், மிகப் பெரிய பாவ காரியம். அப்படிப் பாவம் செய்தவர்களைக் கடவுள் தண்டிப்பார் என்று அவர்கள் நம்பினார்கள். இந்தத் தண்டனைக்கு அவர்கள் வைத்த பெயர் மம்மியின் சாபம்.

பல ஆராய்ச்சியாளர்கள், மம்மியின் சாபம் தங்கள் மேல் விழுந்துவிடக் கூடாது என்று பயந்தார்கள். மம்மிகளைத் தொடுவது தவிரப் பிற ஆராய்ச்சிகள் செய்தார்கள். கார்ட்டருக்கு இந்த மூட நம்பிக்கை கிடையாது. தைரியமாக, துட்டன் காமுனின் மம்மியைப் பரிசோதித்தார்.

அன்று மாலை கார்ட்டர் வீடு திரும்பினார். வேலைக்காரர் அவசரமாக அவரிடம் ஓடிவந்தார். அவர் சுட்டிக்காட்டிய இடத்தில் கார்ட்டரின் அன்புக்குரிய கானரிப் பறவை சிதறிக் கிடந்தது.

'ஐயா, ஒரு நல்ல பாம்பு எங்கிருந்து வந்தது என்றே தெரியவில்லை. திடீரென அதைக் கானரியின் கூண்டுப் பக்கத்தில் பார்த்தேன். கூண்டுக்குள் நுழைந்தது. கானரியை ரண களமாக்கிவிட்டுத் தோட்டப் பக்கமாகக் காணாமல் போய்விட்டது.'

பாம்பா? கல்லறையில், துட்டன் காமுனின் சிம்மாசனத்தில், பார்த்த பாம்பா? மம்மியின் சாபம் பொய்யல்ல, நிஜம் என்று எனக்கு எச்சரிக்கப் பாம்பு வந்ததா? இனிமேல் மம்மிகளைச் சீண்டாதே. சீண்டினால் உனக்கும் கானரி கதைதான் என்று சொல்ல வந்ததா?

கார்ட்டருக்குப் புரியவில்லை. இந்தக் கண்டுபிடிப்பு நிகழ்ந்த சில மாதங்களில், ஆராய்ச்சிக்குப் பண உதவி செய்த கார்னர்வான் பிரபு மரணம் அடைந்தார். மம்மியின் சாபம் அவரைக் கொன்றது என்றார்கள் மத நம்பிக்கைவாதிகள்.

இந்த ஆராய்ச்சிக்குப் பிறகு கார்ட்டர் ஆராய்ச்சிகளில் இருந்து ஓய்வு எடுத்தார். இங்கிலாந்துக்குத் திரும்பினார். பழங்காலப் பொருள்களை சேமிக்கத் தொடங்கினார். பதினேழு ஆண்டுகள், தம் 65ம் வயதுவரை வாழ்ந்தார். மம்மியின் சாபம் உண்மையானது என்றால், கார்ட்டர் உடல் நலமாக வாழ்ந்தது எப்படி என்று கேட்கிறார்கள் பகுத்தறிவாளர்கள்.

மம்மியின் சாபம் உண்மையா, பொய்யா? மர்மங்கள் நிறைந்த எகிப்து நாகரி கத்தில் விடை காண முடியாத புதிர்!

கார்ட்டர் ஓய்வு பெற்றபோதும் அவருடைய கண்டுபிடிப்பு, நூற்றுக் கணக்கான அகழ்வாராய்ச்சியாளர்களுக்கு மாபெரும் உந்து சக்தியானது.

பிற நாகரிகங்களோடு ஒப்பிடும்போது எகிப்தியல் எளிதானது. பிற நாகரி கங்களில் எங்கே தோண்ட வேண்டும் என்று நிர்ணயிப்பதே மிகக் கடின மான வேலை. பொக்கிஷங்கள் நாட்டில் எங்கேயும் புதைந்து கிடக்கலாம். எகிப்தில் பிரம்மாண்டமாக உயர்ந்து நிற்கும் பிரமிட்கள் ஆராய்ச் சியாளர்களின் கலங்கரை விளக்கங்களாக இருந்தன. அப்புறம், பண்டைய தலைநகரங்கள் எல்லாமே நைல் நதிக்கரை ஓரமாக வரிசையாக இருந்தன. எனவே தேடுதல் கொஞ்சம் சுலபம்.

எகிப்தின் பண்டைய தலைநகரான தீப்ஸ் அருகே நடந்த அகழ்வுகள் நிஜப் புதையல்கள். அந்த ஏரியா முழுக்க, தோண்ட தோண்ட, அற்புதமான பழங்காலப் பொருள்கள் கிடைத்தன. அரச குடும்பத்தைச் சேர்ந்த அறுபத்தி இரண்டு பேரின் கல்லறைகள் இங்கே கண்டெடுக்கப்பட்டன. அதனால், இந்தச் சுற்றுப்புறத்துக்கே 'சக்கரவர்த்திகளின் சமவெளி' என்று தொல் பொருள் ஆராய்ச்சியாளர்கள் பெயர் வைத்து விட்டார்கள்.

கல்லறைகளுக்குள் இத்தனை நகைகள், வைடூர்யங்கள் எனச் செல்வங் களைப் புதைத்து விட்டு செக்யூரிட்டியா போட முடியும்? கி.மு. 1200 - ல் இருந்து கி.மு. 20 வரையிலான கால கட்டத்தில் பல கொள்ளைக்காரர்கள் இவற்றைச் சூறையாடி இருக்கிறார்கள். இவர்களின் கொள்ளைகளுக்குப் பிறகு மிஞ்சிய தடயங்களே எகிப்தின் நாகரிக அடையாளங்கள்.

இந்த அடையாளங்கள் காட்டும் நாகரிகம், ஆயிரம் ஆயிரம் ஆண்டுகளுக்கு முன்னால், இப்படி ஒரு சமுதாயம் வாழ்ந்திருக்க முடியுமா? வாழ்க்கை முறை, அரசாட்சி, நிர்வாகம், கட்டடக் கலை, கணிதம், மருத்துவம், விவசாயம் ஆகிய பல்வேறு துறைகளில் இத்தனை சாதனைகளா?

முக்கிய மன்னர்கள்

கி.மு. *3165*. மெனிஸ் என்ற மன்னர் அரியணையில் அமர்ந்திருக்கிறார். அவருடைய மனசு அவருக்குச் சொல்கிறது. ‘மெனிஸ், நீ ஒரு மாவீரன். இத்தனை சிறிய ராஜ்ஜியம் உனக்கு எப்படிப் போதும்?’

கொட்டியது முரசு. புறப்பட்டது மெனிஸ் அரசரின் படை. பக்கத்து ராஜ்ஜியங்கள் மீது பாய்ந்தது. எகிப்து நாட்டின் மேற்பகுதி நைல் பள்ளத் தாக்கு என்றும், கீழ்ப்பகுதி நைல் டெல்ட்டா என்றும் அழைக்கப்பட்டன. ஆரம்ப நாள்களில் இவை இரண்டும் இரு தனி நாடுகளாக இருந்தன. கி.மு. *3150* -இல் மெனிஸ் மன்னர் நைல் பள்ளத்தாக்கு, நைல் டெல்ட்டா ஆகிய இரண்டு பகுதிகளையும் இணைத்து, எகிப்தை ஒரே நாடாக்கினார். பண்டைய எகிப்து நாகரிகம் தொடங்கியது இப்போதுதான்.

மெனிஸ் சரித்திரம் படைத்தார். அண்டை ராஜ்ஜியங்கள் மீது போர் தொடுத்து, அவற்றை அடி பணிய வைத்து, தன் ஆட்சிக்குக் கீழ் கொண்டு வந்த முதல் மன்னர் அவர்தான். அவற்றுள் சில ராஜ்ஜியங்களைப் பூசாரிகள் ஆண்டு வந்தனர். தங்களைக் கடவுளின் தூதர்கள் என அறிவித்துக் கொண்டு, அவர்கள் மக்களைப் பயமுறுத்தி வைத்திருந்தார்கள்.

‘கடவுளின் அவதாரம் பூசாரிகள் அல்ல, நான்தான்’ என்று மெனிஸ் அறிவித்தார். இன்னொரு முக்கிய மன்னர் மூன்றாம் துத்மோஸிஸ் (Tuthmosis III). கி.மு. *1479* முதல் கி.மு. *1425* வரை இவர் ஆட்சி செய்தார். இவர் பதவிக்கு வந்தவுடன், எகிப்தின் பாகங்களாக இருந்த பாலஸ்தீனம், சிரியா போன்ற பகுதிகள் புரட்சிக் கொடிகளை உயர்த்தின. தன் படைகளைத் தலைமை ஏற்று நடத்திய அவர் பாலஸ்தீன, சிரிய நாடுகளை அடக்கினார். ஒரு முறை ஆப்பிரிக்காவில் வேட்டைக்குப் போனபோது ஒரே நாளில் நூற்றி இருபது யானைகளைக் கொன்று வீழ்த்தினார் என்று ஒரு கல்வெட்டு சொல்கிறது. பதினேழு போர்களைத் தலைமை தாங்கி நடத்தினார். நாற்பத்து இரண்டு நகரங்களை ஜெயித்தார். எகிப்தைப் பெரிய சாம்ராஜ்ஜியமாக்கினார்.

இந்த மாவீரர் பெரும் கலா ரசிரும்கூட. காலம் காலமாக எகிப்தின் புகழ் சொல்லும் பல அரண்மனைகள், மாளிகைகள், கட்டடங்கள், பூங்காக்கள்,

சிற்பங்கள் இவர் ஆட்சியில் வந்தவைதாம். கார்னாக் (Karnak) என்ற இடத்தில் இருக்கும் இவர் கட்டிய கோயிலின் அமைப்பு, ஓவியங்கள் உலகப் புகழ் பெற்றவை.

இந்த மாவீரரை, கலா ரசிகரைச் சந்திக்க விரும்புகிறீர்களா? உடனே புறப்படுங்கள் எகிப்து நாட்டின் தலைநகரான கெய்ரோவுக்கு. போக வேண்டிய இடம் கெய்ரோ மியூஸியம். 1881- இல் தொல்பொருள் ஆராய்ச் சியாளர்கள் ஒரு கல்லறையில் மூன்றாம் தூத்மஸின் உடலைக் கண்டுபிடித் தார்கள். அதாவது, அவர் இறந்து சுமார் 3331 ஆண்டுகளுக்குப் பிறகும் உடல் பத்திரமாக இருந்தது. அவர் கெய்ரோ மியூஸியத்தில் பத்திரமாகக் காப்பாற்றப்பட்டு நமக்கு தரிசனம் தருகிறார்.

எகிப்திய மன்னர்களியே தலை சிறந்தவராகக் கருதப்படுபவர் இரண்டாம் ராம்சேஸ் (Rameses II). எகிப்தை அதிக காலம் ஆண்டவர் இவர் - 66 ஆண்டுகள் (கி.மு. 1279 - கி.மு. 1213). வயது மட்டும்தான் இவர் சாதனையா? இல்லை, இல்லை. தனக்கு முன்னால் வந்த ஃபாரோக்கள் போல் இவரும் பிரம்மாண்ட மான கோயில்கள் கட்டினார். இவருடைய முக்கிய உருவாக்கம் அபூ ஸிம்பெல் ஆலயம் (Abu Simbel). மலைக்குள் 200 அடி நீளத்துக்குக் குடைந்து உருவாக்கப்பட்டிருக்கிறது. இதன் முகப்பில் 67 அடி உயர இரண்டாம் ராம்சேஸ் சிலை. அவர் காலடியில் ஆள் உயர ராணிகளின் சிலைகள். இவையும், கெய்ரோவில் 11 மீட்டர் உயரத்தில் தனக்காகவே இவர் அமைத்துக் கொண்ட கிரானைட் உருவச் சிலையும், ராம்சேஸ் படைப்புத் திறமையின் அடையாளங்கள். (யாரும் எளிதில் முறியடிக்க முடியாத சாதனைகள் இன்னும் பல இவருக்கு உண்டு - 8 மனைவிகள், 100 ஆசை நாயகிகள், 56 மகன்கள், 44 மகள்கள் என்று மொத்தம் 100 குழந்தைகள்!)

ஆனால், வரலாறு இரண்டாம் ராம்சேசை நினைவு வைத்திருப்பது வேறு காரணங்களுக்காக. யூத இனத்தைச் சேர்ந்த லட்சக்கணக்கான மக்களை இரண்டாம் ராம்சேஸ் அடிமைகளாக நடத்தினார். யூதர்களின் தலைவரும் வழிகாட்டியுமான மோஸஸ் மன்னருக்கு எதிராகப் போர்க் கொடி தூக்கினார். இறைவனிடம் 'பத்துக் கட்டளைகள்' பெற்ற அதே மோஸஸ் தான்!

அரசரின் அடக்குமுறை தாங்காத யூதர்கள் மோஸஸ் தலைமையில் எகிப்து நாட்டை விட்டுக் கூட்டமாக வெளியேறினார்கள். வழியில் செங்கடல் அவர்கள் எதிரே வழி மறித்தது. பின்னால் பார்த்தார்கள். பின் தொடர்ந்து வந்து கொண்டிருந்தது எகிப்துப் படை.

மாட்டிக் கொண்டு விட்டோமே என்று அவர்கள் பதறினார்கள். மோஸஸ் கடவுளை வேண்டிப் பிரார்த்தித்தார். அதிசயம் நடந்தது. செங்கடல் இரண் டாகப் பிரிந்தது. யூதர்கள் எகிப்தை விட்டுப் பத்திரமாக வெளியேறினார்கள். ஃபாரோக்கள் கடவுளின் அவதாரங்கள் என்ற நம்பிக்கை இருந்த காலம். கடவுளே ஃபாரோ இரண்டாம் ராம்சேஸஸைக் கை விட்டு விட்டார்!

இதற்குப் பிறகு ராம்சேஸுக்கு இறங்கு முகம்தான்!

(ஒரு துணுக்குச் செய்தி. எல்லா நாட்டு மன்னர்களுக்கும், விநோதப் பழக்க வழக்கங்கள் உண்டு. பண்டைய எகிப்தில் ஈக்களின் தொல்லை மிக அதிகம். ஈக்களை விரட்ட, ஒட்டகச்சிவிங்கிகளின் ரோமத்தால் செய்யப்பட்ட swatter (ஈக் கொல்லிக் கருவி) உபயோகித்தார்கள். ஒரு ராஜா சாமானியர்களின் இந்த முறையைப் பயன்படுத்தலாமா? ஒரு புத்திசாலி மன்னர்களுக்குத் தனிவழி சொன்னார் - நூற்றுக்கணக்கான அடிமைகள் நிர்வாணமாக நிறுத்தப்படுவார்கள். அவர்கள் உடல் முழுக்கத் தேன் தேய்க்கப்படும். தேனைத் தேடிவரும் ஈக்கள் அடிமைகளை மொய்க்கும், ராஜா எஸ்கேப்!)

மத நம்பிக்கை

எகிப்து நாகரிகத்தின் பலமான தூண்களில் முக்கியமானது மத நம்பிக்கை. கடவுள், மறுபிறப்பு என்ற இரண்டு தத்துவங்களும் எகிப்தியரின் ஆழ்ந்த நம்பிக்கைகள். நூற்றுக்கணக்கான கடவுள்களை அவர்கள் நம்பினார்கள், தங்கள் தெய்வங்களைத் தினமும் வணங்கினார்கள். இந்த வழிபாடு வீடு களில்தான். ஏனென்றால், கோயில்களில் விழாக் காலங்களில் மட்டுமே பொதுமக்கள் அனுமதிக்கப்பட்டார்கள். எல்லா நாட்களும் கோயில்களுக்குப் போனவர்கள் பூசாரிகளும், அரசால் நியமிக்கப்பட்ட அதிகாரிகளும்தான்.

ரே என்கிற சூரியன்தான் முக்கிய கடவுள். ஆமன் (Aamon) வாயுதேவன். நம் ஊர் காதல் தெய்வம் மன்மதன் பசு வடிவில் காட்சி அளித்தார். ஹாதர் (Hather) என்று அழைக்கப்பட்டார்.

கடவுள்கள் இப்படி ஆண் வடிவங்களில் மட்டுமல்லாமல், பெண்களாகவும், எருதுகள், மான்கள், குரங்குகள், நரிகள், பாம்புகள், முதலைகள், பருந்துகள் போன்ற மிருக, பறவை வடிவுகளிலும் வணங்கப்பட்டார்கள்.

ஸ்ஃபிங்க்ஸ் (Sphinx) எகிப்தின் கற்பனை உயிரினம். நம் ஊர் கிராம எல்லைகளில், காவல் தெய்வங்களாக, முரட்டு உருவம், முறுக்கு மீசை என்று பயமுறுத்தும் தோற்றத்தோடு இருக்கும் ஐயனார் சிலைகளை ஒரு நிமிடம் கண்கள் முன்னால் கொண்டுவாருங்கள். ஸ்ஃபிங்க்ஸ் நம் ஊர் ஐயனார் போலத்தான். எகிப்தின் காவல் தெய்வங்கள். எகிப்தின் பலபாகங்களில் ஸ்ஃபிங்க்ஸ் சிலைகள் இருக்கின்றன. இவற்றின் முகம் மனித வடிவிலும், உடல் சிங்கம் போன்றும் இருக்கும்.

எகிப்தின் மிகப் பெரிய ஸ்ஃபிங்க்ஸ் கிஸா (Giza) நகரில் இருக்கிறது. இதைப் பெரிய ஸ்ஃபிங்க்ஸ் (The Great Sphinx) என்று அழைக்கிறார்கள். ஏன் தெரியுமா? இதன் ஸைஸ் அப்படி. 65 அடி உயரம். 260 அடி நீளம். 20 அடி அகலம்!

ஆரம்ப காலங்களில், ஸ்ஃபிங்க்ஸ் தலைக்கனம் கொண்ட கடவுளாக இருந்தது. தான் பிரபஞ்சத்தின் மகா பெரிய புத்திசாலி என்று நினைத்தது. நம் ஊரில் சரஸ்வதி மாதிரி எகிப்தில் ம்யூஸ் (Muse) படிப்பு தெய்வம். ஓர் நாள் ம்யூஸ் ஸ்ஃபிங்ஸுக்குப் புதிர் போட்டாள். அந்தப் புதிருக்குப் பதில் சொன்னால்தான், அதன் அறிவைத் தான் ஒப்புக் கொள்ள முடியும் என்றாள்.

புதிர் இதுதான். 'உலகில் ஒரு உயிரினம் இருக்கிறது. அதற்குக் குரல் ஒன்றுதான். தன் வாழ்வில் அது முதலில் நான்கு கால்களில் நடக்கும். அடுத்ததாக இரண்டு கால்களில் நடக்கும். கடைசியாக மூன்று கால்களில் நடக்கும். அந்த உயிரினம் எது என்று நீ நாளைக்குள் கண்டுபிடிக்க வேண்டும்?'

ஸ்ஃபிங்க்ஸ் தன் மூளையைக் கசக்கியது. பதில் கிடைக்கவில்லை. எகிப்து மக்கள் புத்திசாலிகள் ஆயிற்றே? அவர்களிடம் உதவி கேட்க முடிவு செய்தது. எகிப்துக்குப் போனது. மக்களை சந்தித்தது. தன் சந்தேகத்துக்குப் பதில் கேட்டது.

ஒடிபஸ் (Oedipus) என்ற அறிஞர் கேட்டார். 'ஸ்ஃபிங்க்ஸ், நான் உனக்குச் சரியான பதில் சொன்னால், நீ எங்களுக்கு என்ன தருவாய்?'

'உங்கள் பதில் கரெக்ட் என்று ம்யூஸ் ஒத்துக் கொண்டால், உலகம் இருக்கும்வரை உங்கள் நாட்டையும், மக்களையும் நான் பாதுகாப்பேன்'

'ஸ்ஃபிங்க்ஸ், ம்யூஸ் குறிப்பிட்ட உயிரினம் மனிதன்.'

'எப்படி?'

'மனிதன் குழந்தையாக இருக்கும்போது இரண்டு கைகள், இரண்டு கால்கள் என நான்கு கால்களில் தவழ்கிறான். வளர்கிறான். இரண்டு கால்களில் நடக்கிறான். வயதாகும்போது ஊன்றுகோல் என்கிற மூன்றாவது கால்.'

அவர் பதிலை ம்யூஸ் ஏற்றது. அன்று முதல் ஸ்ஃபிங்க்ஸ் எகிப்து நாட்டில் தங்கியது. என்றென்றும், எகிப்தைப் பாதுகாத்து வருகிறது. பிரதி உபகார மாக மக்களும் பிரம்மாண்டச் சிலைகள்வைத்து மதிப்பும், மரியாதையும் தருகிறார்கள்.

எகிப்து நாகரிகமும் நைல் நதியும் ஒன்றோடு ஒன்று பின்னிப் பிணைந்தவை. எகிப்தை இரண்டாகப் பிரித்தவாறு நைல் நதி ஓடுகிறது. உலகின் மிகப் பெரிய நதியான நைல் நதி மத்திய ஆப்பிரிக்காவில் தொடங்கி, உகண்டா, சூடான், எகிப்து, ஆகிய நாடுகள் வழியாகப் பாய்கிறது. கெய்ரோவுக்கு அருகில் மத்திய தரைக் கடலில் சங்கமமாகிறது. மக்கள் நைல் நதிக் கரைகளில்தான் குடியேறினார்கள். எகிப்து மக்களின் வாழ்க்கை, நாகரிகம், எல்லாமே நைல் நதியைச் சுற்றித்தான் சுழல்கின்றன.

நைல் நதி பாலைவன எகிப்து நாட்டின் ஜீவ நதி. எகிப்தின் பழைய பாடல் ஒன்று சொல்கிறது.

மண்ணின் ஆனந்த ஊற்றாம் நைல் நதி போற்றி
எகிப்தைச் செழிப்பாக்க வந்தாய் நீ
உணவுகள் தருவது நீ, வாரி வழங்கும் வள்ளல் நீ
நல்லவை எல்லாம் படைப்பது நீ
எகிப்திய இரு நிலப் பாகங்களின் தலைமை நீ
எங்கள் களஞ்சியங்களை நிறைப்பது நீ
ஏழைகளுக்கு வளம் தருவது நீ.

ஹெரோடோட்டஸ் (Herodotus) என்கிற கிரேக்கத் தத்துவ மேதை 'எகிப்து நைல் நதியின் பரிசு' என்று குறிப்பிட்டார். ஏன் தெரியுமா? எகிப்து மேற்கு மற்றும் கிழக்குப் பாலைவனங்களில் அமைந்திருக்கிறது. இவை மழையைப் பார்க்காத வறண்ட பிரதேசங்கள். நாட்டின் பெரும்பகுதி பாலை வனமாக இருந்தபோதிலும், டெல்ட்டா பகுதிகளில், மழை கொட்டும். வெயில் காலங்களில் எத்தியோப்பிய மலைகளின் பனி உருகி, நைல் நதியில் தண்ணீர் பெருகும். இதனால், நைல் நதியில் அடிக்கடி வெள்ளப் பெருக்கு வரும். வெள்ளம் வடியும். அப்போது நைல் நதி விட்டுச் செல்லும் மணலும், வண்டலும், களிமண்ணும் வேளாண்மைக்குப் பெரிதும் உரம் ஊட்டுபவை. நதிக்கரைப் பகுதிகளைச் செழிப்பாக்கும். விவசாயம் அமோகமாக நடக்க இயற்கை எகிப்துக்குக் கொடுத்த மாபெரும் வரம் இது.

விவசாயம்

நைல் நதியில் ஆகஸ்ட், செப்டெம்பர் மாதங்களில் வெள்ளம் பெருக் கெடுத்து ஓடும். அக்டோபர் மாதத்தில் வெள்ளம் வடியும். எனவே, அக்டோ பரில் விவசாயம் தொடங்குவார்கள். மார்ச், மே மாதங்களில் அறுவடை நடக்கும், நைல் உபயத்தால், விவசாய காலத்தில் ஒரு ஒழுங்குமுறை இருந்தது. விவசாயம் அமோகமாக நடந்தது. கோதுமை. பார்லி ஆகியவை முக்கியப் பயிர்கள்.

திராட்சை, வெங்காயம், பூண்டு, மாதுளம் பழம், வெள்ளரிக்காய், பீன்ஸ், பட்டாணி, முட்டைக்கோஸ், கீரை வகைகள், ஆகியவையும் பயிரானதாகச் சான்றுகள் சொல்கின்றன. பெரிய தொட்டிகள் கட்டி, திராட்சை ஒயின் தயாரிக்கும் வேலையும் அமோகமாக நடந்தது.

ஃப்ளாக்ஸ் (Flax) என்ற செடிகள் பரவலாக வளர்ந்தன. இந்தச் செடிகளின் தண்டுப் பாகத்தில் இருந்து இழை எடுக்கலாம். இந்த இழை பருத்தி போன்ற நூல். லினன் என்ற பெயர் கொண்டது. பருத்தியைப் போலவே, இந்த நூலையும் பயன்படுத்தி ஆடைகள் நெய்யலாம்.

வெள்ளக்காலத்தில் வரும் உபரி நீரைச் சேமித்தார்கள். இது நீர்ப்பாசனம், குடிநீர் தேவைகளுக்குப் பயன்படுத்தப்பட்டது. தண்ணீர் சேமிப்பு, விநி யோகம் ஆகியவற்றில் நாடாண்ட மன்னர்களே நேரடிக் கவனம் செலுத்திய தாக ஆதாரங்கள் சொல்கின்றன. பாசன வசதியால், பொதுமக்கள் உபயோ கத்துக்கான பூங்காக்களையும் அரசர்கள் நிறுவினார்கள், பராமரிப்பு ஏற் பாடுகள் செய்தார்கள். பூச் சொரியும் மரங்கள், இன்சுவைப் பழ மரங்கள், காய்கறிச் செடிகள், திராட்சைக் கொடிகள் ஆகியவை இந்தப் பூங்காக்களில் இருந்தன.

மக்கள் தொகையில் பெரும்பாலானவர்கள் விவசாயத்தில் ஈடுபட்டிருந் தார்கள்.

ஏர், மண்வெட்டி ஆகிய கருவிகளைப் பயன்படுத்தினார்கள். ஆடுகள், மாடுகள், கழுதைகள் போன்ற மிருகங்களின் உழைப்பு விவசாயத்துக்குப் பயன்படுத்தப்பட்டது.

உணவு

உலகிலேயே முதன் முதலில் கி.மு. 2600- ல் எகிப்தில் ரொட்டி தயாரிக் கப்பட்டது. கோதுமை ரொட்டியும் பார்லியில் தயாராகும் பீரும் அவர் களுடைய முக்கிய உணவுப் பொருள்களாயின. நைல் நதியில் மீன் பிடித் தார்கள். அன்றாட சாப்பாட்டில் மீன் தனி இடம் பிடித்தது.

திராட்சை ஒயின் தயாரித்தார்கள். பீர் முக்கிய பானம், தண்ணீரைவிட அதிகமாகப் பருகப்பட்ட பானம். பரலோகத்திலும் பீர் அத்தியாவசியத் தேவை என்பது எகிப்தியர் நம்பிக்கை. கல்லறைகளில் உடலோடு, பீர்

குடுவைகளையும் சேர்த்துப் புதைப்பார்கள். இன்னொரு முக்கிய பானம் ஒயின். பெரிய தொட்டிகள் கட்டி, திராட்சை ஒயின் தயாரித்தார்கள்.

உடை

பருத்தி, லினன் ஆடைகள் ஆண்களுக்கும் பெண்களுக்கும் தயாரிக்கப் பட்டன. எகிப்து சமுதாயத்தில், சமூக அந்தஸ்துப்படி ஆடைகள் மாறு பட்டன. சாதாரண மனிதர்கள் நம் ஊர் வேஷ்டி போன்ற ஆடையை இடுப்பில் கட்டுவார்கள். உடலுக்கு மேல் சட்டை போல் ஒரு ஆடை. இது பெல்ட் போல் கச்சையால் இடுப்பில் கட்டப்பட்டிருக்கும். அவர்கள் வீட்டுப் பெண்கள் கவுன் போன்ற உடை அணிவார்கள். இது கவுன் போல் லூஸாக இருக்காது. உடலை இறுக்கிப் பிடிக்கும் மேக்ஸி உடை.

பணக்காரர்களும், பிரபுக்களும், முட்டிவரை தொடும் சட்டை போடு வார்கள். அவர்கள் வீட்டுப் பெண்களின் உடை உழைக்கும் வர்க்கப் பெண் களுடையதுபோல்தான் இருக்கும். அரசர்கள் சேலை போன்ற உடலைச் சுற்றும் போர்வை அணிந்தார்கள். அதன்மேல் தோள் பட்டிகள். லினன் நாரால் நெய்யப்பட்ட இந்த உடைகளில் தங்க வேலைப்பாடுகள், கலர் டிசைன்கள் ஆகியவையும் இருக்கும்.

நகைகள்

அரசர்கள், பணக்காரர்கள், பிரபுக்கள் ஆகியோரின் அன்றாட அலங்காரத்தில் நகைகள் அத்தியாவசிய அம்சம். ஆண்கள், பெண்கள் இருபாலரும் நகைகள் அணிவார்கள். மோதிரம், தாயத்து, காதணி, வளையல், நெக்லஸ் போன்றவை பிரபலம். இவை தங்கம் அல்லது வெள்ளியால் செய்யப் பட்டிருந்தன. நகைகளில் அமெதிஸ்ட் (Amathyst) என்ற வயலெட் நிற ரத்தினம், லாப்பிஸ் (Lapis) என்கிற வைடூரியம், நீலம், பச்சை, சாம்பல் எனப் பல வண்ணங்களில் ஒளி விடும் டர்க்வா (Turquoise) என்கிற வைர வைடூரியங்களும் பொருத்தப்பட்டன.

எகிப்தியர்களுக்கு ஆழ்ந்த கடவுள் நம்பிக்கை உண்டு. இந்தப் பக்தி, நகைகளின் டிஸைன்களிலும் பிரதிபலித்தது. முழு முதற் கடவுள் ரே, அவர் படைத்த மிருகங்கள், பறவைகள், மீன்கள், தாமரைப் பூ, காகிதம் தயாரிக்கும் பாப்பிரஸ் புல் செடி ஆகியவை பெரும்பாலும் இந்த நகைகளில் காட்சி அளித்தன.

நகைகளுக்கும் அவர்களுக்கும் எவ்வளவு நெருங்கிய தொடர்பு தெரியுமா? மரணம் அடையும்போது அவர்களுக்குப் பிடித்த அத்தனை நகைகளையும் அணிவித்துத்தான் கல்லறைக்குள் அடக்கம் செய்வார்கள்.

ஒப்பனை

ஆண்களும், பெண்களும், வாசனை எண்ணெய்கள், நறுமணப் பொருள்கள், முகப் பெயிண்டுகள் போன்ற அழகுப் பொருள்களை உபயோகித்தார்கள்.

ஆண்களும், பெண்களும் கண்களுக்கு மை தீட்டினார்கள். புகைக் கரி, ஈயத்தின் தாதுக் கனிமமான கலீனா (Galena) ஆகிய இரண்டையும் கலந்து வீடுகளில் மை செய்தார்கள். இந்த மை கண் பார்வையைக் கூர்மையாக்கும் என்ற ஆழ்ந்த மருத்துவ நம்பிக்கை நிலவியது. முகம் பார்க்கும் கண்ணாடியும் அவர்களிடம் இருந்தது. ஆண்கள் தலைமுடியை அடிக்கடி தண்ணீரால் கழுவுவார்கள். தலையில் வாசனைப் பொருள்கள் தேய்ப்பார்கள். தலை முடியில் மருதாணி தடவுவார்கள்.

சிகை அலங்காரம்

பண்டைய எகிப்தில் பேன் தொல்லை அதிகமாக இருந்தது. இதிலிருந்து தப்பிக்க ஆண்கள், பெண்கள் அனைவரும் மொட்டை அடித்துக் கொண்டார்கள். குறிப்பாக குழந்தைகளுக்குத் தலையில் முடி வளரவிடுவதே இல்லை. மத குருக்களுக்கும் மொட்டைத் தலைதான். ஆண்களும், பெண்களும் வகை வகையாக விக் அணிந்தார்கள். மனித முடியால் செய்யப் பட்ட இந்தச் செயற்கை கேசங்கள் இயல்பாகப் புழங்கின.

பொழுதுபோக்குகள்

அடிக்கடி பண்டிகைகள், கொண்டாட்டங்கள் நடந்தன. அந்த சமயங்களில் விருந்து, பாட்டு, இசை, நடனம் என்று உல்லாச மழைதான். புல்லாங்குழல், டிரம்ஃபெட் உள்ளிட்ட ஊதுகுழல்கள், வீணை போன்ற நரம்பிசைக் கருவிகள், முரசுகள் ஆகியவை அவர்களுடைய வாத்தியங்கள்.

செஸ் போன்ற விளையாட்டும் அவர்களுடைய பொழுதுபோக்காக இருந்தது. மற்போர் பிரபலமான விளையாட்டாக இருந்தது. வேட்டையாடு வது பணக்காரர்களின் முக்கிய பொழுதுபோக்கு. முயல், மான், எருது, யானை, சிங்கம், ஆகிய மிருகங்கள் அவர்களின் வேட்டைக் குறிகள். மீன் பிடிப்பதும் அவர்களுக்குப் பிடித்தமான காரியம். மாஜிக் செய்வது குழந்தைகளுக்குப் பிடித்த விளையாட்டு. அவர்கள் பந்துகளை வைத்தும் பல ஆட்டங்கள் விளையாடினார்கள்.

வீட்டு மிருகங்கள்

வீடுகளில் ஆடுகள், மாடுகள், கழுதைகள், பன்றிகள், வாத்துகள், புறாக்கள் ஆகியவை பல வீடுகளில் இருந்தன. ஏராளமான வீடுகளில் தேனீக்கள் வளர்த்தார்கள். தேன் உணவாகவும், மருந்தாகவும் பயன்பட்டது. தேன்கூட்டு மெழுகு மருந்தாகவும், மம்மிகளைப் பதப்படுத்தவும் உபயோகமானது.

போக்குவரத்து வசதிகள்

ஊர் விட்டு ஊர் போக எகிப்தியர்கள் என்ன செய்தார்கள்? நைல் நதியை நம்பியே வாழ்க்கை சுழன்றதால், நீர் வழிப் போக்குவரத்துத்தான் முக்கியத் துவம் பெற்றது. படகுகளும், சிறிய கப்பல்களும் புழக்கத்தில் இருந்தன. இந்தப் படகுகளில், நம் ஊர்த் தெப்பத் திருவிழாபோல் கடவுள் சிலைகள் ஊர்வலம் வருவதும் உண்டு.

97

சமுதாயத்தில் பெண்கள்

பெண்கள் கூடை பின்னுதல், வாசனைப் பொருள்கள் தயாரித்தல், ஆடைகள் தைத்தல், நகைகள் செய்தல் ஆகிய பணிகளைச் செய்தார்கள். பெண்களுக்குச் சமுதாயத்தில் நிறைய உரிமைகள் இருந்தன. அவர்கள் வேலை பார்க்கலாம், சம்பாதிக்கலாம், சொத்துக்கள் வாங்கலாம். சட்டத்தின் முன்னால் அவர்களுக்கு ஆண்களோடு சம உரிமை இருந்தது.

எகிப்திய கட்டடக் கலை

எகிப்திய நாகரிகம் பல்வேறு துறைகளில் ஜொலித்தது என்றபோதும், அதன் உச்சகட்டத் தனித்துவம் கட்டடக் கலைதான். எகிப்து மக்களுக்குச் செங்கல் தயாரிப்பது கை வந்த கலையாக இருந்தது. நைல் நதியிலிருந்து கிடைத்த களி மண்ணோடு, வைக்கோல், தேவையான அளவு தண்ணீர் சேர்த்தார்கள். இந்தக் கலவையைக் கால்களால் மிதித்து, உதைத்து, கலவை தேவையான பதத்துக்கு வந்தவுடன் வார்ப்புகளில் வைத்து, தேவையான வடிவங்கள் ஆக்கினார்கள். இவை வெயிலில் காய வைக்கப்பட்டு செங்கற்கள் ஆயின.

அரண்மனைகள், மாளிகைகள், கோட்டைகள், வீடுகள் ஆகியவை கட்டச் செங்கற்களையும், கோயில்கள், கல்லறைகளுக்குக் கற்களையும் உபயோகப் படுத்துவது வழக்கம். கோயில்களிலும், வீடுகளிலும் சுவர்களில் ஓவியங்கள் தீட்டப்பட்டன, சிற்பங்கள் அழகு கூட்டின.

வீடுகள்

வீடுகள் ஒன்று அல்லது இரண்டு மாடிக் கட்டடங்களாக இருந்தன. வீடுகளில் கட்டில்கள், பெட்டிகள், மேசைகள் போன்ற மரச் சாமான்கள் இருந்தன. பல வீடுகளில், வரவேற்பு அறை, வசிக்கும் அறை, படுக்கை அறைகள், குளியல் அறைகள், உணவு பாதுகாக்கும் அறைகள் எனப் பல அறைகள் இருந்தன.

பணக்காரர்கள் வீடுகளில், இன்னும் அதிகம் வசதிகள், சொகுசுகள். பெரிய, பெரிய அறைகள். வீட்டுக்கு நடுவில் பூச்செடிகள் நிறைந்த பூங்கா, பல குளியல் அறைகள், உள் சுவர்களிலும், மர கூரைகளிலும் அழகிய ஓவியங்கள், கட்டில்கள், மரப் பெட்டிகளிலும் ஓவியங்கள், வேலைப்பாடுகள், கலை நயமான மண் பாண்டங்கள், சலவைக் கல் ஜாடிகள், பாத்திரங்கள்.

அரண்மனைகள் தனி நகரங்கள்போல் வடிவமைக்கப்பட்டிருந்தன. அரண்மனைக்கு உள்ளேயே கோயில்கள் இருந்தன.

பிரமிட்கள்

எகிப்து என்றவுடன் நம் கண்களின் முன்னால் விரிபவை பிரமிட்கள். சாதாரண மக்களை மட்டுமல்ல, பொறியியல் வல்லுநர்களையும் வியக்க வைக்கும் அமைப்புகள். ஒரிஜினல் ஏழு உலக அதிசயங்களில், இன்று நாம் காணக் கிடைக்கும் ஒரே அதிசயம் பிரமிட்கள்தாம்.

பிரமிட் என்றால் கூம்பு வடிவம். அடிப்பகுதி நீண்ட சதுரமாக இருக்கும். நான்கு சரிவான முக்கோணப் பகுதிகள் உச்சியில் ஒன்றாக இணையும். இந்தப் பிரமிட்களுக்குள் ராஜா ராணிகள், விஐபிகள் ஆகியோரின் உடல்கள் அவர்கள் மறைவுக்குப்பின் மம்மிகளாக, உடல் கெடாதவாறு பாதுகாக்கப்பட்டு வருகின்றன. இந்த உடல்கள் கெட்டுப் போகாமல் இருக்கின்றன. பிரமிட்களின் கூம்பு வடிவம் இதற்குக் காரணம் என்று விஞ்ஞானிகள் சொல்கிறார்கள்.

பிரமிட்கள் எல்லாமே ஏன் கூம்பு வடிவில் மட்டுமே கட்டப்பட்டுள்ளன? வீடுகளை சாதாரணமாக, சதுர, செவ்வக வடிவங்களில் கட்டியவர்கள், பிரமிட்களை மட்டும் கூம்பு வடிவம் ஆக்கியது ஏன்?

ஆராய்ச்சியாளர்கள், பல ஆண்டுகள் செய்த பரிசோதனைகளின் அடிப்படையில் தரும் விளக்கங்கள் நம்மை பிரமிக்க வைக்கின்றன.

★ பிரமிட் வடிவ அறைக்குள் காய்கறிகள், பழங்களை வைத்தால், மற்ற அறைகளில் வைக்கப்பட்ட காய்கறிகள், பழங்களைவிட அதிக நாட்கள் கெடாமல் இருகின்றன.

★ பிரமிட் வடிவக் கட்டங்களில் தூங்குபவர்களுக்கு, சாதாரண அறைகளில் தூங்குபவர்களைவிட, அதிகம் புத்துணர்ச்சி கிடைக்கிறது.

★ பிரான்ஸ் நாட்டு விஞ்ஞானிகள் இறந்த ஒரு பூனையின் உடலை, மரத்தால் செய்த பிரமிட் வடிவப் பெட்டிக்குள் வைத்தார்கள். பல ஆண்டுகள் ஆன பின்னும் இந்த உடல் கெட்டுப் போகவில்லை.

★ பிரமிட் வடிவ அறைக்குள் இருக்கும் இரும்புப் பொருள்கள் எளிதாகத் துருப் பிடிப்பதில்லை.

இப்படி ஆச்சரியமான கண்டுபிடிப்புகள்!

கூம்பு வடிவ அமைப்பு, சுற்றுப்புறத்திலிருந்து ஒரு வித மின்காந்த ஆற்றலை உள் வாங்குகிறது. பிரமிடின் உச்சிப்பகுதி, அந்த ஆற்றலை, பிரமிடின் உள்பகுதியில் ஒரேசீராகப் பரவ வைக்கிறது. இதுதான் ரகசியம் என்கிறார்கள்.

இது முழுமையான விளக்கமா? சரி என்று ஒத்துக்கொண்டாலும், பல ஆயிரம் ஆண்டுகளுக்கு முன்னால், எகிப்தியர்களுக்கு இந்த விஞ்ஞான உண்மை எப்படித் தெரிந்தது, புரிந்தது?

பெரிய பிரமிட்

கிஸா (Giza) நகரில் இருக்கும் பெரிய பிரமிட் சுமார் 476 அடி உயரமானது. 13.6 ஏக்கர் நிலப் பரப்பு கொண்டது 5,90,712 கற்கள் பயன்படுத்தப்பட்டிருப்பதாகக் கம்ப்யூட்டர் கணக்கீடுகள் சொல்கின்றன. கற்களின் எடை ஒவ்வொன்றும் இரண்டில் இருந்து முப்பது டன் வரை. இந்தக் கற்களை

தூரத்தில் இருக்கும் மலைப் பகுதிகளில் இருந்து எப்படிக் கொண்டு வந்தார்கள்? உச்சியை எட்டும்போது கற்களை 400 அடிகளுக்கு மேல் தூக்கிக் கொண்டு போயிருக்க வேண்டுமே? அவர்களிடம் கிரேன் மாதிரி எந்திரம் இருந்ததா? ஒரு லட்சம் தொழிலாளிகள் இருபது வருடம் பணியாற்றியிருந் தால் மட்டுமே பெரிய பிரமிட் உருவாகியிருக்கும் என்பது கட்டடக் கலை வல்லுநர்கள் கணிப்பு.

கோயில்கள்

பெரிய பிரமிட் பிரம்மாண்டம் என்று நினைக்கிறீர்களா? இதோ வருகிறது நிஜ பிரம்மாண்டம். கார்நாக் (Karnak) எகிப்தின் மேற்குப் பகுதியில் இருக்கும் கிராமம். ஆலயங்கள் நிறைந்த இடம். சிதிலமாகிவிட்ட பல கோயில்கள் நெஞ்சில் துயரம் பொங்க வைக்கின்றன.

இங்கே இருக்கும் ஆமுன் ரே (Amun Re) கோயில் எகிப்தின் மற்ற எல்லாக் கோயில்களையும்விட மிகப் பெரியது. ஆமுன் ரே எகிப்தியரின் முழுமுதற் கடவுள். நாட்டையும், மன்னர்களையும், மக்களையும், எல்லாத் துன்பங் களிலிருந்தும், எப்போதும் காப்பாற்றுபவர் என்பது பொது நம்பிக்கை.

ஆமுன் ரே கோயிலில் இருக்கும், கி.மு. 14 - ம் நூற்றாண்டில், இரண்டாம் ராம்சேஸ் மன்னரால் கட்டப்பட்ட அரங்கம் முக்கிய அம்சம். ஹைப்போ என்னும் வித்தியாசமான கட்டடக் கலைப் பாணியில் நிர்மாணிக்கப் பட்டிருக்கிறது. தாங்கும் வளைவுகள் இல்லாமல், வரிசையாகத் தூண்களை நிறுவி, அவற்றின்மேல் தட்டையான கூரை அமைக்கும் முறை இது. அரங்கம் எத்தனை பெரியது தெரியுமா? பரப்பளவு 52,000 சதுர அடி. 16 வரிசைகளில், 134 தூண்கள் அரங்கத்தைத் தாங்கி நிற்கின்றன. இவை ஒவ்வொன்றின் சுற்றளவு 10 அடி. 122 தூண்களின் உயரம் 33 அடி: எஞ்சிய 12 தூண்களின் உயரம் 70 அடி. அம்மாடியோவ்!

தொழில்கள் - மீன் பிடித்தல்

விவசாயம்தான் முக்கிய தொழில். பெரும்பாலான மக்கள் மீனை விரும்பி உண்டதால், மீன்களுக்கான தேவை அதிகமானது. பலர் மீன் பிடித்தல், மீன் வியாபாரம் ஆகியவற்றை முழு நேர வேலைகளாகச் செய்யத் தொடங் கினார்கள். நாளாவட்டத்தில் மீன் பிடிக்கும் படகுகளையும் பயன் படுத்தினார்கள்.

சிற்பக் கலை

கோயில்களையும், வீடுகளையும் அற்புதச் சிற்பங்கள் அலங்கரித்தன. கடவுள்களுக்கு மட்டுமல்லாமல், அரசர்கள், பிரமுகர்கள் ஆகியோருக்கும் சிலைகள் வடிப்பது பண்டைய எகிப்து வழக்கம். கல் தச்சர்கள், சிற்பிகள் எனப் பல கலைஞர்களை இந்த வழக்கம் ஊக்குவித்தது. கல்லால் சிற்பங்கள் மட்டுமல்ல, அம்மி, ஆட்டுக்கல் போன்ற சமையல் சாமான்களும் தயாரிக் கப்பட்டன.

களிமண் பொருள்கள் தயாரிப்பு

செங்கற்கள் தயாரித்த முறையில், உணவு சமைக்கும் பாத்திரங்கள், தானியம், எண்ணெய், மாவு, தண்ணீர், ஒயின் ஆகியவற்றைச் சேமித்து வைக்கும் பெட்டிகள் ஆகியவையும் தயாரிக்கப்பட்டன.

பெண்களின் தொழில்கள்

பெண்கள் வேலை பார்ப்பதைச் சமுதாயம் அனுமதித்தது. பேரிச்சை மர இலை, கோரம்புல் ஆகியவற்றால் பின்னப்பட்ட கூடைகளும் பல அகழ்வு ஆராய்ச்சிகளில் கிடைத்துள்ளன. கூடை பின்னுதல், வாசனைப் பொருள்கள் தயாரித்தல், ஆடைகள் தைத்தல், நகைகள் செய்தல் ஆகிய தொழில்களில் பெரும்பாலும் ஈடுபட்டிருந்தவர்கள் பெண்களே.

தொழிற்சாலைகள்

எகிப்தில் கிரானைட் கற்கள், பல வித மாணிக்கங்கள், தங்கம், ஈயம், இரும்பு சுண்ணாம்புக் கல், ஆகிய தாதுக்கள் ஆகியவை தாராளமாகக் கிடைத்தன. இவற்றின் அடிப்படையில் பல தொழிற்சாலைகள் தொடங்கினார்கள். சிமெண்ட் தயாரித்தார்கள். கண்ணாடிப் பொருள்கள் தயாரிப்பில் அவர்களுக்கு அபாரத் திறமை. கண்ணாடி ஜாடிகள், சிற்பங்கள், நகைகள் ஆகியவை பரவலாக உபயோகத்தில் இருந்தன.

வணிகம்

வணிகம் தழைத்து வளர்ந்தது. சந்தைகள் இருந்தன. அங்கே கல் எடைகள் பயன்படுத்தப்பட்டன. உணவு தானியங்கள், உற்பத்திப் பொருள்கள், உப்பு, ஆகியவை வெளி நாடுகளுக்கு ஏற்றுமதி செய்யப்பட்டன. மரக்கட்டைகள், வாசனைப் பொருள்கள், ஆலிவ் எண்ணெய் ஆகிய பொருள்கள் இறக்குமதி செய்யப்பட்டன. தொலைதூர ஆப்கானிஸ்தானிலிருந்து லாப்பிஸ் வைடூரியங்களை இறக்குமதி செய்ததாக ஆதாரங்கள் சொல்கின்றன. பல வியாபாரிகள் இந்த ஏற்றுமதி இறக்குதி வாணிபத்தில் ஈடுபட்டார்கள். உள் நாட்டு வாணிபத்திலும், ஏற்றுமதியிலும் பண்டமாற்று முறைதான் உபயோகத்தில் இருந்தது.

மொழி

இத்தனை கலைநயமும் கற்பனையும் கொண்ட மக்கள் நிச்சயம் இலக்கியம் படைத்திருக்க வேண்டுமே, வளர்த்திருக்க வேண்டுமே?

ஆம், அவர்கள் ஹைரோக்ளிஃப் (Hieroglyph) என்கிற சித்திர எழுத்துகளைப் பயன்படுத்தி எழுதினர். தமிழில் அகர வரிசை அ, ஆ, இ, ஈ, என்று வரும். எகிப்திய மொழியில் அகர வரிசை இப்படி இருக்காமல், படங்களாக இருக்கும். 500 படங்கள் இருந்தன. தமிழ், ஆங்கிலம் ஆகிய மொழிகளை இடது பக்கத்தில் தொடங்கி வலது பக்கமாக எழுதுகிறோம். உருது மொழி வலது பக்கத்தில் இருந்து இடது பக்கமாக எழுதப்படும். எகிப்து மொழியும் வலமிருந்து இடமாக எழுதப்பட்டது.

இந்த மொழி இப்போது புழக்கத்தில் இல்லை. ஆனால், பழங்காலக் கல்வெட்டுக்கள், மண் பாத்திரங்கள் போன்றவற்றில் இந்தச் சித்திர எழுத்துகளைப் பார்க்கலாம்.

இலக்கியம்

எகிப்தின் பரம்பரைக் கதைகளும் மிகப் பிரசித்தமானவை. இவை எழுதப் பட்ட கதைகளாக இல்லாமல், சொல்லப்பட்ட கதைகளாக இருந்தன. மக்கள் கூட்டமாகக் கூடும்போது ஒருவர் கதைகள் சொல்ல, மற்றவர்கள் அதைக் கேட்பது பொழுதுபோக்காக இருந்தது. அத்தோடு சுருங்கிவிடாமல், நீதிகளைப் போதிக்கும் ஊடகங்களாகவும் பயன்பட்டன.

இந்தக் கதைகள் கற்பனையில் உருவானவை. ஆனால், இவற்றின் மூலம், அந்தக் கால நாகரிகம், பழக்கவழக்கங்கள் ஆகியவற்றை நம்மால் அறிந்து கொள்ளமுடியும். உதாரணத்துக்கு ஓர் கதையைப் பார்க்கலாம்.

பலப் பல ஆண்டுகளுக்கு முன்னால், எகிப்து நாட்டை அமாஸிஸ் என்ற ஃபாரோ மன்னர் ஆண்டு வந்தார். பாரசீக நாட்டு மன்னர்கள் அண்டை நாடுகள் மீது படையெடுத்து அவற்றைக் கைப்பற்றி வந்த காலம்.

பாரசீகர்களிடமிருந்து எகிப்தைப் பாதுகாக்க அமாஸிஸ் ஒரு திட்டம் போட்டார். கிரேக்க நாட்டோடு வாணிபத்தை வளர்த்துக் கொண்டால், அந்த

வியாபாரிகளும், கிரேக்க அரசும் தன் ஆட்சி நீடிக்க உதவுவார்கள் என்பது அவர் திட்டம்.

நூற்றுக்கணக்காக கிரேக்க வியாபாரிகள் எகிப்துக்குள் வந்தார்கள். அவர்கள் வாணிபம் அமோகமாக நடந்தது. அவர்களுள் ஒரு பெரிய வியாபாரி சாராக்ஸஸ். நைல் நதிக் கரையில் கானோப்பஸ் என்ற ஊரில் அவர் கடை இருந்தது. அவர் தங்கை ஸாஃபோ புகழ் பெற்ற கவிதாயினி.

ஒரு நாள், சந்தையில் சாராக்ஸஸ் பெரிய கூட்டம் கூடியிருப்பதைப் பார்த்தார். அங்கே போனார். மிக அழகான பெண் நின்றுகொண்டிருந்தாள். சுண்டினால் ரத்தம் வரும் நிறம். ரோஜாக் கன்னங்கள். இத்தனை அழகான பெண்ணை இதுவரை சாராக்ஸஸ் பார்த்ததேயில்லை.

அவள் கிரேக்க நாட்டுப் பெண். அவளை ஏலம் விட்டுக் கொண்டிருந்தார்கள். அந்தப் பெண் தனக்குத்தான் என்று அவர் முடிவு செய்தார். பெரும் பணக் காரர் சாராக்ஸஸோடு போட்டி போட முடியுமா? மற்றவர்கள் விலகினார்கள். அந்தப் பெண் அவருக்கு சொந்தமானாள்.

அந்தப் பெண்ணைத் தன் மாளிகைக்கு அழைத்து வந்தார். அவள் பெயர் ரோடோப்பிஸ். மிக இனிமையாகப் பழகினாள். சாராக்ஸஸுக்கு அவளை மிகவும் பிடித்தது. அவளுக்குப் பெரிய மாளிகை வாங்கி அங்கே தங்க வைத்தார். வீட்டைச் சுற்றிப் பெரிய பூந்தோட்டம். வீட்டின் பின்புறம் நீச்சல் குளம். ரோடோப்பிஸுக்கு சேவை செய்யப் பல அடிமைப் பெண்கள். அவள் மகிழ்ச்சியாக இருந்தாள். ஆனால், இத்தனை இருந்தும், அவள் மனம் எதற்கோ ஏங்கியது. தன் மனம் எதைக் கேட்கிறது என்று அவளுக்கும் புரியவில்லை.

ஒரு நாள் சாராக்ஸஸோடு போகும்போது, ரோடோப்பிஸ் சந்தையில் சிவப்பு செருப்பைப் பார்த்தாள். அவளுக்கு மிகவும் பிடித்தது. உடனேயே அவர் அதை அவளுக்கு வாங்கிக் கொடுத்தார். ரோடோப்பிஸ் எப்போதும் அதை அணிந்தாள். தூங்கும்போதும் பக்கத்தில் வைத்துக்கொண்டாள்.

ஒரு நாள் நீச்சல் குளத்தில் அடிமைகள் புடை சூழக் குளிக்க வந்தாள். அவளுடைய உடை, நகைகள், சிவப்புச் செருப்புகள் ஆகியவற்றை அடிமைப் பெண்கள் வாங்கி, தங்கள் கைகளில் வைத்துக் கொண்டார்கள். ரோடோப்பிஸ் குளிக்கத் தொடங்கினாள்.

'ஐயோ, ஐயோ...'

அடிமைப் பெண்கள் பயத்தில் அலறினார்கள். என்ன காரணம் என்று ரோடோப்பிஸ்

பார்த்தாள்.

ஒரு பெரிய கழுகு வானத்தில் இருந்து சடாரெனக் கீழே இறங்கி, அவர்கள்மேல் பாய்ந்து கொண்டிருந்தது. அடிமைப் பெண்கள் பயந்து

ஓடினார்கள். அவர்கள் கைகளில் இருந்த துணிகள், நகைகள், செருப்பு, அத்தனையும் கீழே விழுந்து சிதறின.

கழுகு என்ன செய்தது? ரோடோப்பிஸின் இரண்டு சிவப்புச் செருப்புகளில் ஒன்றை மட்டும் கவ்வியது. பறந்து மறைந்தது. ரோடோப்பிஸ் வெளியே வந்தாள். அழுதாள். அவளுடைய அருமைச் செருப்பு தொலைந்துபோய் விட்டதே?

சாராக்ஸஸ் தன் வேலைக்காரர்களைச் சந்தைக்கு அனுப்பினார். அதே போல் சிவப்புச் செருப்புகள் வாங்கி வரச் சொன்னார். அந்த ஊரில் கிடைக்க வில்லை. தேடினார்கள், தேடினார்கள். எகிப்தின் ஒரு ஊரிலும் கிடைக்க வில்லை. பக்கத்து நாடுகள் ஒன்றிலும் கிடைக்கவில்லை. ரோடோப்பிஸ் அழுதுகொண்டேயிருந்தாள். அவளை சாராக்ஸஸால் சமாதானப்படுத்தவே முடியவில்லை.

அந்தக் கழுகு சாதாரணக் கழுகு அல்ல. ஹோரஸ் என்கிற கடவுள். நம் ஊர் கருட பகவான்போல் இவருக்குக் கழுகு முகம். இவருடைய ஒரு கண் சூரியன், இன்னொரு கண் சந்திரன் என்பது ஐதீகம். ஹோரஸ்தான் கழுகு உரு வத்தில் வந்திருந்தார். ஹோரஸ் நேராக அமாஸிஸ் மன்னனின் அரண் மனைக்குப் பறந்தார். அந்தச் சிவப்புச் செருப்பை, மன்னர் மடியில் போட்டார். என்ன நடக்கிறது என அவர் உணருமுன் மாயமாகப் பறந்து மறைந்தார்.

அமோஸிஸ் செருப்பைக் கையில் எடுத்தார், பார்த்தார். செருப்பின் அழகான வேலைப்பாடு அவரைக் கவர்ந்தது.

'இவ்வளவு அழகான செருப்பை அணியும் பெண் நிச்சயமாக உலகப் பேரழகியாகத்தான் இருக்க வேண்டும். அவளை நான் சந்தித்தேயாக வேண்டும்.'

நாடு முழுக்க டமாரம் அடிக்கச் சொன்னார்.

'இதனால் எல்லோருக்கும் தெரிவிப்பது என்னவென்றால், ஹோரஸ் கடவுள் நம் மன்னரிடம் ஒரு செருப்பைக் கொடுத்திருக்கிறார். அது பெண்கள் அணியும் செருப்பு. அந்தச் செருப்பு ஜோடியின் இன்னொரு செருப்பை யார் கொண்டு வருகிறார்களோ,   அவர்களுக்கு ஃபாரோ பெரும் பரிசு கொடுப்பார்.'

பரிசுக்கு ஆசைப்பட்டுப் பல பெண்கள் தங்களுடைய சிவப்புச் செருப்பு களோடு வந்தார்கள். அவர்கள் பித்தலாட்டம் கண்டுபிடிக்கப்பட்டது. துரத் தப்பட்டார்கள். செருப்புச் சொந்தக்காரிக்கான தேடல் தொடர்ந்தது.

சாராக்ஸஸ் அழகான கிரேக்க அடிமையை விலைக்கு வாங்கியிருப்பது அரசரின் உதவியாளர்களுக்குத் தெரிந்தது.

'நாம் தேடும் அழகி இந்தப் பெண்ணாக இருக்கலாமோ?'

அவர்கள் ரோடோப்பிஸ் வீட்டுக்கு வந்தார்கள். பூந்தோட்டத்தில் அழுத வாறு அவள் உட்கார்ந்திருந்தாள். அவள் கையில் ஒரு சிவப்புச் செருப்பு!

மன்னரின் உதவியாளர்களுக்கு மனம் நிறைய மகிழ்ச்சி.

ரோடோப்பிஸ் அருகே போனார்கள்.

'நீ ஏன் அழுது கொண்டிருக்கிறாய்?'

'என் ஒரு செருப்பைக் கழுகு தூக்கிக் கொண்டு போய்விட்டது.'

'அந்த உன் செருப்பு நம் நாட்டு மன்னரிடம்தான் இருக்கிறது. எங்களோடு அரண்மனைக்கு வா. அதை மன்னர் தருவார்.

அவர்களோடு ரோடோப்பஸ் அரண்மனைக்குப் போனாள். செருப்பின் சொந்தக்காரி அவள்தான் என மன்னர் உணர்ந்தார். அவள் அழகில் மயங்கினார்.

'பேரழகியே, நான் உன்னைத் திருமணம் செய்து கொள்கிறேன். நீ தான் இனிமேல் எகிப்து ராணி.'

மன்னர் கட்டளையை ரோடோப்பஸ் ஏற்றாள். மன்னர் சொல்லி, சாராக்ஸஸ் மறுக்க முடியுமா? அவரும் ஒத்துக் கொண்டார்.

ரோடோப்பஸ் எகிப்து ராணியானாள். அவளும், மன்னர் அமாஸஸூம் பல நூறு ஆண்டுகள் ஆனந்தமாக வாழ்ந்தார்கள். (ரோடோப்பஸ் நைல் நதியின் ராணியாக,தெய்வமாகக் கருதப்படுகிறார்.)

இந்தக் கதை சொல்லும் சேதிகள் என்ன?

★ பாரசீகம் தம் மீது படை எடுக்கும் அபாயத்தை எகிப்து அரசர்கள் உணர்ந்திருந்தார்கள். அதற்கான பாதுகாப்பு நடவடிக்கைகளை எடுத்தார்கள்.

★ எகிப்துக்கும் கிரேக்கத்துக்கும் நடுவே வலுவான வாணிபத் தொடர்புகள் இருந்தன.

★ எகிப்து கிரேக்கத்தை விடப் பொருளாதாரத்தில் முன்னேறி இருந்தது. இதனால் கிரேக்க ஆண்களும் பெண்களும் வேலைகளுக் காக எகிப்து வந்தார்கள்.

★ அடிமைகளை வேலைக்கு வைப்பதும், அவர்களை விற்பதும், வாங்குவதும் நடைமுறையில் இருந்த பழக்கங்கள்.

★ எகிப்து நாட்டு வீடுகள் பெரியவையாக, பூந்தோட்டம், நீச்சல் குளம், ஆகிய வசதிகளோடு இருந்தன.

★ அரசர் சொல்லை யாரும் தட்டுவதில்லை.

★ எகிப்தியருக்குக் கடவுள் நம்பிக்கை அதிகம்.

இத்தனை சின்னக் கதைக்குள் இத்தனை வரலாற்றுச் சேதிகளா?

மொழி, இலக்கியம் ஆகிய நுண்கலைகளில் முன்னணியில் நின்ற எகிப்து, கட்டடக் கலையில் உச்சங்கள் தொட்டதைப் பார்த்தோம். அறிவியலின் பல துறைகளிலும் எகிப்தியர்கள் கொடி கட்டிப் பறந்தார்கள்.

கண்டுபிடிப்புகள்

காகிதம்

கி. பி. கே லுன் என்னும் சீன அறிஞர் சணல், துணி, மீன் பிடிக்கும் வலைகள் ஆகியவற்றைச் சேர்த்துக் கூழாக்கி, அவற்றால் மெல்லிய பாளங்களை உருவாக்கினார். இதுதான் காகிதத்தின் தொடக்கம் என்று பார்த்தோம்.

எகிப்தின் ரசிகர்கள் சொல்லும் வரலாற்றுச் செய்தி வித்தியாசமானது. Papyrus என்னும் நாணல் நைல் நதிக் கரைகளில் வளர்கிறது. இதற்குக் காகிதத் தாவரம் என்னும் காரணப் பெயரும் உண்டு. எகிப்தியர்கள் இந்த நாணலால் காகிதம் தயாரித்தார்கள். பேப்பர் என்னும் ஆங்கிலப் பெயரே, பேப்பிரஸ் என்னும் எகிப்திய வார்த்தையிலிருந்து வந்ததுதான். ஆகவே, காகிதம் கண்டுபிடித்தவர்கள் எகிப்தியரே என்பது இவர்களுடைய ஆணித்தரமான வாதம்.

கடிகாரங்கள்

கடிகாரத்தைப் பயன்படுத்தியவர்களில் எகிப்தியர்கள் முன்னோடிகள். ஆரம்ப நாட்களில், சூரிய நிழலை அடிப்படையாகக் கொண்ட சூரியக் கடிகாரங்களைப் பயன்படுத்தினார்கள். நான்கு முகத்தூண் இருக்கும். இதன் நிழலை வைத்து, காலை, பகல், மாலை ஆகிய வேளைகளைக் கணக் கிட்டார்கள்.

அடுத்த கட்டமாக நீர்க் கடிகாரங்கள் பயன்படுத்தப்பட்டன. கி.மு. 1400 வாக்கில் இவை புழக்கத்தில் இருந்தன. தலைகீழ்க் கூம்பு வடிவத்தில் கல்லால் செய்யப்பட்ட பாத்திரம் இருக்கும், இதன் அடிப்பாக ஓட்டை வழியாக, தண்ணீர் வெளியேறும். பாத்திரத்தில் 12 அளவுகள் குறிப்பிடப் பட்டிருக்கும். பாத்திரத்தில் தண்ணீரின் அளவை வைத்து எகிப்தியர்கள் நேரத்தைக் கணக்கிட்டார்கள்.

நேரம் அளக்கத் தெரிந்துவிட்டது. அடுத்தது என்ன? நாள்காட்டிகள் என்னும் காலெண்டர்களும் எகிப்தியரால் கண்டுபிடிக்கப்பட்டன.

மருத்துவம்

அந்தப் பிராந்தியத்தில் சிறந்த டாக்டர்கள் எகிப்தில்தான் இருந்தார்கள். பக்கத்து நாட்டு நோயாளிகள் சிகிச்சை பெற எகிப்து வருவது வழக்கம். இந்த டாக்டர்கள், நோயாளிகளின் உடலை நன்றாகச் சோதித்த பின், எந்தச் சிகிச்சை அவருக்குச் சரியாகும் என்று சிந்தித்து முடிவெடுத்தார்கள். மூலிகை மருந்துகள், தாயத்துகள் போகப் பிரார்த்தனைகளும் செய்யப்பட்டன.

எகிப்து மருத்துவர்கள் அறுவை சிகிச்சையிலும் நிபுணர்கள். அவர்கள் காயங்களுக்குத் தையல் போட்டார்கள். எலும்புகள் முறிந்தால் கட்டுகள் போட்டார்கள். ஏன், சில சமயங்களில் உறுப்புகளைத் துண்டிக்கும் அறுவை வைத்தியம்கூட செய்திருக்கிறார்கள்.

அறுவை சிகிச்சைக்கு அவர்கள் பயன்படுத்திய வகை வகையான கருவிகள் நம்மைப் பிரமிக்க வைக்கின்றன.

காயங்கள் குணமாக, அவற்றின் மேல் மாமிசம், தேன் ஆகியவற்றை வைத்து அதன்மேல் பாண்டேஜ் கட்டினார்கள். தேன் நல்ல கிருமிநாசினியாம். காயம் அழுகாமல் இருக்க, பரவாமல் இருக்க, தேன் உதவியது. காயங்களால் ஏற்படும் வலியைக் குறைக்க அபின் என்ற போதை மருந்து பயன்பட்டது. வெங்காயம், பூண்டு ஆகியவற்றை உணவில் சேர்த்தால், ஆரோக்கியம் பெருகும், ஆஸ்த்மா போன்ற நோய்கள் அண்டாது என்பது அவர்கள் கண்டறிந்த உண்மை.

மம்மிகள்

எகிப்தியரின் மருத்துவத் துறை முன்னேற்றத்துக்கு மம்மிகள் அற்புதமான உதாரணங்கள். மம்மி என்றால் புதைப்பதற்காகப் பாதுகாக்கப்பட்ட உடல். உள் உறுப்புகளை எடுத்தல், உப்புத் தொட்டிக்குள் அமிழ்த்தி வைத்தல், மெழுகுகொண்டு பதனிடுதல், பின் லினன் துணிகளால் பாண்டேஜ்போல் சுற்றுதல் ஆகிய முறைகளைப் பயன்படுத்தினார்கள். Mumo என்றால் மெழுகு. அதனால்தான் இந்த மேக்கப் போட்ட உடலுக்கு மம்மி என்று பெயர். மம்மி செய்ய உடற்கூறு, அறுவை சிகிச்சை, மருத்துவம் ஆகிய துறைகளின் அறிவு தேவை. எகிப்தியர்கள் அறிந்திருந்தார்கள்.

இறந்த பின்னும், கடவுள் அவதாரங்களான மன்னர்கள் உயிர் வாழ்வார்கள் என்ற நம்பிக்கையில், மம்மி வடிவத்தில் அவர்கள் உடல் கெடாதவாறு பாது காத்து, அவற்றின் மேல் பிரம்மாண்ட பிரமிட்கள் கட்டினார்கள். விஐபிக்கள், முக்கியமாக, ராஜா ராணிகளின் மன்னர்களின் உடல்களை 'மம்மி'யாக்குவது முக்கிய எகிப்திய வழக்கம். இது சாதாரண வேலையல்ல. உடற்கூறு, அறுவை சிகிச்சை, மருத்துவம் ஆகிய துறைகளை அறிந்த நிபுணர்கள் இதற்குத் தேவை. ஏன் தெரியுமா?

107

இறந்தவர் உடலின் வயிற்றுப் பாகத்தில் துளை போடுவார்கள். நுரையீரல், குடல் ஆகிய அங்கங்களை லாகவமாக வெளியே எடுப்பார்கள். மருத்துவப் பச்சிலைகளை வயிற்றுக்குள் நிரப்பித் துளை போட்ட இடத்தைத் தைத்து மூடுவார்கள். உடல் கெடாமல், அழுகாமல் இருக்க இந்த மூலிகைகள் உதவும். இதயம்? அது அப்படியே விடப்படும்.

மூளை? மூக்கு வழியாக மூளை உறிஞ்சி எடுக்கப்படும். சில சமயங்களில் கண்கள் அகற்றப்பட்டு செயற்கைக் கண்கள் பொருத்தப்படும். அடுத்ததாக, உடலை உப்புத் தொட்டிக்குள் நாற்பது நாட்களுக்கு வைப்பார்கள். உடலில் உள்ள திரவங்களை வெளியேற்றும் வழி இது. உடல் அழுகுவது உடலின் உள்ளே உள்ள திரவங்களால். உப்பு இந்தத் திரவங்களை உறிஞ்சுவதால், உடல் அழுகுவது தடுக்கப்பட்டு விடுகிறது.

இத்தோடு வேலை முடிந்ததா? இல்லை. உடலை வெளியே எடுத்து அதன்மீது மெழுகு பூசுவார்கள். இதன்மேல் லினன் துணிகளால் பாண்டேஜ் போல் சுற்றுவார்கள். மம்மி, ராஜாவா, ராணியா, குட்டி மன்னரா, மந்திரியா, தளபதியா என்கிற சமூகத் தகுதியின் அடிப்படையில் தங்க, வைர வைடூரிய நகை அலங்காரங்கள் அணிவிப்பார்கள். இப்போது மம்மி தயார். சுமார் 3000 ஆண்டுகள் தாண்டியும், பல் மம்மிகள் இன்று கிடைத்துள்ளன. எகிப்து நாட்டு மம்மி செய்யும் முறை காலத்தை வெல்லும் மருத்துவ முறைதான்!

கணித அறிவு

கூட்டல், கழித்தல், பெருக்கல், வகுத்தல் ஆகிய அத்தனையும் அவர்களுக்கு அத்துப்படி. முக்கோணங்கள், சதுரங்கள், செவ்வகங்கள், பெட்டிகள், பிரமிட்கள், வட்டங்கள், ஆகியவற்றின் பரப்பளவு, கொள்ளளவு கண்டு பிடிக்கும் சூத்திரங்களையும் அவர்கள் தெரிந்து வைத்திருந்தார்கள். பிரமிட் கட்டுவதில் பல கணித சூத்திரங்கள் பயன்பட்டதாக ஆதாரங்கள் கூறுகின்றன.

நாகரிக வீழ்ச்சி

இப்படிப் பாரம்பரியப் பெருமை கொண்ட எகிப்தின் நாகரிகம் முற்றுபெற்று விட்டது. கி.மு. 1279 முதல் கி.மு. 1213 வரை ஆண்ட இரண்டாம் ராம்சேஸ் மன்னரின் ஆட்சி எகிப்தியப் பொற்காலம். அவர் தொட்டதெல்லாம் துலங்கியது. இயற்கையின் கருணையில் விளைச்சல் செழித்தது, உள்நாட்டு, வெளிநாட்டு வியாபாரங்கள் அமோகமாக நடந்தன. மக்கள் சொர்க்கபோக வாழ்க்கை நடத்தினார்கள்.

எகிப்தின் வளம் அண்டைய நாடுகளின் பொறாமையைத் தூண்டியது. அடிக்கடி அவர்கள் எல்லை மீறி எகிப்துக்குள் நுழைந்தார்கள். இரண்டாம் ராம்சேஸ் மறைவுக்குப் பின்னர் இந்த ஊடுருவல்கள் அதிகரித்தன. குறிப்பாக, இன்றைய வட ஈராக்கில் அசிரியா என்னும் பேரரசு இருந்தது. அசிரியர்கள் எகிப்துமீது தொடர்ந்து படையெடுத்தார்கள். மெள்ள, மெள்ள, ஒவ்வொரு பகுதியாகக் கைவசம் கொண்டுவந்தார்கள். கி.மு. 667 -இல்

எகிப்து அசிரியர் ஆட்சியின்கீழ் வந்தது. ஆனால், அவர்களால், எகிப்தைக் கட்டியாள முடியவில்லை. கி.மு. 525 - இல் எகிப்தியக் குறுநில மன்னர் களிடம் நாட்டை விட்டுவிட்டு வெளியேறினார்கள். நாடு சிதறுண்டது. காலம் காலமாகக் கட்டிக் காத்த நாகரிகம் சிதிலத்தில்! வெற்றிடத்தில் பாரசீகம் புகுந்தது. எகிப்தில் பாரசீக ஆட்சி ஆரம்பம்.

சுமார் 200 ஆண்டுகள் ஓடின. கி.மு. 325. எகிப்திய மக்களுக்குப் பாரசீக மன்னர்கள்மேல் அளவுகடந்த வெறுப்பு. தங்களைக் காப்பாற்ற ஒரு தேவதூ தனை எதிர்பார்த்தார்கள். அவர்களின் நம்பிக்கை நட்சத்திரமாக, எகிப்துமீது படையெடுத்து வந்தார் மாவீரன் அலெக்சாண்டர். மக்கள் அவரை வரவேற்றார்கள். அதிகம் ரத்தம் சிந்தாமலே, எகிப்து அலெக்சாண்டருக்கு மண்டியிட்டது. எகிப்து கிரேக்க நாட்டின் ஒரு பகுதியானது. எகிப்திய நாகரிகம் முடிவுற்றது.

இப்போது உங்கள் எல்லோர் மனங்களிலும் ஒரு கேள்வி வரும். நம்மில் ஏராளமானவர்களுக்குப் பேரழகி கிளியோபாட்ரா எகிப்தின் முக்கிய அடையாளம். கிளியோபாட்ராவைப் பற்றி ஏன் குறிப்பிடவேயில்லை? கிளியோபாட்ரா இல்லாத எகிப்திய நாகரிகமா, வரலாறா?

சில அதிர்ச்சியான உண்மைகள்

கிளியோபாட்ரா எகிப்தியரே அல்ல! அவர் உடலில் ஓடியது கிரேக்க ரத்தம். அலெக்சாண்டரின் மெய்க்காப்பாளர்களாக ஏழு வீரர்கள் இருந்தார்கள். அவர்களில் ஒருவர் முதல் தாலமி. அலெக்சாண்டர் கிரேக்கம் திரும்பும் போது, எகிப்தின் ஆட்சியைத் தாலமியிடம் ஒப்படைத்தார். அலெக்சாண்டர் அகால மரணமடைந்ததால், தாலமி மன்னரானார். அவர் வம்சம் எகிப்தை ஆண்டனர். இந்த வம்சாவளியில் வந்த கிளியோபாட்ரா கிரேக்கப் பெண்.

கிளியோபாட்ரா வாழ்ந்த காலம் கி.மு. 69 முதல் கி.மு. 30 வரை. அதாவது, அவர் பிறப்பதற்கு 263 ஆண்டுகளுக்கு முன்பாகவே எகிப்திய நாகரிகம் 'மம்மி'யாகிவிட்டது.

சிந்து சமவெளி நாகரிகம்

சுமேரியன், சீனா, எகிப்து நாகரிகங்களைப் பார்த்துப் பிரமித்துவிட்டோம். ஆனால், சொர்க்கமே என்றாலும், நம்ம ஊரைப் போல் ஆகுமா? இப்போது வருவது சிந்து சமவெளி நாகரிகம்.

ஆரம்பம்

1856. ஜான் பிரன்ட்டன் (John Brunton), வில்லியம் பிரன்ட்டன் (William Brunton) ஆகிய இருவரும் சகோதரர்கள். இங்கிலாந்து நாட்டைச் சேர்ந்தவர்கள். பொறியியல் வல்லுநர்கள். கிழக்கு இந்தியக் கம்பெனி (இப்போது பாகிஸ்தானில் இருக்கும்) கராச்சிக்கும், முல்த்தான் என்னும் நகரத்துக்கு மிடையே ரயில் பாதை போடும் பணியில் ஈடுபட்டிருந்தது. அதை மேற் பார்வை செய்வதற்காகச் சகோதரர்களை இந்தியாவுக்கு அழைத்திருந்தது.

கட்டுமான வேலைக்குச் செங்கற்கள் தேவைப்பட்டன. அந்தச் செலவைக் கட்டுப்படுத்த விரும்பிய சகோதரர்கள், அருகில் இருந்த பிரமனாபாத் என்னும் ஊரில் பழைய காலச் செங்கற்கள் இருப்பதை அறிந்தார்கள். அவற்றைக் கொண்டுவந்தார்கள், பயன்படுத்தினார்கள். அடுத்து, ஹரப்பா* என்ற ஊரிலும் பழங்காலச் செங்கற்கள் கிடைத்தன. அவையும் ரயில் பாதை அமைக்கப் பயன்பட்டன. பிரன்ட்டன் சகோதரர்களுக்குத் தெரியாது - அவர்கள் பயன்படுத்தியவை வெறும் செங்கற்கள் அல்ல, மறைந்துவிட்ட ஒரு மாபெரும் நாகரிகத்தின் நினைவுச் சின்னங்கள் என்று. தாங்கள் அறியாமலே, சில புராதனப் பெருமைகளை அவர்கள் அழித்துவிட்டார்கள்.

1921. ராக்கல் தாஸ் பானர்ஜி (Rakhal Das Banerjee) என்னும் ஆராய்ச்சியாளர் இந்தியத் தொல்பொருள் ஆய்வு நிறுவனத்தில் ஆராய்ச்சியாளராக இருந்தார். சிந்து நதிக்கரையில் இருந்த மொஹஞ்சதாரோ நகரத்தில், கி.பி. இரண்டாம் நூற்றாண்டைச் சேர்ந்த பௌத்த மத ஸ்தூபி பற்றி அகழ்வாராய்ச்சி செய்து

(* பாகிஸ்தானின் மேற்கு பஞ்சாப் மாநிலத்தில் சாஹிவால் மாவட்டத்தில் ஹரப்பா இருக்கிறது. இங்கிருந்து 640 கிலோமீட்டர் தூரத்தில் சிந்து மாநிலத்தின் லர்க்கானா மாவட்டத்தில் மொஹஞ்சதாரோ உள்ளது.)

கொண்டிருந்தார். ஸ்தூபியைச் சுற்றியிருந்த இடங்களில் தொழிலாளிகள் நிலத்தைத் தோண்டிக்கொண்டிருந்தார்கள். அப்போது மண்ணுக்குள் புதைந்துகிடந்த படிக்கட்டுகளைப் பார்த்துத் திகைத்தார்கள். பானர்ஜியை அழைத்தார்கள். அவர் இன்னும் தோண்டச் சொன்னார். தோண்டத் தோண்ட, படிக்கட்டுகள் நீண்டுகொண்டே போயின.

படிக்கட்டுகளுக்கு அப்பால், சுவர்கள் - அத்தனையும் சுட்ட செங்கற்களால் கட்டப்பட்டவை; பல்லாயிரம் ஆண்டுகளுக்கு முந்தியவை; ஒரு மாபெரும் நாகரிகம் அங்கே நிலவியிருக்கிறது என்பதை நிரூபிப்பவை. மொஹஞ் சதாரோ என்றால், சிந்தி மொழியில் 'இறந்தவர்கள் மேடு' என்று அர்த்தம். காரணமாகத்தான் இந்தப் பெயர் வந்தது என்பது பானர்ஜிக்குத் தெரிந்தது.

மொஹஞ்சதாரோ ஆதாரங்கள்

அகழ்வாராய்ச்சியைப் புதிய உத்வேகத்தோடு தொடர்ந்தார் பானர்ஜி. தோண்டத் தோண்ட, சரித்திரச் சுவடுகள் குவிந்தன. தன் மேலதிகாரி சர் ஜான் மார்ஷலிடம் பானர்ஜி விவரங்களைத் தெரிவித்தார். இதே நேரத்தில் சிந்து நதிக்கரையில் இருந்த ஹரப்பாவிலும் இதேபோன்ற இடிபாடுகள் இருப்பது கண்டுபிடிக்கப்பட்டது. இரண்டு இடங்களிலும் கண்டுபிடிக்கப்பட்ட மண் சாமான்கள், கட்டடங்களின் சிதிலங்கள் ஆகியவற்றில் ஒற்றுமை இருப்பதை மார்ஷல் உணர்ந்தார்.

மொஹஞ்சதாரோவுக்கும் ஹரப்பாவுக்கும் தொடர்பு இருக்கிறது என்பது அவருக்குப் புரிந்தது. தொடர்ந்துவந்த நாள்கள் பானர்ஜியின் கண்டுபிடிப்புகள் எத்தனை சரித்திர முக்கியத்துவம் வாய்ந்தவை என்பதை நிரூபித்தன.

பானர்ஜிக்கும், மார்ஷலுக்கும் முன்னதாகவே, பல ஆராய்ச்சியாளர்கள் மொஹஞ்சதாரோ, ஹரப்பா பகுதிகளில் ஆர்வம் காட்டியிருக்கிறார்கள். 1826ல் சார்ல்ஸ் மேஸன் என்னும் பிரிட்டிஷ் ராணுவ அதிகாரி, 'மொஹஞ் சதாரோ பகுதியில், பூமிக்கடியில் செங்கற்களால் கட்டப்பட்ட கோட்டைகள் இருப்பதாகத் தெரிகிறது' என்று குறிப்பு எழுதினார். அவர் அகழ்வியல் ஆராய்ச்சியாளரல்ல. எனவே, அவர் கருத்து அதிகக் கவனத்தை ஈர்க்கவில்லை.

அதுவரை, கங்கை சமவெளியில்தான் நாகரிகம் உருவாகி வளர்ந்ததாக நம்பப்பட்டு வந்தது. பானர்ஜியின் அறிக்கைகளின் அடிப்படையில், இந்த நம்பிக்கை தவறு, இந்திய நாகரிகத் தொட்டில் சிந்து சமவெளிதான் என்று நிரூபிக்கும் மாபெரும் வாய்ப்புக் கதவுகளைப் பானர்ஜியின் கண்டு பிடிப்புகள் திறப்பதை மார்ஷல் உணர்ந்தார். இரண்டு பகுதிகளிலும், விரிவான அகழ்வாராய்ச்சிக்கு ஏற்பாடுகள் செய்தார்.

தொடங்கின முயற்சிகள். உலகின் பல்வேறு பகுதிகளிலும் இருந்து தொல்லியல் ஆராய்ச்சியாளர்கள் இந்தியாவின் வடமேற்குப் பகுதிக்கு வந்து குவிந்தனர். அவர்களது ஆராய்ச்சியில் இன்னும் பல ஊர்கள் தோண்டி

யெடுக்கப்பட்டன. ஏறக்குறைய ஆறாயிரம் ஆண்டுகளுக்கு முன்பு தோன்றி கி.மு. 2500- 1700-ல் செழிப்பின் உச்சத்தில் இருந்த சிந்து சமவெளி நாகரிகம்வெளிச்சத்துக்கு வந்தது.

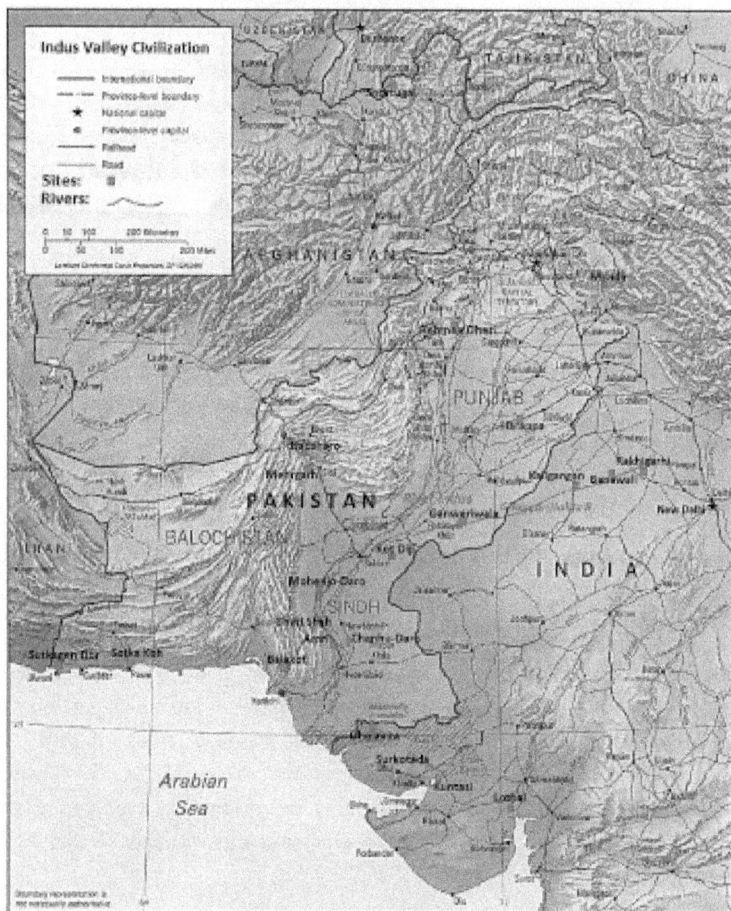

நிலப்பரப்பு

சிந்து சமவெளி நாகரிகம் பிரம்மாண்டமான பதின்மூன்று லட்சம் சதுர கிலோமீட்டர் பரப்பளவு கொண்டது. இந்தியா, பாகிஸ்தான் ஆகிய இரு நாடுகளின் பஞ்சாப் மாநிலங்கள், இந்தியாவின் குஜராத், ராஜஸ்தான், உத்தரப் பிரதேசம், காஷ்மீர் ஆகிய மாநிலங்களின் பல பகுதிகளைத் தன்னுள் அடக்கி, பாகிஸ்தான் தாண்டி பலூச்சிஸ்தான், ஆப்கானிஸ்தான் வரையும் வியாபித்திருந்தது. சுமார் இரண்டரை லட்சம் மக்கள் வாழ்ந்திருக்கலாம் என்று ஆய்வாளர்கள் கணக்கிடுகிறார்கள்.

ஆதாரங்கள்

மொஹஞ்சதாரோ, ஹரப்பா ஆகிய இடங்களில் கிடைத்த பல்வேறு அகழ் வாராய்ச்சி ஆதாரங்கள் அனைத்துக்கும் ஒரு பொதுத்தன்மை இருக்கிறது. இவை அத்தனையும் ஒரே நாகரிகத்தின் சின்னங்கள்தாம் என்பதை இந்தப் பொதுத்தன்மை நிரூபிக்கிறது. களிமண்சாமான்களை உருவாக்குதல், செங்கல் தயாரித்துக் கட்டடங்கள் கட்டுதல், நகர நிர்வாகம், குடியிருப்பு அமைப்புகள் போன்ற துறைகளில் அன்றைய சிந்து சமவெளியினர் தேர்ச்சி பெற்றிருந் தார்கள் என்பதை இந்த ஆதாரங்கள் சந்தேகமே இல்லாமல் நிரூபிக்கின்றன.

விவசாயம்

சிந்து சமவெளிப் பகுதி பல நகரங்களும், ஏராளமான கிராமங்களும் கொண்டது. மொத்த உணவுப் பொருள்களும் கிராம விவசாயிகள் தயாரித் தார்கள். விரிந்து பரந்த நிலங்களில் விவசாயம் செய்தார்கள். மாடுகளால் இழுக்கப்பட்ட ஏர்களை நிலம் உழுவதற்குப் பயன்படுத்தினார்கள். பல கலப்பை பொம்மைகள் அகழ்வாராய்ச்சிகளில் கிடைத்துள்ளன. தங்கள் வாழ்வின் ஆதார சுருதியாக, அவர்கள் கலப்பைகளை மதித்ததால், இதன் அடையாளமாகத் தங்கள் குழந்தைகளுக்கு அவற்றை பொம்மைகளாகக் கொடுத்திருக்கலாம்.

மழைக் காலங்களில் சிந்து நதியில் வெள்ளம் பெருகி ஓடும். வெள்ளம் வடியும்போது, நிலங்களைச் செழுமையாக்கும். அப்போது சிந்து சமவெளிச் சகோதரர்கள் விதை விதைப்பார்கள், விவசாயம் தொடங்குவார்கள். நதியிலிருந்து கால்வாய்கள் வெட்டி, விவசாயத்துக்குப் பயன்படுத் தினார்கள். கிணற்று நீரும் பயன்படுத்தப்பட்டது. கோடை காலங்கள், குளிர் காலங்கள் என்னும் இரு பருவ விவசாயம் நடத்தினார்கள். கோடை காலங்களில் திணை, எள், பருத்தி ஆகியவை பயிரிட்டார்கள். கோதுமை, பார்லி, ஆளி விதை, கடுகு, பட்டாணி ஆகியவை குளிர்காலப் பயிர்கள். சணல் இரண்டு பருவங்களிலும் வளர்க்கப்பட்டது. நெல் விவசாயம் நடந்ததா என்று தெரியவில்லை.

உலகத்திலேயே, சிந்து சமவெளியில்தான் பருத்தி முதன் முதலாகப் பயிரிடப்பட்டது. பருத்திக்குக் கிரேக்க மொழியில் சிந்தோன் என்று பெயர். சிந்து சமவெளியிலிருந்து, கிரேக்கத்துக்குப் பருத்தி ஏற்றுமதி ஆகியிருக்க வேண்டும் என்பதற்கு இது சான்று என்பது வரலாற்றாளர்களின் யூகம்.

அறுவடைக்காக, அரிவாள் போன்ற கருவிகள் பயன்படுத்தினார்கள். இவை பெரும்பாலும் கற்களாலும் வெண்கலத்தாலும் செய்யப்பட்டிருந்தன. உபரி தானியங்களைப் பாதுகாத்துவைக்கும் களஞ்சியங்களும் இருந்தன.

வீட்டு மிருகங்கள்

அகழ்வாராய்ச்சிகளில், ஏராளமான காளை மாடுகளின் எலும்புகள் கிடைத் துள்ளன. அன்றைய கால முத்திரைகளிலும், ஓவியங்களிலும் காளை

மாடுகளின் உருவம் முக்கிய இடம் பெறுகிறது. ஏர் பூட்டி உழுவதற்கும், தானியப் போக்குவரத்துக்கும் பயன்பட்டு, அவர்கள் வாழ்வில் காளை மாடுகள் முக்கிய இடம் வகித்ததற்கு இவை முக்கிய அடையாளங்கள்.

பிற்காலத்தில் பசு வளர்ப்பு தொடங்கியது. பால் அன்றாட வாழ்க்கை உணவானது. ஆடுகள், யானைகள், ஒட்டகங்கள், கழுதைகள், நாய்கள், பூனைகள் ஆகியவை வளர்க்கப்பட்டன. ஆட்டு இறைச்சி உணவானது. அதன் ரோமம் குளிர்கால உடைகளின் மூலப் பொருளானது. வீட்டுக் காவலுக்கு நாய்கள். தானியங்களைச் சூறையாடும் எலிகளை அழிக்கப் பூனைகள். யானைகள், ஒட்டகங்கள், கழுதைகள் போன்றவற்றை எப்படிப் பயன்படுத்தினார்கள் என்று தெரியவில்லை.

உணவு

கோதுமை, பார்லி, திணை, பால், மாட்டு இறைச்சி, ஆட்டு இறைச்சி, மீன் ஆகியவை முக்கிய உணவுகள். விவசாயத்தோடு, வேட்டையாடுதல், மீன் பிடித்தல் ஆகியவையும் முக்கியத் தொழில்களாக இருந்தன. எருமையை ஒரு மனிதன் வேட்டையாடும் முத்திரைச் சின்னங்கள் கிடைத்துள்ளன. இன்னும் பல முத்திரைகளில் மீன், படகுகள், வலை ஆகிய உருவங்கள் பதிக்கப்பட்டுள்ளன.

உடைகள்

பருத்தி உற்பத்தியில் சிந்து சமவெளி முன்னோடியாக இருந்தபோதும், உயர் மட்டத்தினர் மட்டுமே பருத்தி ஆடைகள் அணிந்தனர். எளிய மக்கள் சணல், கம்பளி ஆடைகளைப் பயன்படுத்தினார்கள்.

நகரங்கள், வீடுகள்

சிந்து சமவெளி கால நகரங்கள் அற்புதமாகத் திட்டமிடப்பட்டு அமைக்கப்
பட்டிருந்தன. ஒவ்வொரு நகரத்திலும் இரண்டு பகுதிகள்: ஒரு பகுதி தரை
மட்டத்தில், இன்னொரு பகுதி செயற்கையாக உருவாக்கப்பட்ட குன்றின்
மேல். இரு பகுதிகளையும் கோட்டைகள் பிரித்தன. உயரத்தில் இருந்த பகுதி
அக்ரோப்போலிஸ் என்று அழைக்கப்பட்டது. இங்கே, பொதுமக்கள் கூடும்
அரங்கங்கள், கோயில்கள், நெற்களஞ்சியங்கள் இருக்கும். மொஹெஞ்
சதாரோ நகரத்தில் பொதுக் குளியலறை இருந்தது.

தரைமட்டப் பகுதிதான் மக்கள் வசிக்கும் இடம். இங்கே சாலைகள் 30
மீட்டர் அடி அகலம் கொண்டவை. எல்லாச் சாலைகளும் செங்குத்தாகச்
சந்தித்தன. இதனால், சாலைகளுக்கு நடுவே இருந்த பகுதிகள் செவ்வக
வடிவம் கொண்டவை. இந்தப் பகுதிகளில் வீடுகள் கட்டப்பட்டன. கட்டு
மானத்துக்கு உலையில் சுடப்பட்ட செங்கற்களைப் பயன்படுத்தினார்கள்.
இவை 1:2:4 என்னும் விகிதத்தில் உயரம், அகலம், நீளம் என சமச்சீரானவை.
ஒரு சில வீடுகள் மிகப் பெரியவை. மாடி வீடுகளும் இருந்தன. பெரிய
வீடுகளில் விசாலமான முற்றம் இருந்தது.

பண்டைய நாகரிகங்களில் சிந்து சமவெளியில்தான் மிகச் சிறந்த சுகாதார
வசதிகள் இருந்தன. எல்லா வீடுகளிலும், குடிநீர் வசதிகளும், குளியல் அறை
களும், கழிப்பறைகளும் இருந்தன. ஆச்சரியமான விஷயம் என்ன தெரியுமா?
நகரங்களில் கழிவுநீர் வடிகால் அமைப்பு இருந்தது. எல்லா வீதிகளிலும் மூடிய
சாக்கடைகள் இருந்தன. வீடுகளின் அசுத்த நீர் இவற்றில் சென்று சேரக்
குழாய்கள் பொருத்தப்பட்டிருந்தன. 5000 வருடங்களுக்கு முன்னால்,
இத்தனை கச்சிதமாகத் திட்டமிடப்பட்ட நகரங்களும், வீடுகளுமா?

நெற்களஞ்சியங்கள் பிரம்மாண்டமானவை - 150 அடி நீளம், 75 அடி அகலம்,
15 அடி உயரம். அதாவது, 1,68.750 அடி கொள்ளளவு. இவற்றுள் 3 வரிசைகள்,
27 சேமிப்புக் கிடங்குகள்! சிந்து சமவெளியின் விவசாயச் செழிப்புக்கு
வேறென்ன ஆதாரம் வேண்டும்?

இன்னொரு முக்கிய அம்சம், பொதுக் குளிப்பிடங்கள். வட்டச் சுவர்
கொண்ட உயரமான கிணறுகள், படிக்கட்டுகளுடன் நீள்சதுரப் பொதுக்

குளியல் துறைகள், அதைச்சுற்றிலும் சிறிய குளியல் அறைகள். இவற்றுள் பிரம்மாண்டம், மொஹெஞ்சதாரோவில் இருந்த பெரும் குளியலறை (கிரேட் பாத்) 179 அடி நீளமும், 107 அடி அகலமும் கொண்ட பகுதி இது. மையத்தில் 39 அடி நீளம், 23 அடி அகலம், 8 அடி ஆழம் கொண்ட நீச்சல் குளம். அடியில் தண்ணீர் தேங்கி நிற்பதற்காகச் செங்கற்கள் நெருக்கமாகப் பதிக்கப்பட்டிருந்தன. குளத்தின் உள்ளே ஏறி, இறங்க வசதியாக இரண்டு பக்கங்களிலும் படிக்கட்டுகள் இருந்தன.

குளத்தைச் சுற்றி ஆடைகள் மாற்றுவதற்கான அறைகள் இருந்தன. அவற்றில் கிணறுகள் இருந்தன. கிணறுகளுக்குள் தண்ணீர் இறைத்துக் குளத்துக்குள் பாய்ச்சலாம். குளத்தின் அழுக்கு நீரை வெளியேற்ற வடிகால் குழாய்கள் இருந்தன.

நகரங்களில் இருந்த கட்டடங்கள் வியக்க வைப்பவை. சுட்ட செங்கற்களால் அமைக்கப்பட்ட இவற்றில், சிமெண்ட் போன்ற சுண்ணாம்பும், செம் மண்ணும் சேர்ந்த ஒரு கலவையைப் பயன்படுத்தினார்கள். அருகருகே இரண்டு செங்கற்களை வைத்து, அவற்றின் நடுவே இன்னொரு செங் கல்லைப் பொருத்தி, கலவையைப் பூசினார்கள். உறுதியான கட்டடங்களை உருவாக்கும் இந்தப் பொறியியல் அறிவு நம்மை வியக்கவைக்கிறது.

நகரங்களுக்கு வெளியே, விசாலமான கோட்டைகள் இருந்தன. அவற்றுக் குள்ளும் வீடுகள் - சில மிகப் பெரியவை, பல சிறியவை. வெள்ளம், எதிரிகள் தாக்குதல் ஆகியவை நடந்தால், தங்களைப் பாதுகாத்துக்கொள்ள, ஆட்சிபீடத்தில் இருந்தவர்கள் இந்தக் கோட்டைவீடுகளைப் பயன்படுத் தியிருக்கலாம்.

ஆட்சி முறை

இத்தனை வரைமுறைகளோடும், ஒழுங்காகவும் நகரங்களும், கிராமங்களும் இருந்தமையால், நிச்சயமாகக் கட்டுக்கோப்பான ஒரு தலைமை ஆட்சி செய் திருக்கவேண்டும். அகழ்வில் கிடைத்திருக்கும் முத்திரைகளும் இதை நிரூபிக்கின்றன. வணிகர்களின் விற்பனைப் பொருள்களை மேற்பார் வையிடவும், அரசுக்கான வரிப்பணம் வசூலிக்கப்பட்டுவிட்டதா என்பதை மேற்பார்வை செய்யவும், இந்த முத்திரைகள் அடையாளங்களாக உதவியிருக்கலாம். ஆனால், இவற்றுள் பல முடிவுகளின் அடிப்படை ஆதாரங்கள், பல அனுமானங்கள். விடை இல்லாத பல வினாக்கள் உண்டு:

★ பரந்து விரிந்து கிடந்த சிந்து சமவெளி வட்டாரம் ஒரே பேரரசின் கீழ் இருந்ததா, எனில் பேரரசர் யார்?

★ ஒரே குடும்பம் தொடர்ந்து ஆண்டதா?

★ தலைநகரம் எது?

★ ஒரே மன்னர் ஆண்ட ஆட்சியா அல்லது ஏராளம் குறுநில மன்னர்களோடு பேரரசர் பகிர்ந்துகொண்ட கூட்டாட்சியா?

★ நிர்வாக அமைப்பு எப்படி வடிவமைக்கப்பட்டிருந்தது?

சமூக வாழ்க்கை

சிந்து சமவெளி நாகரிகம் ஆணாதிக்கச் சமுதாயமாக இருந்தது. இதைப் போலவே, சமூகத்தில் இரண்டு வர்க்கங்கள் இருந்தன. ஆட்சியாளர்கள், வியாபாரிகள், பூசாரிகள் ஆகியோரிடம் பணம் / பதவி / அதிகாரம் இருந்தது. இவர்கள் உயர் மட்டத்தினர். இவர்கள் வீடுகளுக்கும், சாமானியர் வீடு களுக்கும் ஏகப்பட்ட வேறுபாடுகள். முதலாவதாக, வீடுகளின் அளவில் வித்தி யாசம். பெரிய வீடுகளில் முற்றம், பல குளியலறைகள், ஏராளமான அறைகள் எனப் பல வசதிகள். சிறிய வீடுகளில் அடிப்படை வசதிகள் மட்டுமே.

உடையிலும், சாமானியர் எளிய சணல் ஆடைகளை அணிந்தார்கள். செல்வந் தர்கள் பருத்தி ஆடைகளில் பவனி வந்தார்கள். பெரும் குளியலறைகள் பணம், பதவி படைத்தவர்களின் ஏகபோக உரிமை. பொதுஜனங்கள் பொதுக் கிணறுகளில் குளித்தார்கள்.

வசதி படைத்தவர்கள் தங்கள் வீடுகளிலும் வியாபாரத்திலும் வேலைக் காரர்களையும், அடிமைகளையும் பயன்படுத்தினார்கள். அடிமைகள் எஜமானர்களின் 'சொத்துக்கள்.' அவர்களை எப்படி வேண்டுமானாலும் நடத்தலாம். அடிமைகள் வியாபாரம் அனுமதிக்கப்பட்டிருந்தது. சிந்து சமவெளி அடிமைகள் மெசப்பொட்டேமியாவுக்கு ஏற்றுமதி செய்யப் படுவது சாதாரண வழக்கம்.

வியாபாரம்

ஏராளமானவர்கள் ஈடுபட்டிருந்த விவசாயம், வியாபாரத்துக்கு வழி ஏற்படுத்திக்கொடுத்தது. விவசாயிகள் உபரித் தயாரிப்பை நகரங்களுக்கும், அண்டைய நாடுகளுக்கும் விற்பனை செய்தார்கள். தானியங்களை எடைபோட்டு விற்க, எடைக் கற்களைப் பயன்படுத்தினார்கள். இவை கல், களிமண், உலோகம் ஆகியவற்றால் தயாரிக்கப்பட்டவை.

வியாபாரம் பண்டமாற்று முறையில் நடத்தப்பட்டது. பணம் புழக்கத்தில் இருந்ததற்கான ஆதாரங்கள் எதுவும் இல்லை. கிராமத்து விவசாயிகள் உணவுப் பொருள்களை நகரத்தாரிடம் கொடுத்து, ஆடைகள், நகைகள் ஆகியவற்றைப் பகரமாகப் பெற்றார்கள். காலப்போக்கில், பிற தொழில் களுக்குத் தேவைப்பட்ட மாக்கல், செம்பு, வெண்கலம், தங்கம், வெள்ளி, பீங்கான், பருத்தி, கடல் சங்கு ஆகிய பொருள்களைப் பெறும் வழக்கம் வளர்ந்தது. சாலைச் சரக்குப் போக்குவரத்துக்கு மாட்டு வண்டிகள் பயன் படுத்தினார்கள்.

சிந்து நதியின் துணையால், படகுப் போக்குவரத்து எளிமையாக இருந்தது, பிற நாடுகளோடு வியாபாரம் நடத்த வழி வகுத்தது. இதனால், சிந்து சமவெளியினரின் வணிக உறவுகள் தொலைதூர மெசப்பொட்டேமியா வரை நீண்டன. சிந்து சமவெளிப் பொருள்களை விற்பதற்காகவே, ஆப்கனி

ஸ்தானில் தனிச்சந்தை ஒன்று இருந்தது. மத்திய ஆசியப் பகுதிகளுடன் வியாபாரம் செய்ய இந்தச் சந்தை உதவியது.

குஜராத் மாநிலத்தில் லோதால் நகரம், அகமதாபாத் பவநகர் பாதையில், அகமதாபாதிலிருந்து 85 கிலோமீட்டர் தூரத்தில் இருக்கிறது. ஏராளமான மணிமாலைகள், வளையல்கள், நகைகள் தயாரிக்கும் தொழிற்சாலைகள், செம்பு உருக்கும் தொழிற்சாலைகள், வெண்கலத் தயாரிப்புத் தொழிற் கூடங்கள் இங்கே இருந்தன. இந்தத் தொழிற்கூடங்கள் 2400 சதுர அடியும், பதினான்கு அறைகளும் கொண்டவையாக இருந்தன. லோதாலின் முக்கிய ஏற்றுமதி மணிமாலைகளும், நகைகளும். முக்கிய இறக்குமதி அரேபிய நாடுகளிலிருந்து செம்பு வார்ப்புக் கட்டிகள். ஏற்றுமதி, இறக்குமதியால் விறுவிறுப்பாகச் சுழன்ற லோதால் துறைமுகம் சிந்து சமவெளி நாகரிக ஏற்றுமதியின் மையப்புள்ளி.

கை நெசவு

அன்றைய சிந்து சமவெளியினர் சணலிலும், பருத்தியிலும் ஆடைகள் நெய்தார்கள். நூல் நூற்கும் தக்கிளிகள், தறிகள், சாயம் தோய்த்த பருத்தி ஆடைகள் என இதற்குப் பல ஆதாரங்கள்!

களிமண் பொருள்கள்

களிமண், சிந்து சமவெளி முன்னேற்றத்தின் அற்புத வெளிப்பாடு. நகரங் களிலும், கிராமங்களிலும் சூளைகள் இருந்தன. நெருப்பின் சூடு எல்லாப் பாத்திரங்களுக்கும் சமமாகக் கிடைக்கும்படி சூளைகள் வடிவமைக்கப் பட்டிருக்கும் விதம், எப்படித்தான் செய்தார்களோ என்று நம்மை ஆச்சரியப் படவைக்கிறது.

களிமண்ணால் செய்யப்பட்ட பானைகள், சட்டிகள், கலயங்கள், ஜாடிகள், அடுக்களை சாமான்கள் குயவர் சக்கரத்தால் உருவாக்கப்பட்டு, உலைகளில் சுடப்பட்டன. சில பானைகளில் மயில் வடிவ ஓவியங்கள் தீட்டப் பட்டிருக்கின்றன.

அறிவியல் அறிவு: உலோகங்கள்

செம்பு, வெள்ளீயம் இரண்டையும் கலந்தால் வெண்கலம் செய்யலாம் என்னும் அறிவியல் அவர்களுக்குத் தெரிந்திருந்தது. சுட்ட செங்கற்களால் ஆன தொட்டிகளில் செம்பையும், வெள்ளீயத்தையும் குறிப்பிட்ட விகிதத்தில் கலந்து காய்ச்சி, வெண்கலம் தயாரித்தார்கள். வெண்கலத்தால் அரிவாள், கோடரி போன்ற கருவிகள் செய்தார்கள். இவை செப்புக் கருவி களைவிட உறுதியானவை என்று உணர்ந்தார்கள். வெண்கலப் பாத்தி ரங்களும், அடுக்களையில் மண்சட்டிகளின் இடங்களைப் பிடித்தன. ஒரு பெண்ணுக்குத் தன் அழகைத் தானே ரசிக்கும் ஆசை. கணவனிடம் சொன்னாள். அவன் வெண்கல முகம் பார்க்கும் 'கண்ணாடி' கொண்டு வந்தான். விரைவில் இது பல இல்லங்களை அலங்கரிக்கத் தொடங்கியது.

பீங்கான்

பீங்கான் செய்யும் ரகசியம் அவர்கள் கைவசம் இருந்தது. களிமண்ணையும் சில கனிமங்களையும் சேர்த்து பீங்கான் உருவாக்கப்பட்டது. ஆடை களுக்கான பொத்தான்கள், சிறு கிண்ணங்கள், வளையல்கள், தாயத்துக்கள், சிற்பங்கள் ஆகியவை பீங்கானில் தயாராயின.

சக்கரங்கள்

சக்கரங்கள் மனிதர்களின் முன்னேற்றத்தின் மூலாதாரங்கள். ஒரு நாகரிகம் எத்தனை தூரம் வளர்ந்திருக்கிறது என்பதன் அளவுகோல்கள். குயவர் எப்படி மண்பாண்டங்கள் செய்கிறார்? தன் குயவர் சக்கரத்தைச் சுழற்றுவதால். தொழிற்சாலைகள் எப்படித் தயாரிப்புப் பொருள்களைச் செய்து குவிக் கின்றன? இயந்திரங்களின் சக்கரம் சுழல்வதால். மனிதர்கள் ஓரிடத்திலிருந்து இன்னோரிடத்துக்கு எப்படிப் போகிறோம்? சைக்கிள்களில், மோட்டார் சைக்கிள்களில், கார்களில், பஸ்களில், ஆட்டோக்களில், ரயில்களில், விமானங்களில் போக்குவரத்து நடைபெறுவதற்கு முக்கியக் காரணம் சக்கரம்.

சக்கரங்கள் இல்லை என்றால், நம் தனிப்பட்ட வாழ்க்கை, போக்குவரத்து, வர்த்தகம் அத்தனையும் நின்றுவிடும். ஆகவே. சக்கரங்கள் பற்றி ஒரு மக்கள்

121

கூட்டத்துக்குத் தெரிந்திருக்கிறது என்றால், அவர்கள் அதைப் பயன்படுத் தினார்கள் என்றால், அவர்கள் வாழ்க்கைத் தரம் உயர்வானதாக இருந்தது, அவர்கள் நாகரிகம் உச்சத்தில் இருந்தது என்று பொருள்.

சிந்து சமவெளியினர் சக்கரங்கள் பற்றித் தெரிந்துவைத்திருந்தார்கள், அவற்றை அன்றாட வாழ்க்கையில் பயன்படுத்தினார்கள். மொஹஞ் சதாரோ, ஹரப்பாவில் நிறைய வெண்கல பொம்மைகள் கிடைத் திருக்கின்றன. இவற்றுள் ஏராளமானவை வண்டி பொம்மைகள். மூன்று விதமான வண்டிகள் இருந்தன. ஒன்று சாதாரணமான இரண்டு சக்கர வண்டி. இவை பெரும்பாலும் சரக்குகளின் போக்குவரத்துக்காக உபயோகப் படுத்தப்பட்ட வண்டிகளின் நகல்களாக இருக்கலாம். இரண்டாம் வகை வண்டிகள் ஓட்டுபவரின் தலைக்கு மேல் வளைவான கூரையோடு உள்ளன. தனி மனிதர்கள் பயணம் செய்ய இத்தகைய வண்டிகளைப் பயன்படுத் தியிருக்கலாம். மூன்றாம் வகை வண்டிகள் நான்கு, ஐந்து பேர் பிரயாணம் செய்யும் விதத்தில் கூண்டு வகையில் உள்ளன.

மருத்துவ அறிவு

சிந்து சமவெளியினரின் மருத்துவ ஞானம் குறித்த தடயங்கள் எதுவும் கிடைக்கவில்லை. பல இடங்களில் கிடைத்த மண்டை ஓடுகளில் தலையில் ஆணியால் அடித்துத் துளையிட்ட அடையாளங்கள் இருக்கின்றன. இவை ஏதாவது மருத்துவ முறையோ, அல்லது பேய், பிசாசுகளைத் துரத்தச் செய்த மாந்திரீகமோ, தெரியவில்லை. பல மண்டை ஓடுகளில் இருக்கும் பற்களில் துளைகள் காணப்படுகின்றன. இவை ஏதோ கூர்மையான கருவிகளால் செய்யப்பட்ட ஒழுங்கான துளைகள். பல் மருத்துவம் அன்று இருந்ததோ என்னும் சந்தேகத்தை இவை எழுப்புகின்றன.

கணித அறிவு

நீளம், எடை, நேரம் ஆகியவற்றை அளக்கச் சிந்து சமவெளிக்காரர்கள் அறிந் திருந்தார்கள். வியாபாரத்தில் கல், களிமண், உலோகம் ஆகியவற்றால் செய்யப்பட்ட எடைகளைப் பயன்படுத்தினார்கள் என்று பார்த்தோம். அவர் களுடைய எடைகள் 5:2:1 என்னும் விகிதத்தில் உருவாக்கப் பட்டிருந்தன. இதற்குக் கணித ரீதியிலான காரணம் கட்டாயம் இருக்க வேண்டும். இந்தக் காரணம் என்னவென்று நமக்குத் தெரியவில்லை. எடைகள் 0.05, 0.1, 0.2, 0.5, 1, 2, 5, 10, 20, 50, 100, 200, 500 என்னும் அளவைகளில் இருந்தன. ஒரு அளவை சுமார் 28 கிராம். சாணக்கியரின் அர்த்தசாஸ்திரம் நூல் இதே அளவைகளைப் பயன்படுத்துவது ஆச்சரியமான விஷயம்!

சிந்து சமவெளியில் நீளங்களை அளக்கும் அளவைகள் (அடி ஸ்கேல்) இருந்தன. இவை வெண்கலம், யானைத் தந்தம் ஆகியவற்றால் செய்யப் பட்டிருந்தன. பழங்கால அளவை ஒன்று கிடைத்துள்ளது. இதன் உதவியால் அளக்க முடியும் குறைந்த நீளம் 1.0704 மில்லி மீட்டர். ஆமாம், அத்தனை துல்லியமான அளவைகள்!

கலைகள்

குயவர் சக்கரம் உருவாக்கிய களிமண் பொம்மைகள், சிந்து சமவெளி நாகரிகத்தின் சிறப்பு அம்சங்கள். பசுக்கள், கரடிகள், குரங்குகள், நாய்கள் ஆகிய பொம்மைகள் ஏராளமாகக் கிடைத்துள்ளன. இவை மக்களிடையே பிரபலமாக இருந்திருக்கவேண்டும். பாதி உடல் காளை மாடு, மறுபாதி வரிக்குதிரை என ஏராளமான பொம்மைகள். அப்படிப்பட்ட மிருகங்கள் வாழ்ந்தனவா அல்லது கலைஞர்களின் கற்பனையா? தெரியவில்லை. ஏராளமான பெண் பொம்மைகள். இவை தெய்வங்கள் அல்லது தேவதை வடிவங்களோ? ஒரே மாதிரியான பொம்மைகளை அதிக எண்ணிக்கையில் தயாரிக்கத் தோதாக, மர அச்சுக்கள் பயன்பட்டன.

கடலில் மூழ்கிச் சங்கு எடுத்தார்கள். இவற்றால், நகைகள், வளைகள் ஆகியவை செய்து அணிந்தார்கள். இவை வெளிநாடுகளுக்கும் ஏற்றுமதி செய்யப்பட்டன. இதற்காகத் தொழிற்கூடங்கள் இருந்தன. இங்கே, யானைத் தந்தத்தால் கைவினைப் பொருள்களும் உருவாக்கப்பட்டன.

களிமண், சங்கு, தந்தம் ஆகியவற்றோடு, தங்கள் கலைத்திறமையை வெளிக் காட்ட அவர்கள் பயன்படுத்திய இன்னொரு முக்கிய ஊடகம் - மாக்கல் (Soap Stone)! அழகு அழகான சிற்பங்கள், செப்புகள், முத்திரைகள் ஆகியவை மாக்கல்லில் நுணுக்கமாகச் செதுக்கப்பட்டன.

வண்ணக் கற்களால் மணிகள் செய்து, நூலில் கோர்த்து நகைகள் செய்தார்கள். நகைகள் உறுதியாக இருக்க, தங்கத்தை மட்டுமே பயன்படுத்தக்கூடாது, வெள்ளியையும் அத்தோடு சேர்க்கவேண்டும் என்னும் சூட்சுமம் எப்படியோ அவர்களுக்கு அத்துப்படி!

சாதாரணமாகப் பண்டைய நாகரிகங்களில் சிற்பக் கலை செழித்தோங்கி வளர்ந்திருக்கும். அந்த விதத்தில், சிந்து சமவெளி அதிக ஆதாரங்கள் தரவில்லை. ஆனால், மொஹஞ்சதாரோவில் கிடைத்துள்ள இரண்டு சிற்பங்கள் அவர்களின் கலையுணர்வையும், சிற்பத் திறமையையும் வெளிப் படுத்துகின்றன. அவை - பூசாரி மன்னன் (Priest King), நடன மங்கை (Dancing Girl) என்னும் பெயர்களில் அழைக்கப்படும் சிற்பங்கள். பூசாரி மன்னரைப் பாருங்கள்.

மாக்கல் படைப்பு. 17 சென்டிமீட்டர் உயரம். அடிப்பாகம் சிதைந்திருக்கிறது. மார்பளவுச் சிற்பம். பாதி மூடிய கண்கள். தியானத்தில் ஆழ்ந்திருக்கிறாரோ? தாடி. சவரம் செய்யப்பட்ட மீசைப் பாகம். தலைமுடியை இணைத்துக்கட்டிய துணிப்பட்டை, மார்புக்குக் குறுக்கே பூ வேலைப்பாட்டோடு அமைந்த மேலங்கி. காதுகளுக்குக் கீழே இரண்டு துவாரங்கள் - கழுத்தில் நெக்லஸ் போன்ற நகையைச் சிற்பத்துக்கு அணிவித்திருந்திருக்கலாம். அந்தக் காலத்துப் பூசாரிகள் பற்றிய அதிக விவரங்கள் இல்லை. ஆகவே, பூசாரி மன்னர் என்று ஆராய்ச்சியாளர்கள் பெயர் வைத்திருந்தாலும், இவர் நிஜத்தில் அரசராகவோ, வணிகராகவோ இருக்கலாம் என்று பல யூகங்கள் உள்ளன.

கலைநுட்பத்துடன் இருக்கும் நடன மங்கை 10. 8 செண்டிமீட்டர் உயரத்தில் வெண்கலச் சிலையாக நிற்கிறாள். இரண்டு கைகளிலும் வளையல்கள். வலது கை இடுப்பில். இடது கை, சற்றே உயர்த்தி வைத்திருக்கும் இடது காலின்மேல். பிதுக்கிய உதடுகளோடு தருவது ஒய்யார போஸ். பாவம், காலப்போக்கில் அவள் பாதங்கள் உடைந்திருக்கின்றன.

மொழி

சிந்து சமவெளியினரின் எழுத்து, பிற நாகரிகங்களின் எழுத்துக்கள்போலவே, சித்திர எழுத்து. வலமிருந்து இடது பக்கமாகப் படிக்கவேண்டும். பழங்கால இலச்சினைகளில் அறுநூறுக்கும் அதிகமான சித்திர எழுத்துக்கள் கிடைத்துள்ளன. ஆனால், இத்தனை ஆண்டுகள் கடந்தும், அவற்றின் அர்த்தங்களை ஆராய்ச்சியாளர்களால் புரிந்துகொள்ள முடியவில்லை.

மத நம்பிக்கைகள்

புரிந்துகொள்ள முடியாத எழுத்துகள் காரணமாக, சிந்து சமவெளியினரின் சமூக வாழ்க்கை, மத நம்பிக்கைகள் ஆகியவற்றை அறிந்துகொள்ள, நாம் கலைப்பொருள்கள், இலச்சினைகள் ஆகியவற்றைத்தாம் நம்பவேண்டி யிருக்கிறது.

ஏராளமான இலச்சினைகளில் இருக்கும் ஓர் உருவம் பசுபதி. இது சிவபெரு மானைக் குறிக்கிறது என்கிறார்கள். பசு என்றால், வடமொழியில் ஜீவராசிகள் என்று அர்த்தம். பதி என்றால் தலைவர். அதாவது, எல்லா ஜீவராசிகளையும் காப்பவர். அவர்களின் தலைவர். படைப்பின் மூலகுரு. ஆண் வடிவம். சிந்து சமவெளியில் கிடைத்த இலச்சினையில் பத்மாசனம் என்னும் யோகா போஸில் உட்கார்ந்திருக்கிறார். மூன்று முகங்கள். தலையில் பெரிய கொம்பு. அவரது வலது பக்கம் ஒரு காண்டாமிருகம், ஒரு எருமை: இடது பக்கம் யானை, புலி. காலடியில் இரண்டு மான்கள். பசுபதியை லிங்க வடிவமாகவும் வணங்கினார்கள்.

சக்தி வடிவில் தெய்வம்

ஹரப்பாவில் கண்டெடுக்கப்பட்ட பல களிமண் சிற்பங்களில் பெண் தெய்வீக உருவங்கள் உள்ளன. சில விக்கிரகங்களில், பெண் உருவத்தின் வயிற்றிலிருந்து செடி ஒன்று வளர்ந்திருக்கிறது. எல்லாப் படைப்புகளுக்கும் ஆதார சுருதியான பெண் சக்தியாக மக்கள் வணங்கிய தெய்வம். உடை அரை குறையாகச் சித்தரிக்கப்பட்டிருந்தபோதிலும், பல நகைகளும், விசிறி போன்ற தலை அலங்காரமும் அம்மனை அணி செய்கின்றன. ஏராளமான சிலைகளின்மேல் புகை படிந்திருக்கிறது. சாம்பிராணி போன்ற பூசைப் பொருள்களால் வழிபாடு செய்திருக்கலாம் என்று இந்தப் புகைப்படலம் சொல்கிறது.

விநோதக் காளை

பல இலச்சினைகள் காளைகளின் உருவம் தாங்கி இருக்கின்றன. மக்களின் முக்கியத் தொழில்கள் விவசாயமும், அதிலிருந்து எழுந்த வியாபாரமும். இவை இரண்டுக்கும் காளைகள் அவசியத் தேவை - நிலங்களை உழும்

125

ஏர்களில் பூட்டவும், தானியங்களை வண்டிகளில் கொண்டு செல்வதற்கும். ஆகவே, காளைகளுக்குக் கொடுக்கப்பட்டிருக்கும் முக்கியத்துவம் புரிகிறது.

ஆனால், ஏராளமான முத்திரைகளில் ஒரு ஒற்றைக் கொம்புக் காளை (Unicorn) ஏன் தோன்றுகிறது என்று தெரியவில்லை. இந்தக் காளையின் உச்சந் தலையில் தொடங்கும் கொம்பு முன்னால் நீண்டு மேல் நோக்கி வளைந் திருக்கிறது. முதுகில் திமில் இல்லை. எல்லா இலச்சினைகளிலும் காளை வலதுபுறமாக மட்டுமே திரும்பியவாறு இருக்கிறது. காளையின் முன்னால் தீவனத் தொட்டி இருக்கிறது. காளைகளைக் கோயில்களுக்கு நேர்ந்துவிடும் வழக்கம் இருந்திருக்கலாம் என்று தோன்றுகிறது.

அரசமரம்

அரசமரம் தெய்வீகத்தன்மை கொண்டதாகக் கருதப்பட்டது, வணங்கப் பட்டது. அரசமரமும், அதன் இலைகளும் பல முத்திரைகளில் தோன்று கின்றன. இந்தப் பழக்கம் இன்றும் நம் நாட்டில் தொடர்கிறதே?

பிற தெய்வங்கள்

எருது, காளை, புலி ஆகியவற்றையும் வழிபட்டார்கள். இன்னொரு விசித்திர உருவமும் வணங்கப்பட்டது. உடல் மனித உருவம், காளைபோல் கொம்பு, குளம்பு, வால். இப்படி மனிதன் - காளை இணைந்த கற்பனை உருவம். இவற்றோடு, சூரியன், நெருப்பு, தண்ணீர் ஆகியவையும் தெய்வங்களாக இருந்தன.

(மூட) நம்பிக்கைகள்

ஏராளமான தாயத்துகள் கிடைத்துள்ளன. நோய்கள், விலங்குகளின் தாக்குதல்கள், உடைமைகளுக்கு ஏற்படும் இழப்புகள், இயற்கையின் சீற்றமான வெள்ளப் பெருக்கு, மழை பொய்த்தல், சூறாவளிக் காற்று ஆகிய வற்றுக்குத் தீய சக்திகளும், தெய்வ குற்றங்களும் காரணங்கள் என்று நம்பினார்கள். தீய சக்திகளிலிருந்து தங்களைப் பாதுகாத்துக்கொள்ள தாயத் துக்கள் கட்டிக்கொண்டார்கள். தெய்வ குற்றங்களுக்குப் பரிகாரமாக விலங் குகளைப் பலியிட்டார்கள். பல இடங்களில் விலங்குகளைப் பலியிடு வதற்காகவே குழிகள் வெட்டப்பட்டிருந்தன.

இப்படி நம்பிக்கைகளும் வழிபாடுகளும் இருந்தபோதும், கோயில்கள் எழுப்பி, சடங்குகள் நடத்தி பூஜைகள் செய்யும் வழக்கம் இல்லை என்று தோன்றுகிறது.

இறுதிச் சடங்குகள்

நகரங்களுக்கு வெளியே இடுகாடுகள் இருந்தன. இறந்தவர் யாராக இருந் தாலும், இங்கேதான் புதைக்கவேண்டும் என்னும் விதி இருந்தது. இடு காடுகளில் சவக்குழிகள் வடக்கு தெற்காக வெட்டப்பட்டிருந்தன. அவற்றில், உடல்களை மல்லாக்கப் படுத்த நிலையில் வைத்து, தலைகளை

வடக்குப் பக்கமாகத் திருப்பிவைத்துப் புதைத்தார்கள். உடல்களோடு, அவர்கள் அணிந்த நகைகளையும், அவர்களுக்கு மிகவும் பிடித்தமான பொருள்களும் மண்ணுக்குள் ஐக்கியமாயின.

சடலங்களை எரிக்கும் வழக்கம் பின்னால் வந்தது. அஸ்தியைக் களிமண் குடுவைகளில் சேகரித்துச் சேமித்தார்கள். மறுபிறவி எடுப்பதில் அவர்கள் நம்பினார்களா இல்லையா என்று தீர்க்கமாகத் தெரியவில்லை.

நாகரிக மறைவு

இத்தனை மாபெரும் சிறப்புக்கள் கொண்ட ஒரு நாகரிகம் விட்டுச் சென்றிருக்கும் அடையாளங்களும் ஆதாரங்களும் மிகக் குறைவு. ஏன்? பிற பண்டைய நாகரிகங்களை நாம் பார்க்கும்போது, நமக்கு என்ன தெரிகிறது? அந்தப் பாடங்கள் சிந்து சமவெளி பற்றிப் புரிந்துகொள்ள நமக்கு உதவுமா? பார்ப்போம்.

சுமேரிய நாகரிகம் சரிந்தது ஏன்? முதல் காரணம், உள்நாட்டுப் போர்கள். இதனால், மாவீரன் அலெக்ஸாண்டர் போர் தொடுத்து வந்தபோது, சுமேரியா அவர் காலடியில் விழுந்தது. நாகரிகத்தைத் தாங்கிப் பிடித்த இயற்கையும் தன் சோதனைகளைத் தொடங்கியது. திடீர்ப் பருவநிலை மாற்றங்கள் வந்தன. வெள்ளப் பெருக்கு, கடும் குளிர், கொடிய வெப்பம் ஆகியவை வந்தன. உயிர்நாடியான விவசாயம் பாதிக்கப்பட்டது. வறட்சி இருநூறு வருடங்களுக்குத் தொடர்ந்தது. இதனால், பிற முன்னேற்றங்களும் சரிந்தன, மறைந்தன.

சீன நாகரிகம் கி.மு. 5000 முதல் இன்றுவரை, 7000 ஆண்டுகளுக்கும் அதிகமாக நீடித்து நிற்கிறது. ஆனால், பாரம்பரியப் பெருமைகள் மெள்ள மெள்ள மறைந்துவருகின்றன. முதலாளித்துவப் பாதையில் நடக்கத் தொடங்கும் முயற்சிகள் பொருளாதார வளர்ச்சி தரும் அதே நேரத்தில், ஏழை, பணக்காரர் என்னும் இரு வர்க்கங்களை உருவாக்கிவருகின்றன. அவர்களுக்கிடையே இடைவெளி விரிவாகிவருகிறது. அமெரிக்கக் கலாசார சுனாமி சீனப் பெருமைகளை விழுங்கிவிடும் அபாயம் தொடர்கிறது.

ஆகவே, புராதன நாகரிகங்கள் திடீரென மறைவதில்லை. முதலில் தேக்க நிலையில் இருக்கின்றன. பிறகு, மெள்ள மெள்ளச் சரிகின்றன.

சிந்து சமவெளியைப் பொறுத்தவரையில், இந்த 'மெள்ள மெள்ள' என்னும் இடைநிலை இல்லை. மொஹஞ்சதாரோவில் ஒரே இடத்தில் ஆயிரக்கணக் கான மண்டை ஓடுகள் குவிந்து கிடந்தன. ஊருக்கு வெளியே இடுகாடுகளை அமைத்து, இறந்தவர்களைச் சீராக அடக்கம் செய்த ஒரு சமுதாயத்தில் இது எப்படி சாத்தியம்? மக்கள் ஒட்டுமொத்தமாக எப்படி மரணம் அடைந் திருப்பார்கள்? மர்மம், மர்மம்.

தடயங்கள் அதிகம் இல்லாமல் அழிவு வந்தது என்றால், எதிர்பாராத முடிவு வந்திருக்கவேண்டும். இந்தத் திடீர் முடிவு எப்படி வந்திருக்கலாம்?

ஆராய்ச்சியாளர்களின் யூகங்கள் பல:

★ கடுமையான நில நடுக்கம் சிந்து சமவெளிப் பகுதியையே அழித் திருக்கலாம்.

★ சிந்து நதியில் பெருவெள்ளம் வந்து நிலப் பிரதேசத்தை மூழ்கடித் திருக்கலாம்.

★ சிந்து, யமுனை, சட்லெஜ் ஆகிய நதிகளின் போக்குகள் மாறி, வறட்சி வந்திருக்கலாம்.

★ அருகில் இருக்கும் ராஜஸ்தான் போன்ற பகுதிகள் பாலைவனங்கள். இயற்கை மாற்றங்களால், சிந்து சமவெளிப் பகுதியும் பாலைவன மாகியிருக்கலாம்.

★ கைபர் கணவாய் வழி வந்த ஆரியர்கள் உள்ளூர் மக்களை ஈவு இரக்கமின்றி ஒழித்துக்கட்டியிருக்கலாம். அகழ்வாராய்ச்சிகளில் வாள், ஈட்டி, கத்தி போன்ற ஆயுதங்கள் ஒன்றுகூடக் கிடைக்கவில்லை. எனவே, நிராயுதபாணிகளான சிந்து சமவெளியினர் ஆரியர்களிடம் தோற்றதும், காணாமலே போனதும், ஆச்சரியமான சமாச்சாரங்கள் அல்ல.

★ பெரும் தொற்றுநோய்க்கு மக்கள் பலியாகியிருக்கலாம்.

எதற்கும் திட்டவட்டமான பதில் இல்லை.

கிரேக்க நாகரிகம்

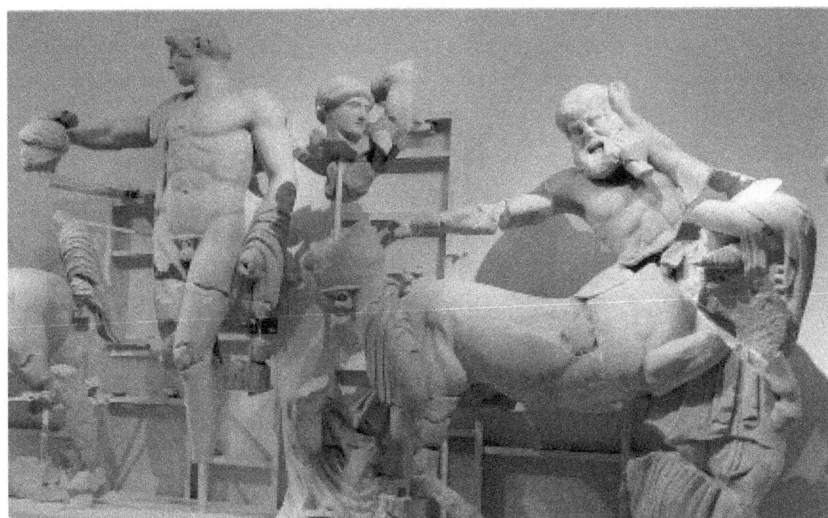

எல்லாப் பண்டைய நாகரிகங்களுக்கும் பல பாரம்பரியப் பரிணாமங்கள் உள்ளன. ஆனால், இவற்றையெல்லாம் தாண்டி தனித்துவம் மிக்கது கிரேக்க நாகரிகம். சீனாவுக்குப் பெரும் சுவர், எகிப்துக்குப் பிரமிட்கள், மம்மிகள். ரோமாபுரிக்கு வீரம். கிரேக்கத்துக்கு ஒலிம்பிக்ஸ் போட்டிகள், கல்வி, அறிவு, சாக்ரடீஸ், பிளேட்டோ, அரிஸ்டாட்டில் போன்ற தத்துவ மேதைகள் என்று அள்ள அள்ளக் குறையாமல் பெருமைகள் பொங்குகின்றன.

ஆரம்பம்

2823 ஆண்டுகள் கொடிகட்டிப் பறந்த கிரேக்க நாகரிகத்தில் சில முக்கிய காலகட்டங்கள் உள்ளன. ஆரம்பம் இதிகாசமும், வரலாறும், நிஜமும், கற்பனையும் இணைந்த கலவை. ஆசியா மைனர் பகுதியின் வடமேற்குத் திசையில் இருக்கும் தீபகற்பம் பெலப்பொனீஸ் (Pelaponnese). இங்கு மைசீனியன்கள் (Mycenaeans), பெலாஸ்ஜியர்கள் (Pelasgians) ஆகியோர் குடியிருந்தார்கள். கி.மு. 2000 வாக்கில் கிரேக்கம் என்ற மொழியைத் தாய்மொழியாகக்கொண்ட அக்கீனியர்கள் (Achaeans) வடக்குப் பகுதியிலிருந்து கூட்டம் கூட்டமாக வந்து பெலப்பொனீஸில் குடியேறினார்கள். இவர்கள் தமது மொழி, மதம், பழக்கவழக்கங்கள் ஆகியவற்றை, மைசீனியர்களிடமும், பெலாஸ்ஜியர்களிடமும் பரப்பினார்கள். காலப் போக்கில், இந்த மண்ணின் மைந்தர்கள் முழுக்க முழுக்க அக்கினீயர்களின் கலாசாரத்துக்கு மாறிவிட்டார்கள். மூன்று தரப்பினரும் இணைந்த மைசீனிய நாகரிகம் உருவாயிற்று. இதன் ஆதாரச் சுருதி கிரேக்கக் கலாசாரம்தான்.

பெலப்பொனீஸ் ஓர் ஆசீர்வதிக்கப்பட்ட பூமி. ஏன் தெரியுமா? பெலப்பொனீஸ் என்னும் பெயரே, கிரேக்கப் பாரம்பரியத்தோடு நெருங்கிய தொடர்பு கொண்ட காரணப் பெயர். பெலப்ஸ் என்னும் கடவுளின் பெயர்தான் இந்தத் தீபகற்பத்துக்குச் சூட்டப்பட்டிருக்கிறது. யார் இந்த பெலப்ஸ்? இவர் வம்சாவளியைப் பார்ப்போம்.

கிரேக்கர்களின் முழு முதற் கடவுள் ஜீயஸ் (Zeus). இவர் மகன் டான்ட்டலஸ் (Tantalus) கிரேக்கத்தின் ஒரு பகுதியை ஆண்டவர். கடவுள் பரம்பரையில் வந்தாலும், இவருக்குச் சாத்தானின் புத்தி. கடவுள்களின் உணவான அமிர்தத்தைத் திருடிக்கொண்டு வருவார், தன் நண்பர்களுக்குக் கொடுப்பார்.

ஜீயஸின் மகன் என்ற ஒரே காரணத்துக்காக, டான்ட்டலஸ் செய்த அக்கிர மங்களைப் பிற கடவுள்கள் மறந்தார்கள், மன்னித்தார்கள். ஆனால், ஒரு நாள், டான்ட்டலஸின் அநியாயம் எல்லை மீறியது. தன் அப்பா ஜீயஸ், மற்றும் பிற தெய்வங்களைத் தன் வீட்டுக்கு விருந்துக்கு அழைத்தார். அவருடைய மகன் பெல்ப்ஸ் சிறுவன். அவனைக் கொலை செய்தார், சிறு சிறு துண்டுகளாக வெட்டினார், சூப் வைத்தார். நர மாமிசம் சாப்பிட்டதாக தெய்வங்கள்மேல் பழி சுமத்தவேண்டும், கை கொட்டிச் சிரிக்கவேண்டும் என்பது அவர் ஆசை.

சூப் மேசையில் வைக்கப்பட்டது. பூமாதேவிக்கு பயங்கரப் பசி. சூப்பைக் குடித்துவிட்டார். பிற தெய்வங்களுக்கு டான்ட்டலஸின் சூழ்ச்சி புரிந்தது. ஜீயஸ் தன் மகனின் ஈவு இரக்கமற்ற செயல் கண்டு கொதித்தார், டான்ட்டலஸைக் கொன்றார், பெலப்ஸை மரணத்திலிருந்து மறுபடியும் எழுந்துவரச் செய்தார்.

தன் தவறுக்குப் பிராயச்சித்தமாக பூமாதேவி பெலப்ஸுக்கு யானை தந்தத் தால் கைகள் கொடுத்தார்; அஃப்ரோடைட் (Aphrodite) அழகு தந்தார்; ஏரீஸ் (Ares) வீரம் கொடுத்தார்; எத்தீனா (Athena) அறிவு அளித்தார்; கடல் தெய்வ மான பொஸைடான் (Poseidon) மனத்தில் பெல்ப்ஸ்மீது காதலே வந்தது. அவரைத் தன்னுடனேயே தேவலோகத்தில் வைத்துக்கொள்ள ஆசைப் பட்டார். பெல்ப்ஸுக்கு மந்திர சக்தி கொண்ட ஒரு ரதத்தைப் பரிசளித்தார். ஆனால், அவருக்கு பூவுலகில் பல கடமைகளை ஜீயஸ் நிர்ணயித்திருந்தார். ஆகவே பெல்ப்ஸ் அஃப்ரோடைட்டின் காதலை உதறித் தள்ளிவிட்டு கிரேக்கம் வந்தார்.

இத்தனை மகத்துவம் கொண்ட பெல்ப்ஸின் பெயர் தாங்கிய மண் சாதாரண மானதாக இருக்கமுடியுமா? அற்புத நாகரிகத்தின் விளைநிலமாயிற்று.

கி.மு. 1100. பெலப்போனீஸ்மீது, வடக்கிலிருந்து டோரியர்கள் (Dorians) என்னும் இனத்தார் படையெடுத்து வந்தார்கள். அவர்களுக்கும், உள்ளூர் மக்களுக்குமிடையே கடும்போர் நடந்தது. போரில் அக்கினீயர்கள் முக்கிய பங்கு வகித்தார்கள். போர் முடிந்தது. டோரியர்களுக்கு மாபெரும் வெற்றி. நாட்டைக் கைப்பற்றிய டோரியர்கள் அக்கினீயர்களைக் கொடுமைகளுக்கு உள்ளாக்கினார்கள். அக்கினீயர்கள் பெலப்போனீஸ் விட்டு வெளி யேறினார்கள். மத்தியதரைக் கடல் அருகே கிரீஸ் என்ற இடத்தில் தங்கள் நாட்டை உருவாக்கினார்கள். இங்கே பிறந்து வளர்ந்து செழித்தது கிரேக்க நாகரிகம்.

கி.மு. 490 - 480 இடைப்பட்ட காலகட்டத்தில் பாரசீகத்தின் (இப்போதைய இரான்) ஒரு பகுதியினர் கிரீஸ்மீது படையெடுத்தனர். இந்தப் போரில் கிரேக் கர்கள் ஜெயித்தனர். ஆனால், இதற்குப் பிறகு தென்ஸ், ஸ்பார்ட்டா, தேப்ஸ் ஆகிய கிரேக்க நகரங்களுக்குள் உள்நாட்டுப் போர்கள் ஏற்பட்டன. கிரேக்கம் தளர்ச்சியடையத் தொடங்கியது.

கி.மு. 338. மாஸிடோனிய பிலிப் மன்னர் கிரீஸ்மேல் படையெடுத்து வந்தார். உள்நாட்டுத் தகராறுகளால் பலவீனமடைந்திருந்த கிரேக்கம் பல முனைகளில் பிலிப்பிடம் தோல்வி கண்டது,. ஆனால், பிலிப் முழு வெற்றி காணவில்லை. அவர் தொடங்கிய பணியை, அவர் மகன் முடித்துவைத்தார். கிரேக்க நாட்டைத் தன் சாம்ராஜ்யத்தின் கீழ்க் கொண்டுவந்தார். அவர், மாவீரன் அலெக்ஸாண்டர். இந்த வெற்றி, கிரேக்க நாகரிகத்துக்கு முற்றுப்புள்ளி வைத்தது.

நிலப்பரப்பு

நாடு முழுக்க மலைகள் நிறைந்த பகுதி. ஏராளமான மலைகளும் ஒரு சில எரிமலைகளும் இருந்தன. மத்தியதரைக் கடல் அருகாமையில் இருந்ததால், எல்லா ஊர்களும் கடற்கரையிலிருந்து 90 கிலோ மீட்டர் தூரத்துக்குள் அமைந்திருந்தன.

கிரேக்கத்தில் நூற்றுக்கணக்கான நதிகள் இருந்தன. அலியக்மோனாஸ் (Aliakmonos), அக்கிலூஸ், (Acheloos), பைனியோஸ் (Pineios), எவ்ரோஸ் (Evros), மெஸ்ட்டா (Mesta) ஆகியவை முக்கிய நதிகள்.

கிரேக்கம் என்பது தனிநாடு அல்ல. பல நாடுகள் ஒன்றாகச் சேர்ந்த கூட்டமைப்பு. பகுதிக்குப் பகுதி, வாழ்க்கை முறையிலும், பழக்க வழக்கங்களிலும் ஏராளமான வித்தியாசங்கள் இருந்தன, ஆனால், நாட்டை இணைக்கும் பொதுவான அம்சமாக கிரேக்க மொழி இருந்தது.

நகர ராஜ்ஜியங்கள்

சாதாரணமாக நாடுகள் எப்படி இருக்கும்? ஒரு சில பெரிய நகரங்கள், ஏராளமான கிராமங்கள். ஆனால், கிரேக்கத்தில் ஒரு முக்கிய வித்தியாசம் - கிரேக்க நாடு ஏராளமான நகரங்களைக் கொண்டதாக இருந்தது. வாழ்க்கை இந்த நகரங்களைச் சுற்றிச் சுழன்றது. நகர ராஜ்ஜியங்கள் (City States) என்று இந்த அமைப்பை வரலாற்று அறிஞர்கள் அழைக்கிறார்கள். சிறிய குன்றுகள், அவற்றின்மீது கோட்டைகள். கோட்டையைச் சுற்றி மதில் சுவர், அதற்குள் கோயில். குன்றின் அடிவாரத்தில் நகரங்கள், கிராமங்கள் - இதுதான் நகர ராஜ்ஜியம். ஏதென்ஸ், ஸ்பார்ட்டா, கோரிந்த், மாஸிடோன், தீப்ஸ் என நூற்றுக்கும் மேற்பட்ட ராஜ்ஜியங்கள் இருந்தன. இவற்றுள் ஏதென்ஸ், ஸ்பார்ட்டா முக்கியமானவை.

விவசாயம்

மழை காலத்தில் நதிகளில் பெரு வெள்ளம் பாய்ந்து வரும். ஏப்ரல் தொடங்கி செப்டெம்பர் வரையிலான ஆறு மாதங்களில் வெயில் கொளுத்தும், நதிகள் வறண்டுவிடும். இரண்டு உச்சங்களும் தொட்ட பருவநிலை விவசாயத்துக்கு ஏற்றதல்ல. ஆலிவ் மட்டுமே வளர்க்கமுடியும், வளர்த்தார்கள். ஆலிவ் எண்ணெய் முக்கிய தயாரிப்புப் பொருளாக இருந்தது. உணவு தானியங்களில்

பார்லியும், ஒரு சில இடங்களில் கோதுமையும் பயிரிடப்பட்டன. திராட்சைத் தோட்டங்கள் இருந்ததாகச் சில ஆதாரங்கள் கூறுகின்றன.

பெரும்பாலான வீடுகளில் ஆடுகள் வளர்த்தார்கள். இவற்றிலிருந்து பால், மாமிசம், கம்பளி உடைகளுக்கான ரோமம் ஆகியவற்றைப் பெற்றார்கள். கோழிகள், பன்றிகள் ஆகியவையும் உணவுக்காக வளர்க்கப்பட்டன. பணக்காரர்கள் வீடுகளில் மட்டுமே குதிரைகள் இருந்தன. இவை வாழ்க்கையின் வசதிக்கு அடையாளம்.

தொழில்கள்

குடும்ப நிர்வாகம், குழந்தை வளர்ப்பு எனப் பெண்களின் பணி நான்கு சுவர்களுக்குள் சுழன்றது. ஆண்களில் பெரும்பாலானோர் ராணுவத்தில் பணி புரிந்தார்கள். விவசாயம், ஆடு மேய்த்தல், மீன் பிடித்தல், இரும்புப் பொருள்கள் தயாரித்தல் ஆகியவை பிற முக்கிய தொழில்கள். நாகரிகப் பின்காலத்தில் ஆசிரியர்கள், இசைக் கலைஞர்கள், நடிகர்கள் ஆகியோரும் உருவானார்கள்.

பலர் வியாபாரம் செய்தார்கள். நகரங்களின் மையப்பகுதியில் சந்தைகள் இருந்தன. இவற்றுக்கு அகோரா (Agora) என்று பெயர். சாதாரணமாக அகோராக்களில் உள்ளூர் சாமான்கள்தாம் கிடைக்கும். ஆனால், ஏதென்ஸ் அகோராக்களில் எகிப்திய லினன், ஆப்பிரிக்க யானைத் தந்தம், சிரிய வாசனைத் திரவியங்கள், ஆப்கனிஸ்தான் பேரீச்சை ஆகியவை விற்பனையாயின. சந்தைகளில் அடிமைகள் வியாபாரமும் உண்டு.

கி.மு. 600 வரை பண்டமாற்று முறையில்தான் வாணிபம் நடந்தது. இதற்குப் பிறகுதான் ஏதென்ஸ், ஸ்பார்ட்டா, கொரிந்தியா போன்ற ஒவ்வொரு பகுதியும் தங்கள் நாணயங்களை அறிமுகம் செய்தார்கள். ஏதென்ஸ் நாணயம் தான் பிரபலமானது. ஒவ்வொரு பகுதியும் தங்கள் நாணயங்களை மட்டுமே பயன்படுத்தினார்கள். ஒவ்வொன்றுக்குமிடையே நாணயப் பரிமாற்று விகிதம் அரசாங்கத்தால் நிர்ணயிக்கப்பட்டிருந்தது.

அகோராக்களில் அரசாங்கத்தின் பல கட்டுப்பாடுகள் இருந்தன. மூன்றுவித அரசாங்க அதிகாரிகள் இருந்தார்கள். ஒரு குழு பொருள்களின் தரத்தைச் சோதிக்க, இன்னொரு குழு எடைகள் சரியாக இருக்கின்றனவா என்று சோதனை செய்தது. மூன்றாவது குழு வியாபாரம் நேர்மையாக நடத்தப் படுகிறதா என்று கண்காணித்தது. நேர்மையான தொழில் பரிவர்த்தனைகள் நடைபெற இவை உதவின.

சமூகத்தில் நான்கு பிரிவுகள் இருந்தன.

★ உயர் குடியினர்

★ நடுத்தர வர்க்கத்தினர்

★ அடித்தட்டு மக்கள்

★ அடிமைகள்

உயர் குடியினர் என்பவர்கள், எந்த வேலையும் பார்க்காதவர்கள். ஏராளமான சொத்து சுகம் படைத்தவர்கள். கணக்கற்ற அடிமைகளைத் தங்கள் கட்டுப் பாட்டில் வைத்திருப்பவர்கள். எல்லா வேலைகளுக்கும் இவர்களால் அடிமைகளை ஏவ முடியும். ஒவ்வொரு நாளின் 24 மணி நேரத்தையும் தங்கள் விருப்பம்போல் செலவிடும் சுதந்தரம் கொண்டவர்கள். கலைகள், இலக்கியம், தத்துவம் ஆகியவற்றை வளர்க்கவும், அரசியல், நிர்வாகம் ஆகிய சமுதாயத் துறைகளில் பணியாற்றவும், வாழ்க்கையின் தேவைகளைப் பூர்த்தி செய்துகொண்டுவிட்ட இவர்களால்தான் முடியும் என்று கிரேக்க சமுதாயம் நம்பியது.

நாட்டு சேவைக்கும், வருங்கால சமுதாயத்தை உருவாக்கவும் முக்கிய மானவர்கள் என்பதால், இவர்களைச் சமூக ஏணியின் உயர்தட்டில் தூக்கிவைத்து மதித்தார்கள்.

வியாபாரிகள், தொழிலதிபர்கள், கலைஞர்கள், கைத்தொழில் விற் பன்னர்கள், போன்றோர் நடுத்தர வர்க்கத்தினர். இவர்கள் பணபலம் படைத் தவர்கள். இவர்களுக்கு ஓட்டுரிமை கிடையாது. இவர்கள் தங்கள் வர்க்கம், அடித்தட்டு மக்கள் ஆகியோரோடு மட்டுமே திருமண உறவு வைத்துக் கொள்ள முடியும். உயர்குடியினரோடு திருமணம் செய்துகொள்வது சமூகத் தாலும், சட்டங்களாலும் தடுக்கப்பட்டிருந்தது.

அடிமைகளாக வாழ்க்கையைத் தொடங்கிய சிலர் கல்வி அறிவு பெற்றார்கள், வியாபாரிகளாக, கலைஞர்களாக, கைத்தொழில் விற்பன்னர்களாக, தங்கள் எஜமானர்களின் குழந்தைகளுக்கு ஆசிரியர்களாக உருவெடுத்தார்கள். இவர்கள் சமுதாய மூன்றாம் படியில், அடித்தட்டு மக்களாக ஏற்றுக் கொள்ளப்பட்டார்கள்.

அடிமைகள் பரிதாபத்துக்குரிய ஆத்மாக்கள். யுத்தக் கைதிகள், அநாதைகள், குற்றவாளிகள், அடிமைக் குடும்ப வாரிசுகள் ஆகியோர் அடிமைகள். ஒரு சில கருணைமிக்க குடும்பங்கள் இவர்களை அன்போடு நடத்தியதும், கல்வி கற்க அனுமதித்ததும் நிஜம் என்றபோதும், பெரும்பாலான குடும்பங்களில் அரை வயிற்றுச் சோறு, தூக்கமே இல்லாமல் இடுப்பு ஒடியும் வேலை, சின்னச் சின்னத் தப்புக்கும் ரத்தம் பீறிவரும் சாட்டை அடி என ஓடியது இவர்கள் வாழ்க்கை.

அன்றாட வாழ்க்கை

மலையும், மலை சார்ந்த குறிஞ்சிப் பிரதேசமாக நாடு இருந்ததால், தாராள மாகக் கிடைத்தவை கற்கள். கண்ணில் எப்போதோ பட்டவை மரங்கள். இதனால், வீடுகள் பெரும்பாலும் கருங்கல், செங்கல், சுண்ணாம்பு ஆகியவை கலந்து கட்டப்பட்டன. களிமண் செங்கல், சுண்ணாம்பு ஆகியவை. மர சாமான்கள் ஒரு சில வீடுகளில் மட்டுமே இருந்தன. அகன்று விரிந்த முற்றம், அதைச் சுற்றி அறைகள். இதுதான் பொதுவாக வீடுகளின் அமைப்பு.

முற்றம்தான் எல்லோரும் சேர்ந்து உட்கார்ந்து சாப்பிடும் இடம், விருந் தோம்பும் இடம்.

வீட்டில் பெரிய அறை ஆன்ட்ரான் (Andron). இது ஆண்கள் மட்டுமே பயன் படுத்தும் அறை. நிறையப் பேருக்கு விசேட நாட்களில் விருந்துகள் நடத்தவும் ஆண்ட்ரானைப் பயன்படுத்தினார்கள், இதேபோல் பெண்களின் உபயோகத்துக்காகவே இருந்த அறை கினைக்கான் (Gynaikon). வீட்டில் விசேஷங்கள் நடக்கும்போது ஆண்கள் கூட்டம் ஆன்ட்ரானில் கூடும்: பெண்கள் கினைக்கானில் சந்திப்பார்கள்.

கிரேக்கர்கள் கலைப் பிரியர்கள். எல்லா வீடுகளிலும் சிற்பங்கள் இருந்தன. பெண்கள் கிண்ணங்கள், கூஜாக்கள், தொட்டிகள், பானைகள் ஆகிய மண்பாண்டங்கள் செய்தார்கள். அவற்றில் அழகான ஓவியங்கள், கதைக் காட்சிகள் ஆகியவற்றைத் தீட்டினார்கள். இவையும், கைவினைக் கலைஞர்களின் படைப்புக்களும் வீடுகளை அலங்கரித்தன.

வீடுகளில் பூஜை அறைகள் இருந்தன. அங்கு நெருப்பு குண்டங்கள் வைத் திருப்பார்கள். மூதாதையர்கள் அக்னி வடிவில் தங்களைப் பாதுகாப்பதாக அவர்கள் நம்பிக்கை. விசேட நாட்களில் நெருப்பில் சாம்பிராணி போடு வார்கள். விக்கிரகங்களுக்கு ஆலிவ் எண்ணெய் அபிஷேகம் செய்யும் பழக்கமும் உண்டு. வழிபாட்டில் டிதிர்ரம் (Dithyram) என்ற கடவுள் உச்சாடனப் பாடல்கள் பிரபலம்.

உணவு

கோதுமை ரொட்டி முக்கிய உணவாக இருந்தது. காலை, பகல், இரவு என எல்லா வேளைகளிலும் ரொட்டி. சூரியன் உதயமானவுடன் ரொட்டியைத்

திராட்சை ரசத்தில் தோய்த்துச் சாப்பிடுவார்கள், மதியம் திராட்சை ரசத்தில் முக்கிய ரொட்டி, ஆலிவ், அத்திப் பழங்கள், பாலாடை, சமைத்த மீன். இரவுச் சாப்பாடு சூரியன் மறையும் வேளையில் நடக்கும்,விலாவாரியாக இருக்கும். சமைத்த காய்கறிகள், பச்சைக் காய்கறிகள், பழங்கள், மீன், தேன் ஊற்றிய இனிப்புகள் என ஏராளம் ஐட்டங்கள். கிரேக்கர்களுக்குக் கரும்பு, சீனி ஆகியவை பற்றித் தெரியாது. இனிப்புச் சுவைக்குத் தேன் மட்டுமே பயன்பட்டது.

கோயில் திருவிழாக்களில் மாடு, பன்றி ஆகியவை நூற்றுக்கணக்காகப் பலியிடப்படும். அந்த மாமிசம் சமைக்கப்பட்டு இலவசமாக விநியோகிக்கப்பட்டது. பணக்காரர்கள் தவிர்த்த மற்றையோர் மாமிசம் உண்டது அப்போது மட்டும்தான்.

ஏழையரும், செல்வந்தரும் எப்போதும் அருந்திய பானம் திராட்சை ரசம். பழ ரசம், புளிக்கவைத்த ஒயின் என இருவகைகளிலும் ரசிக்கப்பட்டது. ஒயினை அப்படியே குடிப்பது நாகரிகமற்ற செயல். தண்ணீர் சேர்த்துத்தான் பருகினார்கள். சாப்பிடக் கரண்டிகள் கிடையாது, கைகள்தாம்.

உடைகள்

கம்பளி, லினன் ஆகியவற்றால் ஆண்கள், பெண்கள் உடைகள் செய்யப்பட்டன. ஆடைகளை வீட்டுப் பெண்கள் தைத்தார்கள். செல்வந்தர் வீடுகளில் அடிமைகள் வீட்டுப் பெண்களின் மேற்பார்வையில் தைப்பார்கள். இறுக்கமான உடைகளை அணிவது பண்பற்ற செயல். ஆண், பெண் ஆகிய இருபாலரின் உடைகளும் ட்யூனிக் (Tunic) என்று அழைக்கப்பட்டன. பெண்களின் ட்யூனிக் முட்டிவரை நீளம். ஆண்களின் ட்யூனிக் இன்னும் குட்டையானது. குளிர் காலங்களில் தடிமனான கம்பளிப் போர்வைகள் அணிவார்கள்.

ஆடுகளின் உடலிலிருந்து கம்பளி நூலை எடுப்பார்கள். சுடு தண்ணீரில் ஊறவைத்து எண்ணெய்ப் பசை, அழுக்குகள் ஆகியவற்றை நீக்குவார்கள். பணக்காரர்கள் மட்டுமே கம்பளி நூலைச் சாயங்களில் ஊறவைத்து வண்ண வண்ண ஆடைகள் அணிந்தார்கள். ஓக் மரப் பட்டை, மர வேர்கள், செடிகளின் தண்டுகள், உலர்ந்த இலைகள் ஆகியவை சாயம் பூசும் மூலப் பொருள்கள்.

லினன் ஆடைகள் தயாரிப்பது இன்னும் சிரமான காரியம். செடிகளைப் பிடுங்கிவரவேண்டும். தண்டுப் பகுதியைப் பிரித்து எடுக்கவேண்டும். நாரை எடுக்கவேண்டும். நாரில் ஊடுருவி இருக்கும் வித்துக்களை அகற்ற வேண்டும். வீடுகளில் தறிகள் உண்டு. கம்பளி, லினன் ஆகியவற்றின் நூலை வீட்டுப் பெண்கள் தறிகளில் ஆடைகளாக நெய்வார்கள்.

ஆண்களும், பெண்களும் காலணி அணியும் பழக்கம் இருந்தது. மிருகங்களின் தோல் இதற்குப் பயன்பட்டது. இறந்த மிருகங்களின் தோலை உரித்து எடுப்பார்கள். அவற்றை வெந்நீர், புறாக்களின் எச்சம் கலந்த சுடுநீர் ஆகிய

வற்றில் ஊறப் போடுவார்கள். அப்போது உரோமங்கள், தோலில் ஒட்டியிருக்கும் மாமிசத் துண்டுகள் ஆகியவை போய்விடும். இந்தத் தோலில் எண்ணெய் போட்டுத் தேய்த்து மிருதுவாக்குவார்கள். பிறகு, எண்ணெய், மூலிகைகள் ஆகியவற்றில் பல வாரங்களுக்கு ஊறவைப் பார்கள். காலணிகளும், பை போன்ற பொருள்களும் செய்ய இப்போது தோல் தயார்!

ஒப்பனை

சிகை அலங்காரம் காலப்போக்கில் பல மாற்றங்கள் கண்டது. ஆரம்ப காலங்களில் ஆண்கள் நீண்ட தலைமுடியும், தாடியும் வளர்த்தார்கள். பின்னாட்களில், தாடி வளர்ப்போர் எண்ணிக்கை குறைந்துபோனது.

பெண்களுக்கு நீளத் தலைமுடி அழகின் அடையாளம், தலைமுடியைச் சுருட்டையாக்குவது ஆரம்ப காலங்களில் ஃபேஷனாக இருந்தது. பின்னுக்குச் சீவிக் கொண்டை போட்டுக்கொள்வதாக இது மாறியது. அடிமைப் பெண்களின் தலைமுடி எப்போதும் குட்டையாகத்தான் இருக்க வேண்டும். இதற்கு ஏற்றபடி, அவர்கள் கேசம் அடிக்கடி வெட்டப்பட்டது.

கறுப்பு நிறத்துக்கு மவுசு இல்லை. வெண்மைத் தோல் கொண்டவர்கள் மட்டுமே அழகர்கள், அழகிகள். கறுப்பு நிறப் பெண்கள் தங்கள் சருமத்தை வெண்மையாக்க, ஈயத்தால் ஆன களிம்பு தடவிக்கொண்டார்கள். இது அவர்கள் உடல் நிலையைப் பாதித்தது இன்னொரு சமாச்சாரம். கறுப்பை வெண்மையாக்கிக்கொள்ள பவுடர் போன்ற சுண்ணாம்புப் பொடியையும் பூசிக்கொள்வார்கள். கன்னங்களுக்கு ரோஜா நிறப் பொடி (இது எதனால் செய்யப்பட்டது என்று தெரியவில்லை) பூசும் மேக்கப் கலையும் இருந்தது. வேல்விழிக் கண்களின் கவர்ச்சியை கூட்ட மை தீட்டிக்கொண்டார்கள்.

ஆண்கள் நகைகள் அணிவதில்லை. பெண்கள் வகை வகையான காதணிகள், வளையல்கள், கழுத்துச்செயின்கள் ஆகியவை அணிந்தார்கள். ஏனோ, கி.மு. நான்காம் நூற்றாண்டு வாக்கில் பெண்கள் நகை அணியும் பழக்கமும் மறையத் தொடங்கிவிட்டது.

வாசனைப் பொருள்கள்மேல் ஆண்களுக்கும், பெண்களுக்கும் தனிப் பிரியம் உண்டு. துளசி, லவங்கப் பட்டை, பாதாம், ரோஜா, லில்லி, லாவெண்டர் ஆகியவற்றின் சாரம் எடுத்து, எண்ணெய்களோடு சேர்த்துக் காய்ச்சி வீடுகளில் வாசனைப் பொருள்கள் தயாரித்தார்கள்.

கூட்டுக் குடும்பங்களாக வாழ்ந்தார்கள். குடும்பம் என்றால் கணவன், மனைவி, குழந்தைகள் என்ற அளவில் நின்றுவிடாது. தாத்தா, பாட்டி, பெரியப்பா, சித்தப்பா, மாமன், மாமி, பேரன், பேத்தி என்று அத்தனை சொந்தங்களும் சேர்ந்து வசிப்பார்கள்.

கிரேக்கச் சமுதாயத்தில் ஆண்களே முக்கியமானவர்கள். பெண்களுக்குச் சம உரிமை கிடையாது. ஆண்கள் சாப்பிடும் அறையில் பெண்கள் சாப்பிடக் கூடாது. கடைகளுக்கும், தெருவுக்கும் போகக்கூடாது.

பெண்கள் பிறந்த வீட்டில் அம்மாவுக்கு உதவியாக இருக்கவேண்டும். சமைப்பது, ஆடைகள் நெய்வது, வீட்டைச் சுத்தம் செய்வது ஆகியவற்றைக் கற்றுக்கொள்ளவேண்டும். கூடுதலாகப் பாட்டு, நடனம் கற்கவேண்டும். பண்டிகை மற்றும் விழா நாட்களில் உறவினர்கள் முன்னால் திறமைகளை வெளிப்படுத்தவேண்டும்.

புகுந்த வீட்டில் குழந்தைகள் பராமரிப்பும், வீட்டு வேலைகளும் முழுக்க முழுக்கப் பெண்கள் பொறுப்பு. செல்வந்தர் வீடுகளில் பெண்கள் தங்கள் உடல் வருந்த வேலை செய்யவேண்டாம். ஆனால், அடிமைகள் மூலமாக இதை முடிக்கவேண்டியது அவர்கள் பொறுப்பு. வீட்டு வேலைகளிலும், குழந்தை வளர்ப்பிலும் ஆண்கள் துரும்பைக்கூடத் தூக்கிப் போடவேண்டாம்.

திருமணங்கள்

பெண்களுக்கு 14 முதல் 18 வயதுக்குள்ளும், ஆண்களுக்கு இருபதுகளிலும் திருமணம் நடக்கும். ஆண்கள் 30 வயதில்கூட மணம் செய்துகொள்வதுண்டு. பெற்றோர்கள்தாம் வரன் தேடுவார்கள், பேசி முடிப்பார்கள். வரதட்சணை கேட்பதும் வாங்குவதும் சாதாரணம். பெற்றோர் தேர்வு செய்த வரனைத்தான் பெண்கள் திருமணம் செய்துகொள்ளவேண்டிய கட்டாயம். தங்கள் வாழ்க்கைத் துணையைத் தீர்மானிக்கும் சுதந்திரம் ஆண்களுக்கு இருந்தது.

ஆண்கள் முப்பது வயதுவரை ராணுவ சேவை கட்டாயம் செய்யவேண்டும். எனவே, எந்த வயதில் மணம் முடித்துக்கொண்டாலும், இல்லற வாழ்க்கையை முப்பது வயதுக்குப் பிறகுதான் தொடங்கினார்கள்.

திருமணங்களில் சடங்குகள் உண்டு. ஆனால், புரோகிதர்களோ, பூசாரிகளோ கிடையாது. ஆண்களும், பெண்களும் குளித்து, புத்தாடை உடுத்தித் தயாராக வேண்டும். மாப்பிள்ளை ரதம் அல்லது குதிரை வண்டியில் மாமனார் வீட்டுக்குச் சுற்றமும், நண்பர்களும் புடைசூழ ஊர்வலமாகப் போவார். அங்கே விமரிசையாக விருந்து நடக்கும்.

வயிறாரச் சாப்பிட்ட மாப்பிள்ளை, பெண்ணோடு தன் வீட்டுக்கு வருவார். அவரை அவர் குடும்பத்தார் மனமார வரவேற்று உட்காரவைப்பார்கள். பிறகு எல்லோரும் அவர்கள் மேல் பழங்கள், பழக் கொட்டைகள் ஆகிய வற்றைச் சொரிவார்கள். இது ஒரு வகையான ஆசீர்வாதம். இது முடிந்தவுடன், கணவனும் மனைவிக்கும் சாந்தி முகூர்த்தம்!

கனவன் மனைவிக்குள் மனக் கசப்பு வந்தால், விவாகரத்து பெறும் உரிமை ஆண்களுக்கு இருந்தது. பெண்களுக்குக் கணவன் சரியாக அமையா விட்டால், சுமையை வாழ்நாள் முழுக்கத் தாங்கி நடக்கத்தான் வேண்டும். வேறு வழி கிடையாது.

குழந்தைகள்

ஆண் குழந்தைகள்தான் பெற்றோரின் முதல் தேர்வு. குழந்தைகள் பிறந்து பத்து நாட்களுக்குப் பிறகுதான் பெயர் சூட்டினார்கள். ஏனென்றால், பெரும் பாலான குழந்தைகள் அதற்குள்ளாகவே அகால மரணமடைவது சாதாரண மாக இருந்தது. குழந்தைகள் நோஞ்சானாகவோ, உடல் ஊனம் கொண்ட வர்களாகவோ இருந்தால், இந்த மரணத்தைக் குழந்தையின் அப்பா முடிவு செய்வார். அடிமைகளின் கைகளில் சிசுவைக் கொடுப்பார். அவர்கள் ஏரி, குளங்களில் வீசி எறிவார்கள். இதில் தப்பிப் பிழைக்கும் குழந்தைகள் கண்டெடுக்கப்படுபவர்களால் அடிமைகளாக்கப்படுவார்கள்.

பணக்கார வீட்டுப் பெண்கள் மட்டுமே பள்ளிகளுக்குப் போனார்கள். மற்றவர்களுக்கு, வீட்டில் அம்மா தரும் பயிற்சிதான். ஆண் குழந்தைகள் இதற்கு நேர் எதிர். ஆறு வயதானதும் கட்டாயம் பள்ளிக்குப் போக வேண்டும். கல்வியோடு, ஜிம்னாஸ்டிக்ஸ் பயிற்சியும் கட்டாயம். இத்தோடு, ஈட்டி எறிதல், குத்துச் சண்டை ஆகியவையும் பயிற்றுவிக்கப் பட்டன. ஸ்பார்ட்டா நகரத்தில் மட்டும், ஏழு வயதானவுடன் சிறுவர்கள் ராணுவக் கூடாரங்களுக்குப் போயாகவேண்டும். முப்பது வயதுவரை கல்வியும், ராணுவப் பயிற்சியும் அவர்களுக்கு அங்கே அளிக்கப்படும், பிற நகரங்களில், ஏழு முதல் பதினெட்டு வயதுவரை பள்ளிக்கூடம். அதற்குப் பின் முப்பது வயதுவரை ராணுவப் பயிற்சி.

தெய்வ நம்பிக்கை

கிரேக்கர்கள் ஏராளமான கடவுள்களையும், தேவதைகளையும் நம்பினார்கள், வணங்கினார்கள். அவர்களுடைய முழு முதற் கடவுள் ஜீயஸ்.

சூரியக் கடவுள் அப்பல்லோவுக்கும் தெய்வங்கள் வரிசையில் உயர்ந்த பீடம். நோய்கள் வராமல் உடல் நலம் காப்பவர் இவர்தான்.

கிரேக்க நாடுகளுக்குள் பொழுதொரு சச்சரவு, தினமொரு சண்டை. ஆகவே, ஆரெஸ் (Ares) என்னும் யுத்தக் கடவுள் மிக முக்கியமானவர். சின்னத் தகராறுகள்கூட ஆரெஸ் பூசை, படையல் ஆகியவற்றோடுதான் ஆரம்பிக்கும். ஆயுதம் ஏந்தலாம் என்று ஆரெஸ் முதலில் ஆசீர்வாதம் தரவேண்டும்.

அறிவுத் தேடலும், கல்வியும் அத்தியாவசியமானவை. நம்மூர்க் கலைமகள் போல் கிரேக்கத்தில் அத்தீனா (Athena).

மக்கள் அடிக்கடி வழிபட்ட தெய்வம் டெமெட்டர் (Demeter) என்னும் பூமாதேவி. இதற்குக் காரணங்கள் உண்டு. நாடு மலைப் பிரதேசம். வறண்ட பூமி, வானம் பார்த்த பூமி. சாப்பிட உணவு வேண்டுமே விளைச்சல் கிடைக்க வேண்டுமே? டெமெட்டர் விவசாயிகளின் தேவதையானார். விதை விதைக்கும்போது, விதைத்தவுடன் மழை வேண்டி, மழை பெய்தவுடன், நல்ல விளைச்சலுக்குப் பிரார்த்தித்து, அறுவடைக்குப் பின் என சதா சர்வகாலமும் டெமெட்டர் நினைவுதான், பாராயணம்தான்.

வீரத்துக்கு, அறிவுக்கு, விவசாயத்துக்குத் தனியாகத் தெய்வங்கள் இருக்கும் போது, அழகுக்கு, ஆசைக்கு, காமத்துக்கு, காதலுக்கு வேண்டாமோ? இருந்தார் கவர்ச்சிக் கடவுள் அஃப்ரோடைட் (Aphrodite). வாரிசுகள் பெருக, மக்கள் வழிபடுவது இந்த அம்மனைத்தான்.

இவர்கள் தவிர அக்னி, வாயு, கடல், எமதர்ம ராஜா என்பதுபோன்ற பகவான்கள். இவை போதாதென்று பாம்பு, பசு, பன்றி போன்ற மிருகங்களையும் பய பக்தியோடு கும்பிட்டார்கள்.

வீடுகளில் பூசை அறைகள் இருந்தன. தெரு முனைகளிலும் தேவதைகள் பிரசன்னமாகியிருந்தார்கள். இத்தனை இருந்தபோதும், பிரம்மாண்டக் கோயில்கள் கட்டி அங்கே போய்க் கும்பிட அவர்களுக்குப் பிடிக்கும். ஒவ்வொரு கடவுளுக்கும் எந்த மாதிரியான பூஜைகள் நடத்தவேண்டும், எத்தகைய நைவேத்தியங்களும், படையல்களும் சமர்ப்பிக்கவேண்டும் என்று விலாவாரியான செயல்முறைகள் பட்டியலிடப்பட்டிருந்தன. விசேட நாட்களில் ஆண்டவர்கள் வீதி உலா வருவதும், பக்தகோடிகள் உணர்ச்சி வெள்ளத்தில் மூழ்குவதும் சாதாரண நிகழ்வுகள்.

இத்தனை ஆழமான தெய்வ நம்பிக்கை இருக்கும்போது, பரவலான மூட நம்பிக்கைகள் இருந்தாகவேண்டுமே? ராட்சசன், பேய், பிசாசு, துஷ்ட தெய்வங்கள் ஆகியவை இருக்கின்றனவென்று நினைத்தார்கள், பயந்தார்கள், பரிகாரங்கள் செய்தார்கள். செய்வினை, பில்லி சூன்யம் ஆகிய அடுத்தவரை ஒழித்துக்கட்டும் வேலைகளிலும் சர்வ சாதாரணமாக ஈடுபட்டார்கள்.

ஏழு புனிதமான, அதிர்ஷ்டமான எண். எதையுமே ஏழின் வடிவமாகப் பார்த்தால் ராசி. ஒரு நல்ல காரியத்தைச் செய்யும்போது ஏழு பேர் சேர்ந்தால் வெற்றி நிச்சயம் என்பது எல்லோரும் ஒப்புக்கொண்ட கருத்து.

வருங்காலம் பற்றித் தெரிந்துகொள்வதிலும், குறி கேட்பதிலும் எக்கச்சக்க ஈடுபாடு இருந்தது. எல்லா ஊர்களிலும் கோயில்களில் குறி சொல்பவர்கள் இருந்தார்கள். இவர்கள் கடவுள்களின் அவதாரங்களாகக் கருதப்பட்டார்கள். ஆகவே, இவர்கள் கோயில்களில் மட்டுமே வருங்காலத்தைக் கணிப்பார்கள். மன்னர்களேயானாலும், இவர்களை அரண்மனைக்கு அழைக்க முடியாது. இவர்களிடம்தான் போக வேண்டும்.

நாடி ஜோசியம் என்றாலே, நினைவுக்கு வருவது வைத்தீஸ்வரன் கோயில். இதைப்போல். அந்த நாட்களில் குறி கேட்பது என்றாலே, புகழ் பெற்ற இடம் டெல்ஃபி (Delphi) என்னும் ஊர், அங்கே இருக்கும் அப்பலோ கோயில்.

இறந்தவர் சடங்குகள்

ஒரு வீட்டில் மரணம் நடந்தால், உற்றார், உறவினர், நண்பர்களுக்குச் சேதி அனுப்பப்படும். உடலைக் குளிப்பாட்டி, ஆடை அணிவித்து, மலர் மாலை களால் அலங்கரிப்பார்கள். அவர் வாயில் நாணயம் ஒன்று வைக்கப்படும். துக்கம் விசாரிக்க வருபவர்கள் கறுப்பு ஆடை அணிந்து வரவேண்டும். இரண்டு நாள்கள் உடல் வீட்டிலேயே, மூலிகைகளால் பதப்படுத்தப்பட்டு வைக்கப்பட்டிருக்கும். மூன்றாம் நாள் ஊர்வலமாகச் சுடுகாட்டுக்கு எடுத்துச் செல்வார்கள், மயானத்தில் எரி மூட்டுவார்கள். மறுநாள் அஸ்தியைப் பானையில் போட்டுக் குழிதோண்டிப் புதைப்பார்கள். வீட்டுக்கு வந்ததும் விருந்து நடக்கும், இதற்குப் பிறகு எந்தச் சடங்கும் கிடையாது.

கோயில்கள்

மலைகளில் கற்கள் ஏராளமாகக் கிடைத்ததால், வீடுகள் போலவே கோயில்களும் கருங்கல், சுட்ட களிமண் செங்கல், சுண்ணாம்பு ஆகிய வற்றால் கட்டப்பட்டன. கோயில்களின் கட்டமைப்புக்கு மார்பிளும், சிலைகள், தூண்கள் ஆகியவற்றுக்கு மார்பிள், யானைத் தந்தம் ஆகியவையும் உபயோகப்படுத்தப்பட்டன.

மூன்றுவிதமான கட்டுமானப் பாணிகள் இருந்தன. அவை - டோரிக், அயானிக், கோரிந்தியான். டோரிக் பாணி, மிக எளிமையான பாணி, இத்தகைய கட்டடங்களில் தூண்கள் உருளை வடிவில் இருக்கும். நேர்கோடு தூண்களின் உடல் முழுக்க ஓடும். மேற்பாகம் தட்டையான உருவம் கொண்டது. ஏதென்ஸ் நகரத்தில், அக்ரோப்போலிஸ் என்னும் குன்றின் மேல் இடத்தில் இருக்கும் பார்த்தினான் கோயில் டோரிக் பாணியிலானது. இது அத்தீனா என்னும் கல்வி தெய்வத்தின் கோயில். கி.மு. 5 - ம் நூற்றாண்டில் கட்டப்பட்டது.

கோயிலின் அகன்ற பிரகாரத்தைத் தாண்டி உள்ளே நுழைந்தால், தந்தம், வெள்ளி, தங்கம் ஆகியவற்றால் செய்யப்பட்ட 40 அடி உயர அத்தீனா சிலை. (அந்தச் சிலை நமக்குக் கிடைக்கவில்லை. ஆனால், சிலை பற்றிய முழு விவரங்களும், உருவ அமைப்பும் கிடைள்ளன.) போர்வீரன் உடை, கையில்

பாம்பு, வெற்றிச்சின்னம். பாரசீகத்தோடு நடந்த போரில் கிடைத்த வெற்றிக்கு நன்றியாக, இந்தக் கோயிலும், சிலையும் அமைக்கப்பட்டதாக ஆதாரங்கள் கூறுகின்றன.

அயானிக் பாணிக் கட்டடங்கள், டோரிக்கைவிட அழகானவை, அதிக உயரமானவை, தூண்களில் வேலைப்பாடுகள் கொண்டவை. பார்த்தினான் கோயிலிலிருந்து சிறிது தூரத்தில் உள்ள இரிக்தியம் (Erechtheum) அயானிக் வகைக் கோயில். கி.மு. 421 - 407 காலகட்டத்தில் கட்டப்பட்ட அழகான ஆலயம். அத்தீனா, பொஸைடான் (கடல் தெய்வம்), முன்னாள் மன்னர் இரிக்தியஸ் ஆகியோர் இங்கே வழிபடப்பட்டார்கள்.

கோரிந்தியான், கலைநயத்தில், கை நுணுக்கத்தில் அயானிக் பாணியைவிட உச்சமானது. தூண்களின் உடல் பாகத்தில் பல நேர்க்கோடுகள் ஓடும். உச்சியில் இலைகளும், பூக்களும் செதுக்கப்பட்டிருக்கும். மெஸ்ஸினியா என்னும் பகுதியில் சூரியக் கடவுள் அப்பல்லோ ஆலயம் இருக்கிறது. இது, டோரிக், கோரிந்தியப் பாணிகள் இரண்டும் சேர்ந்த அழகுக் கலவையின் அற்புதப் படைப்பு.

இப்படி எத்தனையோ கோயில்கள், கிரேக்கக் கட்டடக் கலைத் திறமையின் உச்ச வெளிப்பாடுகளாக அமைந்துள்ளன.

கிரேக்கம் ஒரே நாடாக இருந்தபோதிலும், ஆட்சிமுறை நகர ராஜ்ஜியங்களுக்கிடையே மாறுபட்டது. உதாரணமாக, ஸ்பார்ட்டாவில் மன்னராட்சி. ஏதென்ஸில் கி.மு. 1066 வரை மன்னராட்சி இருந்தது. இதற்குப் பிறகு, மாஜிஸ்ட்ரேட் நகர ராஜ்ஜியத் தலைவரானார், மக்களாட்சி மலர்ந்தது. இந்த முறையில், உயர் குடியினர் மட்டுமே வாக்குரிமை பெற்றவர்கள். இவர்களுள், ஓட்டளிக்க இருபது வயது ஆகவேண்டும்.

இரண்டு சபைகள் இருந்தன. போலே (Boule) என்பது மேல்சபை. கீழ்ச்சபையின் பெயர் எக்ளீஷியா (Eclesia).

மேல்சபையின் அங்கத்தினர் எண்ணிக்கை 500. கிரேக்கத்தில் பத்து வகை மரபுக் குடியினர் இருந்தார்கள், ஒவ்வொரு மரபிலிருந்தும் முப்பது வயதுக்கு மேற்பட்டவர்கள் 50 அங்கத்தினர்கள் குலுக்கல் முறையில் போலே அங்கத்தினர்களாகத் தேர்ந்தெடுக்கப்படுவார்கள். இவர்களின் பதவிக் காலம் ஒரு வருடம், எக்ளீஷியா விவாதிக்க வேண்டிய முக்கிய பிரச்னைகள் எவை என்று போலே வடிகட்டி முடிவுசெய்யும். இவை மட்டுமே எக்ளீஷியாவின் பரிசீலனைக்கு வரும். மேல்சபை நாட்டு விடுமுறை தவிர்த்த மீதி எல்லா நாள்களிலும் சந்திக்கும்.

எக்ளீஷியாவில் இரண்டு வருட ராணுவ அனுபவம் பெற்ற வாக்குரிமை பெற்ற அனைவரும் உறுப்பினர் ஆகமுடியும். எக்ளீஸியா நாற்பது நாள்களுக்கு ஒரு முறை கூடும். எல்லோரும் பேசலாம். பிரச்னைகளை விவாதித்தபின் கை தூக்கல் மூலம் வாக்கு எடுக்கப்படும். சில சமயங்களில் ரகசிய வாக்கெடுப்பும் நடப்பதுண்டு.

எக்ளீஷியாவில் 40,000 அங்கத்தினர்கள் இருந்தார்கள். குறைந்தபட்சம் 6000 பேர் வந்தால்தான் கூட்டம் நடத்தலாம். கூட்டம் குறைவாக இருந்தால், 300 அடிமைகள் கைகளில் சிவப்பு நிறத்தில் முக்கிய நீளக் கயிற்றைச் சுழற்றிய படியே நகரின் வீதிகளை வலம் வருவார்கள். யார் மேலெல்லாம் கயிறு பட்டதோ, அவர்கள் உடனே கூட்டத்துக்கு வரவேண்டும், அல்லது அபராதம் கட்டவேண்டும்.

எக்ளீஷியாவுக்கு ஏகப்பட்ட அதிகாரங்கள் இருந்தன. அண்டை நாடுகளோடு சண்டை அல்லது சமாதானத்துக்கான முயற்சிகள், வெளிநாட்டுக் கொள்கை,

ஏற்றுமதி இறக்குமதி உறவுகள் ஏற்படுத்துதல், நாட்டின் வரவு செலவுக் கணக்கை நிர்வகித்தல், ராணுவ நிர்வாகம், மக்கள் நலத் திட்டங்கள் வகுத்தல், நிறைவேற்றல், மதம் தொடர்பான செயல்கள், குடிமக்களின் உரிமைகளைப் பாதுகாத்தல், சட்டம், ஒழுங்கு நடவடிக்கைகள் போன்றவை எக்ளீஷியாவின் முக்கியப் பொறுப்புகள்.

எக்ளீஷியா வருடத்துக்கு நாற்பது நாள்கள் கூடும். கூட்டம் திறந்த வெளி மைதானத்தில் நடக்கும். அதிகாலையில் பூசையோடு தொடங்கும், அடுத்து மிருக பலி. கூட்டத்தில் வரி பாக்கி வைத்திருப்பவர்கள், ஒழுக்க மற்றவர்கள், குற்றவாளிகள், பெற்றோரைப் புறக்கணித்தவர்கள், யுத்தங்களில் பங்கேற்காமல் நழுவியவர்கள் ஆகியோர் பேச அனுமதிக் கப்பட மாட்டார்கள். பிறர் யார் வேண்டுமானாலும் பங்கேற்று தங்கள் கருத்துக்களைச் சொல்லலாம்.

நிர்வாகத்தில் ராணுவம் மிக முக்கியமானது. ஸ்ட்ராட்டகோய் (Strategoi) என்பது ராணுவத் தளபதி பதவி. ஒவ்வொரு மரபுக்கும் ஒருவராகப் பத்துத் தளபதிகள் நியமிக்கப்பட்டார்கள். தேர்தல்மூலம் பதவி பெற்ற இவர்களின் ஆட்சிக் காலம் ஒரு வருடம். ராணுவ நிர்வாகம், வீரர்கள் பயிற்சி, தளவாடங்கள் திட்டமிடுதல், வாங்குதல், ராணுவக் கணக்கு வழக்குகள், பிற நகர ராஜ்ஜியங்களுடன் பேச்சு வார்த்தைகள் நடத்துதல் போன்றவை ஸ்டாரட்டகோய்களின் கடமைகள்.

ராணுவத்தில் பல வகையினர் இருந்தார்கள். இவர்களுள் காலாட்படை, குதிரைப்படை, கடற்படையினர் ஆகியோர் செல்வந்தக் குடும்பங்களைச் சேர்ந்தவர்கள். வில்லாளிகள், ஈட்டி எறிபவர்கள், வாள் வீச்சாளிகள் ஆகியோர் ஏழைக் குடும்பங்களைச் சேர்ந்தவர்கள். போர் முனையில் முன்னணியில் எதிரிகளை எதிர் மோதியவர்கள் இந்த வறுமைக் குல வாரிசுகள்தான்!

நீதி பரிபாலனம் செம்மையாக நடந்தது. போலீஸ் வேலைகளுக்கு அடிமைகள் மட்டுமே அமர்த்தப்பட்டார்கள். வழக்காடு மன்றங்களுக்குக் குலுக்கல் முறையில் நீதிபதிகள் தேர்ந்தெடுக்கப்பட்டார்கள், இவர்களின் பதவிக்காலம் ஒரு வருடம், யார் வேண்டுமானாலும், சாட்சிகள் இருந்தால், யார் மீதும் குற்றம் சாட்டி, நீதிபதிகளின் முன்னால் கொண்டுவரலாம். சில்லறை வழக்குகளை விசாரிக்க முப்பது நீதிபதிகள் அடங்கிய நடமாடும் குழு இருந்தது. குற்றம் சாட்டப்பட்டவரே தனக்காக வாதாடலாம். இன் னொரு ஆச்சரியம், விசாரணை முடிந்தபின், குற்றவாளியே தனக்கு என்ன தண்டனை என்பதைத் தீர்மானிக்கலாம். இந்த மரபு நேர்மையோடு கடைப் பிடிக்கப்பட்டது மிக ஆச்சரியம்! அபராதம், வாக்குரிமை பறிக்கப்படுதல், சூடு போடுதல், கசையடி, சொத்துக்கள் பறிமுதல் போன்றவை சாதாரண மாக அளிக்கப்பட்ட தண்டனைகள். கொடூரமான சில குற்றங்களுக்கு மரண தண்டனையும் வழங்கப்பட்டது.

ஒலிம்பிக் பந்தயங்கள்

கிரேக்க ஆட்சியாளர்களின் நிர்வாகத் திறமைக்கு உச்சகட்ட உதாரணம் ஒலிம்பிக் போட்டிகள். நாட்டின் பல்வேறு நகர ராஜ்ஜியங்கள் தங்கள் வேறுபாடுகளை மறந்து உணர்வால் இணையப் பாலம் வகுத்ததும் ஒலிம்பிக் பந்தயங்கள்தாம்.

ஒலிம்பிக் பந்தயங்களின் ஆரம்பம் இதிகாசக் கதை. கிரேக்கர்களின் முழு முதற் கடவுளான ஜீயஸ் சின்னக் குழந்தையாக இருந்தார். அவர் அருகே ஹெராக்கிள்ஸ் என்னும் குட்டி தேவதையும் அவருடைய ஐந்து தம்பிகளும் இருந்தார்கள். ஜீயஸ் அழுதார். வேடிக்கை காட்ட என்ன செய்யலாம் என்று ஹெராக்கிள்ஸ் யோசித்தார். தம்பிகளுக்குள் ஓட்டப் பந்தயம் நடத்தினார். ஜெயித்தவனுக்கு என்ன பரிசு கொடுக்கலாம்? அருகில் ஆலிவ் மரம் இருந்தது. அதன் கிளையை வளைத்து வெற்றி மாலையாகச் சூட்டினார். ஜீயஸுக்கு வழிபாடாக, விழாவாக ஒலிம்பிக் போட்டிகள் தொடங் கப்பட்டன.

ஒலிம்பிக் பந்தயங்கள் கல் தோன்றி, மண் தோன்றாக் காலத்துக்கும் முன் தோன்றி மூத்தவை என்று இதிகாசம்சொன்னாலும், கி.மு. 776 - இல் முதல் ஒலிம்பிக் நடத்தப்பட்டது என்று ஆதாரங்கள் கூறுகின்றன. ஜீயஸுக்கு வணக்கம் செலுத்தும் போட்டி அவர் தொடர்பு கொண்ட இடத்தில் நடப்பது தானே முறை? அவர் பேரன் பெலப்ஸ் பெயரில் அமைந்த பெலொப்பனீஸ் பகுதியில் இருக்கும் ஒலிம்பியா நகரம் தேர்ந்தெடுக்கப்பட்டது. நான்கு ஆண்டுகளுக்கு ஒருமுறை போட்டிகள் நடத்த முடிவெடுத்தார்கள். (ஏன், நான்கு ஆண்டுகளுக்கு ஒரு முறை? அந்த ஜீயஸைத்தான் கேட்கவேண்டும்!)

ஹெராக்கிள்ஸ் நினைவாக, ஓட்டப் பந்தயம்தான் முக்கிய இடத்தைப் பிடித்துக்கொண்டது. மாரத்தான் என்னும் நெடுந்தூர ஓட்டம் கி.பி. 1896 - இல் சேர்க்கப்பட்டது. இதற்குச் சுவாரஸ்யமான வரலாற்றுப் பின்னணி உண்டு. கி.மு. 700 காலகட்டத்தில் அண்டை நாட்டுப் பாரசீகர்கள் ஏதென்ஸ் மீது படையெடுத்து வந்தார்கள். எல்லையில் எதிரி. ஏதென்ஸ் நிலைமையை எடை போட்டார்கள். அவர்களிடம் போதிய படைகளும், தளவாடங்களும் இல்லை. 140 மைல் தொலைவில் இருந்த நகரமான ஸ்பார்ட்டாவின் உதவி அவசரமாகத் தேவைப்பட்டது. மின்னலெனச் செய்தி அனுப்பவேண்டும். குதிரை வீரனை அனுப்பலாம். அது ஒரு வேளை பாரசீகக ஒற்றர்களுக்குத் தெரிந்துவிட்டால், காலம் தாழ்த்தாமல் தாக்குதல் தொடங்கிவிடுவார்கள்.

என்ன செய்யலாம் என்று யோசித்தபோது ஃபெய்டிப்பிடிஸ் (Pheidippides) என்னும் போர்வீரர் உதவிக்கு வந்தார். மனதில் செய்தி, கால்களில் பலம், நெஞ்சில் உரம் - மூன்றையும் தாங்கிக்கொண்டு ஓடத் தொடங்கினார். ஸ்பார்ட்டா அடைந்தபிறகுதான் அவர் கால்கள் நின்றன. ஸ்பார்ட்டா அரசர் தன் ஆதரவை அளித்தார். ஒரே ஒரு நிபந்தனையோடு - அமாவாசை முடிந்தவுடன் ஸ்பார்ட்டா படைகள் புறப்படும். நல்ல நாளில் கிளம்பினால்தான் வெற்றி நிச்சயம் என்று குறி சொல்பவர் சொன்னதுதான் காரணம்.

ஃபெய்டிப்பிடிஸ் ஓட்டம் மறுபடி ஆரம்பம். ஏதென்ஸ் போய்ச் சேருவது வரை நிற்காத நெடும் ஓட்டம். உதவி வரப்போகிறது என்னும் உத்வேகம் ஏதென்ஸ் வீரர்களுக்கு எக்கச்சக்க துணிச்சல் கொடுத்தது, பலம் கொடுத்தது. ஸ்பார்ட்டா உதவி வரும் முன்னரே, பாரசீகப் படையினரை ஓட ஓட விரட்டினார்கள்.

வெற்றி! வெற்றி! வெற்றி! தலைநகர் ஏதென்ஸுக்கு இந்தச் சந்தோஷச் சமாச்சாரத்தை உடனேயே சொல்லவேண்டுமே? தகுதியான ஆள் ஃபெய்டிப்பிடிஸ்தான். அவரைத் தளபதி அழைத்தார். ‘நம் நாட்டு மக்களிடம் இந்த மகிழ்ச்சியான சேதியைச் சொல்லுங்கள்.’ வேகப் புயல் ஓடினார். ஏதென்ஸ் நகரின் எக்ளீஷியா கூடும் மன்றத்துக்குப் போனார். ‘கொண்டாடுங்கள். நாம் ஜெயித்துவிட்டோம்.’

இவைதாம் ஃபெய்டிப்பிடிஸின் இறுதி வார்த்தைகள். ஆமாம், தாய்நாட்டுக் கடமையை முடித்த அவர் சடலமாகச் சாய்ந்தார். மாரத்தான் போட்டி இந்த வீரத் திருமகனுக்கு கிரேக்க சகோதரர்களும், உலகமும் அடிக்கும் நன்றி சல்யூட்.

ஓட்டப் பந்தயத்தில் தொடங்கிய ஒலிம்பிக் போட்டிகளில் தாண்டுதல், மல்யுத்தம், குத்துச் சண்டை, ஈட்டி எறிதல் போன்ற பந்தயங்கள் அரங்கேறத் தொடங்கின.

ஒலிம்பிக் எல்லா கிரேக்க நகர ராஜ்ஜியங்களும் உற்சாகத்தோடு பங்கேற்கும் விழா. இரு ராஜ்ஜியங்களுக்குமிடையே பகைமை இருந்தாலும், ஏன், போரே நடந்துகொண்டிருந்தாலும், எல்லா மோதல்களையும் நிறுத்திவிட்டு,

மறந்துவிட்டு ஒலிம்பிக்கில் பங்கேற்பார்கள். கிரேக்க நாடு முழுக்க விழாக் கோலம் பூணும். மக்கள் வெள்ளம் அலை அலையாகத் திரண்டு வரும். இது வெறும் விளையாட்டுப் போட்டியல்ல, எந்த ராஜ்ஜியம் நம்பர் 1 என்று நிரூபிக்கும் உல்லாசமான திறமைப் போர், தேசியத் திருவிழா!

ஒலிம்பிக் ஐந்து நாள்கள் நடைபெறும். முதல் நாளில் தொடக்க விழா. அன்று ஒவ்வொரு ராஜ்ஜிய வீரர்களும் வண்ண வண்ண உடைகள் அணிந்து மைதானத்தில் தேர்களில் ஊர்வலமாக வருவார்கள். அடுத்த நிகழ்ச்சி ஜீயஸுக்குப் பூஜை. ஏராளமான பலிகள். பிறகு ஆட்டம் தொடங்கும். மூன்றாம் நாள், ஜீயஸுக்கு 100 மாடுகளைப் பலி கொடுப்பார்கள். குத்துச் சண்டைகள், மல் யுத்தம், குதிரைப் பந்தயங்கள் ஆகிய போட்டிகள் தொடரும். கடைசி நாள், மயிர்க் கூச்செறிய வைக்கும் ரதப் போட்டி.

ஐந்தாம் நாள் போட்டிகள் எல்லாம் முடிந்தபின் பரிசளிப்பு விழா. வெற்றி பெற்றவரின் பெயர், அவருடைய குடும்ப விவரம், ஆகியவற்றை அறிவிப் பாளர் உரக்கப் படிப்பார். மக்கள் கரவொலி மைதானம் முழுக்க எதிரொலிக்கும், ஆலிவ் மர இலைகளாலான மாலகள்தாம் பரிசுகள். ஆமாம், விளையாட்டு வீரர்களை உந்தித் தள்ளியது பொன்னும், பொருளு மல்ல. ஆலிவ் மாலைகள்தாம்.

ஒலிம்பிக்கில் இரண்டு சோகங்கள் நிகழ்ந்தன.

பண்டைய கிரேக்கத்தில் ஒலிம்பிக் போட்டிகளைப் பார்க்கப் பெண்களுக்கு அனுமதி கிடையாது.

ரோமர்கள் கிரேக்கத்தைத் தங்கள் ஆட்சியின் கீழ்க் கொண்டுவந்தபோது, கி.பி. 394 - இல் ஒலிம்பிக் போட்டிகளை நிறுத்திவிட்டார்கள். மறுபடியும் ஒலிம்பிக் தொடங்கியது கி.பி. 1896ல்தான்.

பொழுதுபோக்குகள்

ஒலிம்பிக் தேசியத் திருவிழாவாக, மாபெரும் பொழுதுபோக்காக இருந்தது. விளையாட்டு வீரர்கள் பயிற்சி எடுக்கவேண்டும், அரசாங்கம் அயராது ஏற்பாடுகள் செய்யவேண்டும். நான்கு வருடங்களுக்கு ஒரு முறையே வந்தாலும், ஒவ்வொரு நாளும் ஒலிம்பிக் சம்பந்தமான ஏதோ ஒரு முன் ஏற் பாடு கிரேக்கத்தில் எங்காவது நடந்துகொண்டேதான் இருக்கும். அதற்காக, கற்பனா சக்தி கொண்ட மனிதர்கள் ஒலிம்பிக் என்னும் ஒரே கூட்டுக்குள் தங்களை அடக்கிக்கொண்டுவிட முடியுமா? கிரேக்கர்களின் பொழுது போக்குகளுக்குப் பல பரிணாமங்கள் இருந்தன.

நாடோடிக் கதைகள்

ஒலிம்பிக்ஸுக்கு அடுத்து பிரபலமான பொழுதுபோக்கு என்றால், அது கதை சொல்வதுதான், கதை கேட்பதுதான். இதற்கு இரண்டு காரணங்கள் - கிரேக்கர்கள் கூட்டுக் குடும்பங்களாக வாழ்ந்தார்கள். குடும்பம் என்றால் கணவன், மனைவி, குழந்தைகள் என்ற அளவில் நின்றுவிடாது. தாத்தா, பாட்டி, பெரியப்பா, சித்தப்பா, மாமன், மாமி, பேரன், பேத்தி என்று அத்தனை சொந்தங்களும் சேர்ந்த குடும்பங்கள். வீட்டுப் பெரிசுகள் எப்படி நேரம் செலவிடுவார்கள்? வீட்டுக் குழந்தைகளுக்குக் கதை சொல்லிகளா கத்தான். இதற்குத் தேவையும் இருந்தது. பெண் குழந்தைகள் பள்ளிக்கு அனுப்பப்படவில்லை. அவர்களுக்கு எப்படி நீதிகள் போதிப்பது? கதைகள் மூலமாகத்தான்.

பெரியவர்கள் குழந்தைகளுக்குக் கதைகள் சொல்வார்கள். ஆண்களும், பெண்களும் கூடும்போது தங்களுக்குள் நாடோடிக் கதைகளைப் பகிர்ந்து கொள்வார்கள். தெருப்பாடகர்கள் உண்டு. இவர்கள் கதைகளை ராகம் போட்டுப் பாடுவார்கள். அவற்றில் தங்கள் கற்பனைகளையும் கலப்பார்கள். நாட்டில் ஏராளமான முழு நேரத் தெருப்பாடகர்களும் இருந்தார்கள். நாட்டில் மட்டுமல்ல, யுத்த களங்களுக்கும் போர்வீரர்களுக்கு உற்சாக மூட்டத் தெருப்பாடகர்கள் அழைத்துச் செல்லப்பட்டார்கள்.

பிரபலமாக இருந்த நீதிக் கதைகளுள் இரண்டு இதோ:

மக்கள் எவ்வழி, மன்னர் அவ்வழி

ஒரே ஒரு ஊரிலே ஒரே ஒரு ராஜா. மக்களிடம் அதிக அன்பு கொண்டவர், நல்ல ஆட்சி நடத்தினார். அவருக்குப் புத்திசாலியான ஒரு மந்திரியும், வருங்காலத் தைக் கண்டுபிடிக்கத் தெரிந்த ஒரு ஜோசியரும் உறுதுணையாக இருந்தார்கள்.

ஒரு நாள் ஜோசியர் மன்னரிடம் வந்தார்.

'ராஜா, ராஜா, நாளை முதல் பத்து நாட்களுக்கு விசித்திரமாக மழை பெய்யப் போகிறது.'

'நம் நாட்டில் மாதம் மும்மாரி பொழிகிறதே? இப்போது வரும் மழையில் என்ன விசித்திரம்?'

'ராஜா, இந்த மழைத் தண்ணீரை யார் குடித்தாலும் அவர்கள் முட்டாள்களாகி விடுவார்கள்.'

'நாம் என்ன செய்யலாம் ஜோசியரே?'

'நாடு முழுக்க மக்கள் மழைத் தண்ணீர் குடிப்பதையும், அவர்கள் முட்டாள்கள் ஆவதையும் தடுக்க முடியாது. அரண்மனையில் இப்போதே குளத்திலிருந்து தண்ணீர் பிடித்து வைத்துக்கொள்ளலாம், நீங்கள், ராணி, இளவரசர், மந்திரி, நான் ஆகியோர் குடிக்கலாம். நாம் மட்டும் அப்போது புத்திசாலிகளாக இருப்போம். அப்போதுதான் மக்களுக்குத் தொடர்ந்து நல்லாட்சி தர முடியும்.'

ராஜா சம்மதித்தார்.

அடுத்த பத்து நாட்களுக்கு மழை கொட்டியது. நீரை அருந்திய மக்கள் எல்லோரும் முட்டாள்களாகிவிட்டார்கள். ராஜா, ராணி, இளவரசர், மந்திரி, ஜோசியர் ஆகிய ஐந்து பேர் மட்டுமே அறிவாளிகள். நாட்டு மக்களின் நன்மைக்காகப் பல புதிய திட்டங்கள் தீட்டினார்கள். ஆனால், பொமாக்கல் படைப்பு. 17 சென்டிமீட்டர் உயரம். அடிப்பாகம் சிதைந்திருக்கிறது. மார்பளவுச் சிற்பம். பாதி மூடிய கண்கள். தியானத்தில் ஆழ்ந்திருக்கிறாரோ? தாடி. சவரம் செய்யப்பட்ட மீசைப் பாகம். தலைமுடியை இணைத்துக் கட்டிய துணிப்பட்டை, மார்புக்குக் குறுக்கே பூ வேலைப்பாட்டோடு அமைந்த மேலங்கி. காதுகளுக்குக் கீழே இரண்டு துவாரங்கள் - கழுத்தில் நெக்லஸ் போன்ற நகையைச் சிற்பத்துக்கு அணிவித்திருந்திருக்கலாம். அந்தக் காலத்துப் பூசாரிகள் பற்றிய அதிக விவரங்கள் இல்லை.

ஆகவே, பூசாரி மன்னர் என்று ஆராய்ச்சியாளர்கள் பெயர் வைத்திருந்தாலும், இவர் நிஜத்தில் அரசராகவோ, வணிகராகவோ இருக்கலாம் என்று பல யூகங்கள் உள்ளன.து மக்களுக்கு இவை புரியவில்லை. திட்டங்களை எதிர்த்தார்கள். நாடு முழுக்க அதிருப்தி.

ராஜாவுக்கு என்ன செய்வதென்றே புரியவில்லை. மந்திரியிடம் ஆலோசனை கேட்டார். அவர் சொன்னார், 'ராஜா, ராஜா, மக்களுக்கு நல்லது செய்தால்

போதாது. அவர்கள் தங்களுக்கு எவை நன்மை தரும் என்று நினைக் கிறார்களோ, அவற்றை மட்டும்தான் செய்யவேண்டும்.'

ராஜா தன் காவலாளிகளை அழைத்தார். மழைத் தண்ணீர் கொண்டுவரச் சொன்னார். அவர், மந்திரி, ஜோசியர், ராணி, இளவரசர் ஆகிய அனைவரும் குடித்தார்கள். இப்போது அவர் கொண்டுவந்தவை 'முட்டாள்தனமான திட்டங்கள்.' ஆனால், மக்கள் எல்லோருக்கும் அமோக திருப்தி.

ராஜா, மக்கள் எல்லோரும் பல்லாண்டு காலம் சந்தோஷமாக வாழ்ந்தார்கள்.

அகங்காரம் அழிவு தரும்

காட்டில் ஒரு சிங்கம் வசித்தது. புலி, யானை, மான், முயல், கிளி, குருவி, குயில் போன்ற எல்லா மிருகங்களும், பறவைகளும் அதைக்கண்டு பயந்தன. சிங்கத்துக்குக் கர்வம் வந்தது. பிற எல்லா மிருகங்களையும் துச்சமாக நடத்தியது. இரவில் மிருகங்கள் தூங்கும்போது வேண்டுமென்றே உரத்த குரலில் கர்ஜிக்கும். மிருகங்களும், பறவைகளும் திடுக்கிட்டு விழிக்கும். அப்போது சிங்கம் அவற்றைப் பார்த்துக் கேலியாகச் சிரிக்கும்.

ஒரு நாள் குரங்குக் குட்டி மர உச்சியில் நன்றாகத் தூங்கிக்கொண்டிருந்தது. அங்கே வந்த சிங்கம் சப்தமாக உறுமியது. குட்டி பயந்து விழித்தது. அம்மா குரங்கு கை கூப்பிச் சிங்கத்திடம் வேண்டியது.

'சிங்க ராஜா, சிங்க ராஜா, தயவுசெய்து உரக்க உறுமாதீர்கள். என் குட்டி பயப்படுகிறது.'

'போடா குரங்குப் பயலே. நான் அப்படித்தான் சப்தம் போடுவேன். என்னை யாரும் ஒன்றும் செய்யமுடியாது.'

சிங்கம் தொடர்ந்து சப்தமிட்டது. இரவு முழுக்க குரங்கும் அதன் குட்டியும் தூங்கவேயில்லை.

குரங்குக்குப் பல நண்பர்கள். அதில் ஈ நெருங்கிய நண்பன். குரங்கு தோழனிடம் தன் சோகக் கதையைச் சொன்னது. ஈ மகா புத்திசாலி. கொஞ்ச நேரம் ஆலோசித்தது. அப்போது சொன்னது.

'குரங்கு நண்பா, நான் உன் பிரச்னையைத் தீர்த்து வைக்கிறேன்.'

குரங்குக்குச் சிரிப்பு வந்தது.

'ஈயாரே, ஈயாரே, யானை, புலிகள்கூடச் சிங்கத்தைக் கண்டு பயந்து ஓடுகின்றன. நீங்கள் பொடியன். உங்களால் என்ன செய்யமுடியும்?'

'என்னோடு வாருங்கள். சிங்கத்தின் குகை அருகே போகலாம். நீங்கள் பத்திரமாக மரத்தின்மேல் உட்கார்ந்துகொண்டு நான் நடத்தப்போகும் வேடிக்கையைப் பாருங்கள்.'

ஈ சிங்கத்தின் மூக்குக்குள் நுழைந்தது. அதன் மூக்கைக் குடைந்தது. சிங்கத்துக்கு உபத்திரவம் தாங்க முடியவில்லை. கோபத்தில் கத்தியது.

'யாரது என்னைத் தொந்தரவு செய்வது? மரியாதையாகப் போய்விடு.'

'மாட்டேன், மாட்டேன்.'

ஈ சிங்கத்தின் மூக்கிலிருந்து வெளியே வந்தது, அதன் முகத்தைச் சுற்றி ரீங்காரமிட்டது, மறுபடியும் மூக்கினுள் புகுந்தது.

'ஈயே, பொடிப்பயல் நீ. மரியாதையாக ஓடிவிடு. இல்லாவிட்டால் உன்னை என்ன செய்வேன் தெரியுமா?'

'என்னை என்ன பண்ணுவீங்க? என்னை என்ன பண்ணுவீங்க?'

ஈ கேலி செய்தது. சிங்கத்துக்கு ஈயின் செய்கை சித்திரவதையாகிவிட்டது. இப்போது ஈயிடம் வேண்டிக்கொண்டது.

'ஈயாரே, ஈயாரே, என்னை விட்டுவிடும்.'

'நீங்கள் இனிமேல் எந்த மிருகத்தையோ, பறவையையோ தொந்தரவு செய்யமாட்டேன் என்று சத்தியம் செய்யுங்கள். அப்புறம் நான்தான் காட்டுக்கு ராஜா என்று சப்தமாகச் சொல்லுங்கள்.'

சிங்கம் கத்தியது, 'இனிமேல் காட்டுக்கு ராஜா நானில்லை, ஈ தான்.'

குரங்கு ஈக்கு நன்றி சொன்னது. இப்போது ஈக்கு, தான்தான் காட்டுக்கு ராஜா என்ற நினைப்பும் கர்வமும் வந்துவிட்டது. கண்ணை மூடிக்கொண்டு உயரே பறந்தது. அங்கே, ஒரு சிலந்தி வலையில் மாட்டிக்கொண்டது. ஈ மகா ராஜாவைச் சிலந்தி சாப்பிட்டார், ஏப்பம் விட்டார்.

இப்படி ஏராளமான குட்டிக் கதைகள். அவற்றில் மனங்களில் ஆழப் பதியும் அற்புதமான நீதிக் கருத்துக்கள்.

நாடகக் கலை

கதைகள் பிடிப்பவர்களுக்கு, அத்தோடு இசையும், நடிப்பும் இணைந்தால் இன்னும் பிடிக்குமே? எல்லோருக்கும் பிடித்த இன்னொரு பொழுதுபோக்கு நாடகம் பார்த்தல். டையோனிஸஸ் மதுபானம், மகிழ்ச்சி ஆகியவற்றின் கடவுள். இவருக்காக அடிக்கடி கொண்டாட்டங்கள் நடத்தப்படும். அப்போது நாடகங்கள் போடுவார்கள். இவை இசை நிறைந்த நாடகங்கள். 24 இசைக்கலைஞர்கள் பல கருவிகளோடு பாடுவார்கள். நடிப்பார்கள். தாங்கள் ஏற்கும் வேடத்துக்கு ஏற்ற முகமூடிகள் அணிந்து கொள்வார்கள். நாடகங்கள் நடத்துவதற்காக, அரசாங்கம் எல்லா நகரங்களின் மையப்பகுதிகளிலும் அரங் கங்கள் கட்டி வைத்திருந்தார்கள். பத்தாயிரத்துக்கும் மேற்பட்ட கல் இருக் கைகள் கொண்ட மாபெரும் அரங்கங்கள் இவை. ஆச்சரியம் என்னவென்றால், நிகழ்ச்சிகள் நடக்கும்போது இங்கே ரசிகர் கூட்டம் பொங்கி வழியும்.

இரட்டைக் காவியங்கள்

கதைகள் கலாசாரமான நாட்டில் இதிகாசங்கள் இல்லாமலா? கிரேக்க நாட்டின் இலியட், ஒடிஸி ஆகிய இரு இதிகாசங்களும் நம் ராமாயணம்,

மகாபாரதம் போல் ஒவ்வொரு வீட்டிலும் படிக்கப்பட்டவை. எட்டாம் நூற்றாண்டில் எழுதப்பட்டவை. இவை இரண்டையும் படைத்தவர் ஹோமர். பிறவியிலேயே கண்பார்வை அற்றவராக இருந்த ஹோமர் அமர காவியங்களை உருவாக்கியிருப்பது அதிசயிக்கவைக்கும் உண்மை.

அறிவியல் மேதைகள்

கி.மு. 580- 500 வாக்கில் வாழ்ந்த பித்தகோரஸ் கணித மாமேதை. செங்கோண முக்கோணங்கள் குறித்த $a^2 + b^2 = c^2$ என்கிற சமன்பாட்டை இவர்தான் கண்டுபிடித்தார்.

அனக்ஸகோரஸ் (Anaxagoras) கி.மு. 500 கால கட்டத்தில் பிரபஞ்சக் கொள்கைகள், கிரகணத்துக்கான காரணங்கள் ஆகியவற்றைக் கண்டு பிடித்தார்.

ஹிப்பார்க்கஸ் (Hipparchus) கி.மு. 127 வாக்கில் வாழ்ந்தவர். வானியல், கணிதம், ஆகியவற்றில் தேர்ந்தவர். பிரபஞ்ச மத்தியில் பூமி இருக்கிறது என்று சொன்னவர். அட்ச ரேகை, தீர்க்க ரேகை ஆகியவற்றைக் கண்டு பிடித்ததோடு 850 விண்மீன்களின் பட்டியலையும் உருவாக்கினார்.

கி.மு. 460 காலத்தில் வாழ்ந்த ஹிப்போகிரட்ஸ் (Hippocrates) உயிரியல் மேதை. நோய்கள் கடவுள்களின் கோபத்தால் வருகின்றன என்னும் அன்றைய மூட நம்பிகைகளைத் தகர்த்து எறிந்து, அவை சுற்றுச் சூழல்களால் வருகின்றன என்று எடுத்துச் சொன்னார். இவர் உலக மருத்துவத்தின் தந்தையாகக் கருதப்படுகிறார்.

கி.மு, 290 காலகடத்திய ஆர்க்கிமிடீஸ் மாபெரும் கணிதவியலாளர், கண்டு பிடிப்பாளர். ஆர்க்கிமிடீஸ் தத்துவம், தண்ணீரை உயர் மட்டத்துக்குக் கொண்டுபோகும் ஸ்க்ரூ முறை ஆகியவை இவர் கண்டுபிடிப்புகளுள் அடங்கும்.

தத்துவ மேதைகள்

சாக்ரடீஸ்: கி.மு. 470 வாக்கில் வாழ்ந்தார். துருவிக் கேட்கும் கேள்விகள் மூலம் அவரோடு உரையாடுபவர்கள் தங்கள் அறியாமையை உணர்ந்து ஞானம் தேடவேண்டும் என்பது இவரது சித்தாந்தம். சிந்திக்க வைத்து இளைஞர்களைக் கெடுக்கிறார் என்று குற்றம் சாட்டிய அரசு ஹெம்லக் என்னும் நஞ்சு கொடுத்து இவரைக் கொன்றது.

பிளேட்டோ: கி.மு. 428 முதல் 348 வரை வாழ்ந்தவர். 12 ஆண்டு காலம் பல நாடுகளுக்கு பயணம் செய்தார். இவருடைய சிந்தனைகள், தர்க்கம், நுண்பொருள் ஆய்வு, ஆகியவற்றின் அடிப்படையில் அமைந்திருந்தன.

அரிஸ்டாடில்: கி.மு. 384 முதல் 322 வரை வாழ்ந்தார். பிளேட்டோவின் மாணவர். அலெக்ஸாண்டரின் ஆசிரியர். இயற்பியல், வேதியல், உயிரியல்,

விலங்கியல், உளவியல், அரசியல் கோட்பாடு, நீதி நெறி, தர்க்க சாஸ்திரம், மெய்ஞ்ஞானவியல், இலக்கியம், பேச்சுக் கலை என்று பல துறைகளில் சகலகலாவல்லவர்.

மாவீரன் அலெக்சாண்டர்: *கி.மு. 356 -* இல் பிறந்து, வருடங்கள் மட்டுமே வாழ்ந்த இந்த இளைஞர் தன் வீரத்தால், அழிக்க முடியாத தடங்களை வரலாற்றில் பதித்திருக்கிறார். பாரசீகம் முதல் இந்தியாவரை உலகின் பெரும்பகுதியைத் தன் குடைக்கீழ் கொண்டுவந்தார். நாடுகளை வென்றதோடு மட்டுமல்லாமல், கிரேக்க நாகரிக விதைகளைச் சென்ற இடமெல்லாம் தூவினார். இன்று உலகம் முழுக்கக் கிரேக்க நாகரிகத்தின் தாக்கம் இருக்கிறதே, அதற்கு முக்கிய காரணம் அலெக்சாண்டர்!

மாயன் நாகரிகம்

மாயன் நாகரிகம் உலகின் பழமையான நாகரிகங்களில் ஒன்று. கி.மு. 2600ல் தொடங்கி கி. பி. 900 வரை நீடித்த நாகரிகம் இது.

மாயன் நாகரிகம் அமெரிக்க இந்தியர்களிடையே நிலவிய நாகரிகம். இந்த நிலப் பகுதிகள், காலத்தின் போக்கால், அரசியல் மாற்றங்களால், இன்று மத்திய அமெரிக்காவில் ஐந்து நாடுகளாக இருக்கின்றன. அவை: மெக்ஸிகோ, கவுதமாலா, பெலீஸ், ஹோண்டுராஸ், எல் சால்வடார்.

மாயன் நாகரிகம் எந்தெந்தத் துறைகளில் எல்லாம் முத்திரை பதித் திருக்கிறது? உலக வரலாற்றுக்கு, மனித முன்னேற்றத்துக்கு, மாயன் நாகரி கத்தின் பங்களிப்பு என்ன?

சாக்லெட், கணிதம், வானியல் ஆராய்ச்சி ஆகிய துறைகளில், ஆயிரம் ஆயிரம் ஆண்டுகளுக்கு முன்னால், மாயர்கள் தொட்ட சிகரங்கள், இன்றும் நம்மைப் பிரமிக்க வைக்கின்றன.

மாயன் நாகரிகம் கி.மு. 2600ல் தொடங்கியது என்று ஆராய்ச்சியாளர்கள் சொல்கிறார்கள். அதற்கு முன்னால், மாயர்கள் எங்கே இருந்தார்கள்? மாய மாக, கி.மு. 2600- இல் ஒரு நல்ல நாளில் வானத்தில் இருந்து குதித்தார்களா?

கடவுள் படைத்த பூமி

மாயன் நாகரிகத்தின் இதிகாசங்கள்பற்றி மட்டும் அல்லாமல், அவர் களுடைய மத நம்பிக்கைகள், வாழ்க்கை முறை போன்ற பல அம்சங்களை அறிய போப்பல் வூ (Popol Vuh) என்னும் புத்தகம் உதவுகிறது. இதன் பொருள் 'சமுதாயத்தின் புத்தகம்'.உலகம் எப்படித் தோன்றியது, மக்கள் எப்படி வந்தார்கள் என்பதையெல்லாம் விளக்கும் பல கதைகள் ஆராய்ச் சியாளர்களுக்கு இதிலிருந்து கிடைத்திருக்கின்றன.

பல ஆயிரம், லட்சம், கோடி ஆண்டுகளுக்கு முன்னால், உலகில் மலைகள், நதிகள், செடி கொடிகள், பறவைகள், மீன்கள், மிருகங்கள், மனிதர்கள் என எந்த ஜீவராசிகளும் இல்லாத காலம்.

என்ன இருந்தது? வானமும், கடலும் மட்டுமே. உலகைப் படைத்தவர் கேட்ஸால்கோயோட்டெல் (Quetzalcoatl). இறக்கைகள் கொண்ட பாம்பு உருவம் இவருடையது.

தன்னை வணங்க, தன் புகழ் பாட யாருமே இல்லையே என்று இவர் நினைத்தார். தன் பக்தகோடிகளைப் படைக்கத் தொடங்கினார்.

'பூமி' என்றார் கேட்கோ. கடலுக்குள்ளிருந்து பூமி எழுந்து வந்தது. மலைகளை அவர் மனத்தில் நினைத்தார். பூமிப் பரப்பில் மலைகள் உயர்ந்தன. பிறகு ஒவ்வொன்றாக செடிகள், மரங்கள் படைத்தார். தான் படைத்த பொருள்களில் சோளச் செடிகளை அவருக்கு மிகவும் பிடித்தது. இதற்கு என்ன காரணம் என்று அவருக்கே தெரியவில்லை. அப்படி ஒரு பிரியம்!

அடுத்ததாக, மான்கள், புலிகள், பாம்புகள், பறவைகள் என்ற பல ஜீவராசிகளை கேட்கோ படைத்தார். இவை தங்க இடம் வேண்டுமே?

'மான்களே, பிற மிருகங்களே, நதிக்கரைகள் உங்கள் வீடு. பறவைகளே, மரங்கள் உங்கள் உறைவிடம். உங்கள் இனத்தைப் பெருக்குங்கள். உங்கள் வாழ்க்கை மகிழ்ச்சியாக இருக்கட்டும்' என்று எல்லா மிருகங்களையும், பறவைகளையும் ஆசீர்வதித்தார்.

கேட்கோவுக்குத் தன் படைப்புகள் பற்றி ஒரே பெருமை. இனி இந்த மிருகங்களும், பறவைகளும் எப்போதும் தன் புகழ் பாடும் என்று நம்பினார்.

'மிருகங்களே, உங்களைப் படைத்த என் புகழ் பாடுங்கள்.'

விலங்குகளுக்குப் பேசத் தெரியாதே? அவை முனகின, கத்தின, ஊளையிட்டன.

பேசவில்லை.

'பறவைகளே, நீங்களாவது என் புகழ் சொல்லுங்கள்.'

பறவைகள் குரல் எழுப்பின. குரல் இனிமையான குரல்! ஆனால் வார்த்தைகள் இல்லை.

கேட்கோவுக்குத் திருப்தி வரவில்லை.

'என்ன செய்யலாம்?' என்று யோசித்தார். பேசும் சக்தி கொண்ட உயிர் வகையை உருவாக்க முடிவு செய்தார்.

பூமியிலிருந்து களிமண்ணையும் மணலையும் எடுத்தார். அவை இரண்டையும் சேர்த்துக் குழைத்தார். தலை, முகம், கண்கள், காது, மூக்கு, கைகள், கால்கள் கொடுத்தார். முதல் மனித உருவம் பிறந்தது.

அந்த முதல் மனிதனைப் பார்த்தார்.

'ஐயோ, இவன் அழகாக இல்லையே?'

கடவுள் கையில் எடுத்தவுடன் அவன் உடைந்து போனான். அவர் யோசித்தார். களிமண்ணும் மணலும் சரியில்லை என்று முடிவு செய்தார். அவனை அழிக்கவேண்டும், இன்னொரு வகை உயிரைப் படைக்க வேண்டும் என்று முடிவெடுத்தார்.

இயற்கை நியதிப்படி கடவுளுக்குப் படைப்பது எளிது, அழித்தல் மிகக் கடினம்.

உலகம் இருட்டியது. வெள்ளம், பெரு வெள்ளம் வந்தது. பூமியைச் சூழ்ந்தது. முதல் பிரளயம் வந்தது. மண் மனிதனும், எல்லா ஜீவராசிகளும் மறைந்தார்கள்.

இனி மண் வேண்டாம், மரங்களால் மனித உருவம் செய்யலாம் என்று நினைத்தார். அவர் படைத்த மர மனிதன் அழகாக இருந்தான்.

'மனிதா, நீ பேசு பார்க்கலாம்.'

மனிதன் பேசினான். பேச்சா அது? சுத்த உளறல். அவருக்கே புரியவில்லை.

மர மனிதனிடம் இன்னொரு முக்கிய குறை. அவன் வெறும் மரம்தான். அவனுக்கு உயிர் இல்லை. உயிர் இல்லாத இவன் தன்னைப்போல் மனிதர் களைப் படைக்க முடியாதே? உலகில் மனித இனம் பெருக முடியாதே?

கேட்கோ யோசித்தார். மறுபடி பிரளயம். மர மனிதன் மறைந்தான்.

'நான் படைக்கும் மனிதனுக்கு உயிர் இருக்க வேண்டும். அப்போதுதான் அவன் பேசுவான், தன் இனம் பெருக்க அவனால் முடியும். எதை வைத்து அவனைப் படைக்கலாம்?'

'நமக்குப் பிடித்த சோளத்தால் மனிதனைப் படைக்கலாமா?'

மனிதன் உருவானான். அவனைப் பார்த்த அவருக்கு மிக்க மகிழ்ச்சியாக இருந்தது.

'மனிதா பேசு.'

சோள மனிதன் பேசினான்.

'வானக் கடவுளே, உங்களுக்கு என் நன்றி.'

'மனிதா, என் புகழ் பாடு.'

பாடினான். தன் முயற்சியில் கடவுள் ஜெயித்து விட்டார். அவர் படைத்த இந்த மனிதனுக்கு உயிர் இருக்கிறது. தன் மனித இன எண்ணிக்கையை அவன் பெருக்குவான். அவனுக்குப் பேசத் தெரியும். அவன் கேட்கோவை நம்புவான், அவர் புகழ் பாடுவான். இதற்குத் தானே அவர் ஆசைப்பட்டார்?

கடவுளுக்கு மனம் நிறைந்த திருப்தி, மகிழ்ச்சி.

'மனிதா, உனக்கு என் மனப்பூர்வமான ஆசீர்வாதங்கள். என்னை எப்போதும் நம்பு. பூமியை வாழ வை. நீ மிகச் சிறப்பாக வாழ்வாய்.'

கேட்ஸால்கோயோட்டெல் உலகத்தைப் படைத்தது இப்படித்தான்; மனித வாழ்வு தொடங்கியது இப்படித்தான், என்கிறது மாயன் இதிகாசம்.

மாயர்கள் நாகரிக வரலாற்றின் மைல்கற்கள் என்று ஆராய்ச்சியாளர்கள் குறிப்பிடும் நிகழ்ச்சிகள் இவைதாம்:

★ **கி.மு. 11000**

மாயப் பகுதிகளில் மக்கள் முதன் முதலாகக் குடியேறத் தொடங்கினார்கள். இவர்கள் அக்கம் பக்க நாடுகளிலிருந்து வந்திருக்கலாம். இவர்கள் தங்கள் உணவுகளான காய்கறிகள், பழங்கள், பறவைகள், விலங்குகள் ஆகியவற்றை வேட்டையாடி, அவற்றைச் சமைக்காமல், பச்சையாகச் சாப்பிட்டு வாழ்ந்தார்கள்.

★ **கி.மு. 2000**

மாய நாகரிகம் தொடங்குகிறது. மக்கள் வேட்டையை மட்டும் நம்பியிருக்காமல், விவசாயத்தில் ஈடுபடத் தொடங்குகிறார்கள்.

★ **கி.மு. 700**

மாயர்களின் எழுத்துக்கள் தொடங்குகின்றன. இவை சித்திர எழுத்து வகையைச் சேர்ந்தவை. அதாவது வாசிக்கும் முறையில் இல்லாமல், பட அமைப்புடைய எழுதுதல் முறை.

★ **கி.மு. 400**

கி.மு. 400- ன் கல்வெட்டுகளில் மாயர்கள் கண்டுபிடித்த நாள்காட்டிகள் பற்றிய ஆதாரங்கள் கிடைத்துள்ளன. இந்தக் காலகட்டத்திலோ அல்லது இதற்கு முன்பாகவோ, காலண்டர்கள் கண்டுபிடிக்கப்பட்டிருக்கலாம்.

★ **கி.மு. 300**

மன்னர்கள், பிரபுக்கள், பூசாரிகள் என ஆட்சிமுறை சீராக அமைக்கப் பட்டுள்ளது. ஒவ்வொரு பதவிகளுக்குமான பொறுப்புகள், அதிகாரங்கள் ஆகியவை வரையறுக்கப்பட்டிருக்கின்றன.

★ **கி.மு. 100**

டேயோட்டிவாக்கான் (Teotihuacan) என்ற நகரம் மாயர்களால் உருவாக்கப்படுகிறது.

இந்த நகரம் இன்றும் இருக்கிறது. கலை, மதம், வாணிபம் ஆகிய செயல் பாடுகள் இங்கே செழித்து வளர்ந்தன. பிரமிடுகள், கோயில்கள், அரண் மனைகள், பொதுச் சதுக்கங்கள் பிரம்மாண்டமாக இருந்த ஊர் இது.

★ கி.மு. 50

ஸெர்ரோஸ் (Cerros) என்ற நகரம் உருவாகிறது. கோயில்கள், மண்டபங்கள் ஆகியவை நிறைந்த நகரம் இது.

★ கி. பி. 100

பல உள்நாட்டுக் கலவரங்கள் தொடங்குகின்றன. மாய நாகரிகம் சரிவுப் பாதையில் அடியெடுத்து வைக்கிறது.

★ கி. பி. 900

மேற்குப் பகுதிகளில் நகரங்கள் மெள்ள மெள்ள மறைகின்றன. அழிவின் ஆரம்பம்!

★ கி. பி. 1511

கோன்ஸலோ குரேரோ (Gonzalo Guerrero) என்ற ஸ்பெயின் நாட்டுக்காரரின் கப்பல் புயலில் சிக்கி மாயர் பகுதியில் கரைதட்டுகிறது. அவர் அங்கு வாழும் உள்ளூர்ப் பெண்ணைத் திருமணம் செய்துகொள்கிறார்.

★ கி. பி. 1517

ஸ்பெயின் நாடு மாயர்கள் மேல் போர் தொடுக்கிறது. 90 சதவிகிதத்துக்கும் மேற்பட்ட மாயர்கள் ஸ்பெயின் வீரர்களால் கொல்லப்படுகிறார்கள். அவர்கள் மட்டுமல்ல, மாயர்களின் கலாசாரமும் மறைகிறது.

கி.மு. 11000 தொடங்கி, கி. பி. 1517- இல் மறைந்த இந்த வரலாற்றில், கி.மு. 2600 - கி. பி. 900 வரையான காலம் 'மாயன் நாகரிக காலம்' என்று வரையறைக்கப்படுகிறது.

ஆராய்ச்சியாளர்கள் இந்தக் காலகட்டங்களை எப்படி முடிவு செய்தார்கள்? அவர்கள் முடிவுகள் எடுக்க எந்த ஆதாரங்கள் உதவின? எங்கிருந்து இவற்றைக் கண்டு பிடித்தார்கள்?

மாய நாகரிகத்தின் பெருமைகள் பத்தொன்பதாம் நூற்றாண்டில்தான் கண்டறியப்பட்டன. கண்டுபிடித்த பெருமை ஃப்ரெடெரிக் காதெர்வுட் (Frederick Catherwood), ஜான் லாய்ட் ஸ்டீஃபென்ஸ் (John Lloyd Stephens) என்ற இருவருக்குமே உரியது.

காதெர்வுட் இங்கிலாந்து நாட்டைச் சேர்ந்த ஓவியர், கட்டடக் கலைஞர். பழங்கால நாகரிகங்களை ஓவியங்களாக வரைவதில் அவருக்கு ஆர்வம் அதிகம். எகிப்து, கிரீஸ், துருக்கி ஆகிய இடங்களுக்குப் பயணம் செய்து தான் பார்த்த காட்சிகளை, சிதிலமான கட்டடங்களை, பிரமிட்களை வரைந்து தள்ளினார். இவை புத்தகங்களாக வெளியாகின.

ஸ்டீஃபென்ஸ் அமெரிக்க நாட்டைச் சேர்ந்தவர். தொழிலால் வழக்கறிஞர். அவருக்கு உடல் நலத்தில் பிரச்னை ஏற்பட்டது. அவருடைய வேலைப் பளுவைக் குறைத்துக்கொள்ள வேண்டுமென்று மருத்துவர்கள் ஆலோசனை சொன்னார்கள்.

'ஓய்வு வேண்டாம், உலகின் பல பாகங்களுக்கு சுற்றுப் பயணம் போய் வரலாம்' என அவர் முடிவெடுத்தார். இத்தாலி, கிரேக்கம், துருக்கி, ரஷ்யா, போலந்து, பிரான்ஸ் ஆகிய பல நாடுகளுக்கு இந்த உலகம் சுற்றும் வாலிபர் போனார். தன் அனுபவங்களைப் புத்தகமாக எழுதினார்.

இங்கிலாந்தில் ஸ்டீஃபென்ஸ், காதெர்வுட் இருவரும் தற்செயலாகச் சந்தித்தார்கள். தம் சுற்றுப் பயண அனுபவங்களை இருவரும் பகிர்ந்து கொண்டார்கள். எழுத்துத் திறமை கொண்ட ஸ்டீஃபென்ஸூம், ஓவியக் கலைஞர் காதெர்வுட்டும் தகுந்த வாய்ப்பு வரும்போது தங்கள் திறமைகளை ஒருங்கிணைத்து பணியாற்ற முடிவு செய்தார்கள்.

அந்த வாய்ப்பு விரைவில் வந்தது. அமெரிக்கக் குடியரசுத் தலைவர் ஸ்டீஃபென்ஸை மத்திய அமெரிக்க நாடுகளுக்குத் தூதுவராக நியமித்தார். ஸ்டீஃபென்ஸ் அந்த நாட்டின் பல பகுதிகளைச் சுற்றிப் பார்த்தார். மாய நாகரிகம் பற்றி அப்போது உலகம் அதிகமாக அறிந்திருக்கவில்லை. அப்படி ஒரு நாகரிகம் இருந்தது என்று தெரியுமே தவிர ஆதாரங்களோ, சிதிலமான கட்டங்களோ யார் கண்களிலும் படவில்லை. ஆதாரங்களைத் தேடி அலைந்தார் ஸ்டீஃபென்ஸ்.

மாயன்கள் பல புத்தகங்கள் எழுதினார்கள் என்று அவர் கண்டுபிடித்தார். ஆழமான மத நம்பிக்கை கொண்ட மாயன்களின் புத்தகங்கள் அவர்களுடைய நூற்றுக்கணக்கான கடவுள்களை மையமாக வைத்து எழுதப்பட்டவை என்பது சில குறிப்புகளிலிருந்து அவருக்குத் தெரிந்தது. அந்தப் புத்தகங்கள் கிடைத்தால் தன் பல கேள்விகளுக்கு விடை கிடைக்கும் என்று உணர்ந்தார்.

முயற்சியைத் தொடர்ந்த அவருக்கு ஒரு அதிர்ச்சி காத்திருந்தது. பதினைந்தாம் நூற்றாண்டில் மாயப் பகுதிகளை ஸ்பெயின் நாடு ஆக்கிரமித்தது. அவர்களுடைய கிறிஸ்தவ மத நம்பிக்கைகளோடு மாய மதக் கதைகள் ஒத்துப் போகவில்லை. சில ஸ்பெயின் மத வெறியர்கள் மாயர்களின் புத்தகங்களைத் தீயிட்டு எரித்தார்கள். எரிந்தவை புத்தகங்கள் மட்டுமில்லை, அளவிட முடியாத மதிப்புக் கொண்ட நாகரிக வரலாற்று ஆதாரங்களும்தான்.

அடுக்கடுக்காகத் தோல்விகளை சந்தித்தபோதும், மனம் தளராமல் ஸ்டீஃபென்ஸ் ஆதாரங்களைத் தேடினார். இந்த உழைப்பும் நம்பிக்கையும் பலன் கொடுத்தன. போபல் வூ (Popol Vuh) என்ற பழங்காலக் கதைகளின் தொகுப்புப் புத்தகம் ஸ்டீஃபென்ஸ் கையில் கிடைத்தது.

மாய நாகரிகத்தின் மாஜிக் அவரை மயக்கத் தொடங்கியது. தான் போகும் இடங்களில் எல்லாம் பழங்கால மாய நாகரிக அடையாளைங்களை அவர் தேடத் தொடங்கினார்.

பழைய நாகரிகங்கள் பற்றிய விவரங்கள் கண்டுபிடிக்க அகழ்வு ஆராய்ச்சி பயன்படுகிறது. எந்த இடங்களைத் தோண்டினால்,. பழங்கால நாகரிகம் பற்றிய 'புதையல்கள்' கிடைக்கலாம் என்று முதலில் அனுமானம் செய்ய வேண்டும். அங்கே ஆழமாக, ஆழமாகத் தோண்ட வேண்டும்.

இது லாட்டரி மாதிரி. பல இடங்களில் தேட வேண்டும், தேடிக் கொண் டேயிருக்க வேண்டும். பழங்காலச் சான்றுகள் கிடைத்தால் உங்கள் முயற்சி வெற்றி. பணம், புகழ், தேடி வரும். சான்றுகள் கிடைக்காவிட்டால் உங்கள் வாழ்க்கையும் செலவிடும் பணமும் வீண்.

எங்கே 'புதையல்' கிடைக்கும் என்று அனுமானிப்பதுதான் முயற்சியின் முதல் படி.

எப்படி அனுமானிப்பார்கள்? புத்தகங்கள். ஓவியங்கள் ஆகியவை வழி காட்டும். இவற்றைவிட முக்கியமானவை சிதிலமான கட்டடங்கள், ஓவியங்கள் சிற்பங்கள் ஆகியவை.

இந்தச் சிதிலங்கள் பெரும்பாலான நாகரிகங்களில் தரைக்கு மேல் இருக்கும். அல்லது சிதிலங்களின் அடையாளங்கள் தரைக்கு மேல் தெரியும். மாய நாகரி கத்தின் அகழ்வாராய்ச்சியில் புதிய பிரச்னை வந்தது. மாய நாகரிகம் நிலவிய இடம் மழை அதிகமாகப் பெய்யும் இடம், அடர்த்தியான காடுகள் நிறைந்த இடம். ஸ்பெயின் நாட்டவரின் ஆதிக்கத்தால், மாயன்கள் தங்கள் உறை விடங்களை விட்டுப் புதிய பகுதிகளுக்கு இடம் பெயர்ந்தார்கள். அவர்கள் வாழ்ந்த பழைய இடங்களில்தானே நாகரிக அடையாளங்கள் கிடைக்கும்? ஆட்கள் வாழாத அந்த இடங்களை, கட்டடங்களை மரங்கள், காடுகள் மூடின.

மரங்கள் மூடிய இந்தப் புதையல் உலகத்துக்குத் தெரியாமலே போயிருக்கும். காடுகளுக்குள் போகும்போது, சில அடையாளங்களைப் பார்க்கும்போது, இங்கே ஒரு வரலாறு ஒளிந்திருக்கிறது என்று ஸ்டீஃபென்ஸுக்குப் பொறி தட்டியது. தன் கையில் கிடைத்த புத்தகங்களை எல்லாம் படித்தார். பொறி ஆர்வ நெருப்பானது.

ஸ்டீஃபென்ஸின் ஆரம்ப ஆராய்ச்சிகள் நாகரிகப் புதையல் கிடக்கும் சாத்தியக் கூறுகள் அதிகமாக இருப்பதாக ஆரூடம் கூறின. தானும் ஓவியர் காதெர்வுட்டும் சேர்ந்து பணியாற்ற இது நல்ல வாய்ப்பு என்று ஸ்டீஃ பென்ஸ் நினைத்தார். காதெர்வுட்டை இங்கிலாந்திலிருந்து புறப்பட்டு, தான் வாழும் மத்திய அமெரிக்கப் பகுதிக்கு வரச் சொன்னார்.

1839 - இல் இருவரும் சேர்ந்து தங்கள் அகழ்வாராய்ச்சிகளைத் தொடங் கினார்கள். தோண்டத் தோண்ட வியப்பான கட்டடங்கள், கோயில்கள், கல்லறைகள், பிரமிட்கள், ஓவியங்கள், சிற்பங்கள், புத்தகங்கள் ஆகியவை கிடைத்தன.

இருவர் திறமைக்கும் இவை அபாரத் தீனி போட்டன. *1841* ல் தங்கள் கண்டுபிடிப்புகளைப் புத்தகமாக இவர்கள் வெளியிட்டார்கள்.

'கணிதம், வானியல் போன்ற துறைகளில் மாயர்கள் இத்தனை சாதித் திருக்கிறார்களா?' என்று உலகம் வியந்தது.

இந்த வியப்பு உலகின் இன்னும் பல ஆராய்ச்சியாளர்களைத் தூண்டியது. இவர்கள் மத்திய அமெரிக்காவில் பல இடங்களைத் தோண்டினார்கள், விலை மதிப்பற்ற ஆதாரங்களைக்கண்டு பிடித்தார்கள்.

இவர்களுள் மிக முக்கியமானவர்கள் எரிக் தாம்ஸன் (Eric Thompson) ஸில்வானஸ் மோர்லி (Sylvanus Morley) என்ற அமெரிக்க ஆராய்ச் சியாளர்கள். மாய விவசாயம், ஆட்சி முறை போன்ற துறைகள் பற்றிய இவர்களின் கண்டுபிடிப்புகள் மிக முக்கியமானவை.

மாயன் நாகரிகம் 2000 ஆண்டுகள் செழித்து ஓங்கியது. கி. பி. 1517 வரை, அதாவது சுமார் 500 ஆண்டுகளுக்கு முன்னால் வரை இருந்த நாகரிகம். இன்றும் சுமார் அறுபது லட்சம் மாயன்கள் இருக்கிறார்கள். இவர்களில் பெரும்பாலானவர்கள் பெரு நாட்டில் வசிக்கிறார்கள். மற்றவர்கள் மெக்ஸிகொ, கவுதமாலா, பெலிஸே ஆகிய நாடுகளிலும் வசிக்கிறார்கள். இந்த 'ஒரிஜினல்' மாயர்கள் அனைவரும் பண்டைய விவசாய, கலை நுணுக்க வேலைப்பாடுகள் ஆகியவற்றை இன்றும் கடைப்பிடிக்கிறார்கள்.

இத்தனை சிறப்புகள் கொண்ட மாய நாகரிகம் ஏன் மறைந்தது?

ஆராய்ச்சியாளர்கள் பல காரணங்கள் சொல்கிறார்கள். மாயன்கள் தங்கள் இயற்கைச் சூழ்நிலையைக் காப்பாற்றுவதில் அதிக கவனம் காட்டவில்லை. காடுகள் நிறைந்த தங்கள் பகுதிகளின் மரங்களை வெட்டிச் சாய்த்தார்கள். மரங்கள் விழுந்தன, மழை குறைந்தது. பஞ்சம், பசி, பட்டினி, நோய்கள் பெருகின. மாய சமுதாயம் இவற்றுக்கு பலியானது.

இன்னொரு முக்கிய காரணம் ஸ்பெயின் நாடு. பதினைந்தாம் நூற்றாண்டில் படையெடுத்த ஸ்பெயின் சுமார் 90% மாயன் மக்களைக் கொன்று குவித்தது. மீதமிருந்த மக்கள் தங்கள் உயிரைக் காப்பாற்றிக்கொள்ள பெரு போன்ற நாடுகளுக்கு ஓடிப் போனார்கள்.

இன்று ஏகதேசம் மறைந்து போனாலும், தங்கள் பொற்காலத்தில் மாயர்கள் செய்த சாதனைகள், தொட்ட சிகரங்கள் மிக மிக முக்கியமானவை. ஒவ்வொன்றாகப் பார்ப்போம்.

மனித வாழ்க்கை முறையையும் வாழ்க்கைத் தரத்தையும் நிர்ணயிப்பதில், அவர்கள் வாழும் பகுதியின் வெப்ப தட்ப நிலை பெரும் பங்கு வகிக்கிறது. மாயர்கள் வாழ்ந்த பிரதேசத்தின் கீழ்ப்பகுதியைச் சுற்றி ஏராளமான சுண்ணாம்புக் கல் கிடைத்தது. இதனால், அந்த இடம் வெப்பம் அதிகமானதாக இருந்தது. எப்போதாவதுதான் மழை பெய்யும். தண்ணீர்த் தட்டுப்பாடுதான்.

மேற்குப் பகுதி வெப்ப நிலையில் நேர் மாறானதாக இருந்தது. இங்கே ஏராளமான மலைகள், பள்ளத்தாக்குகள். இந்தப் பிரதேசம் மழைக்காடு (rainforest) எனப்படும். அகண்ட இலைகளையுடைய உயரமான மரங்கள் ஈரச் செறிவுள்ள இந்தப் பகுதிகளில் வளரும். இந்த மரங்கள் பசுமை மாறாமலே இருக்கும், அல்லது வருடத்துக்கு ஒரு முறை மட்டுமே இலைகளை உதிர்க்கும் மர வகைகள்.

இங்கே பலத்த மழை பெய்யும். தரை ஈரப் பதம் கொண்டதாக இருக்கும். ஆனால், பூமி வளமானது அல்ல. ஐந்து பேர் கொண்ட குடும்பத்தைக் காப் பாற்ற சுமார் எழுபது ஏக்கர் நிலம் தேவைப்பட்டது. மாடுகள், குதிரைகள் போன்ற விவசாயத்துக்கு உதவும் மிருகங்களும் இல்லாததால், மனிதர்கள் தங்கள் உணவுத் தேவைகளைப் பூர்த்தி செய்யவே, தங்கள் நிலங்களில் கடுமையாக உழைக்க வேண்டியிருந்தது.

மாயர்கள் சோளத்தில் இருந்து கடவுளால் படைக்கப்பட்டவர்கள் என்று அவர்கள் இதிகாசம் சொல்வதைப் பார்த்தோமே? மாயர்களின் முக்கிய விவசாயம் சோளம்தான். அவர்கள் சோளத்தால் ரொட்டி செய்தார்கள். சோள ரொட்டிதான் அவர்களுடைய முக்கிய உணவு.

மாயர்களின் முக்கியப் பானம் கோகோ. ஆமாம், சாக்லெட்டின் முக்கிய மூலப் பொருளான கோகோதான். இதனால்தான், மாய நாகரிகம் சாக்லெட்டின் தாயகமாகக் கருதப்படுகிறது.

நான்காயிரம் ஆண்டுகளுக்கு முன்னாலேயே, அதாவது சுமார் கி.மு. 2000 ல் கோகோ மரங்கள் வளர்க்கப்பட்டதாக ஆராய்ச்சியாளர்கள் சொல்கிறார்கள். கோகோ மரத்தை கேட்ஸால்கோயாட்டெல் கடவுள் சொர்க்கத்தில் இருந்து

கொண்டு வந்தார் என்று மாயர்கள் நம்புகிறார்கள். கோகோ கடவுள்களின் உணவு என்று அழைக்கப்படுகிறது. அதனால்தான் சாக்லெட்டுக்கே 'எக் சுவாக்' என்று ஒரு கடவுளை அவர்கள் உருவாக்கினார்கள்.

மாயர்கள் கோகோ கொட்டைகளை சுடுதண்ணீரில் போட்டு அந்தக் கஷாயத்தைக் குடித்தார்கள். இந்த பானத்துக்கு அவர்கள் ஸோக்கால்டல் (Xocaltl) என்று பெயர் வைத்திருந்தார்கள். ஸோக்கால்டல் என்றால் கசப்பான பானம் என்று அவர்கள் மொழியில் பொருள். இந்த வார்த்தையிலிருந்துதான் சாக்லெட் என்ற பெயரே வந்தது. தங்கக் கோப்பைகளில் மட்டுமே கோகோ குடிப்பார்கள். ஒரு முறை குடித்தவுடன் இந்தக் கோப்பைகளை வீசி எறிந்து விடுவார்கள். ஆமாம், தங்கக் கோப்பைகளைத்தான். இப்படி, வசதி கொண்டவர்கள் மட்டுமே குடிக்கும் ஆடம்பர பானமாக ஸோக்கால்டல் இருந்தது.

பானங்களில் மட்டுமல்ல, வியாபாரத்திலும் கோகோ ராஜா. மாயர்களின் வியாபாரம் பண்டமாற்றுமுறையில் நடந்தது. இதற்கு கோகோ கொட்டை ஒரு பண்டமாற்றுப் பொருளாகப் பயன்பட்டது. நான்கு கொட்டைகளுக்கு ஒரு முயல் அல்லது ஒரு வான்கோழி வாங்கலாம். நூறு கொட்டைகள் கொடுத்தால் வாழ்நாள் முழுக்க வேலைக்காரனாக உழைக்கும் அடிமை கிடைப்பான்.

சாக்லெட் கதை

மாயர்கள் உலகைத் தாண்டி கோகோவின் மகிமையை வெளி உலகத்துக்குத் தெரிய வைத்தவர் கிரிஸ்டோஃபர் கொலம்பஸ். ஒரு பயணத்தின்போது, 1502ம் ஆண்டு அவர் ஒரு படகைப் பார்த்தார். படகு நிறைய கோகோ கொட்டைகள். ஸ்பெயின் நாட்டில் கோகோ கொட்டைகளே கிடையாது. கொலம்பஸூம் அவருடைய சக மாலுமிகளும் முதன் முறையாக இவற்றைப் பார்த்தார்கள். வித்தியாசமான இக்கொட்டைகளைத் தங்கள் மன்னரிடம் கொடுக்க ஒரு பிடி எடுத்துக் கொண்டார்கள். மொழி தெரியாததால், மாய நாட்டுக்காரர்களிடம் பேசி கொக்கோ கொட்டைகளின் மகிமையை அவர்களால் தெரிந்து கொள்ள முடியவில்லை. கொலம்பஸ் கோகோ கொட்டைகளை ஸ்பெயினுக்குக் கொண்டு வந்தார். தன் மன்னருக்கு அவற்றைப் பரிசாகக் கொடுத்தார்.

மன்னருக்கு கோகோ சுவை பிடித்தது. ஆனால் கொலம்பஸ் புதிய கண்டமான அமெரிக்கா கண்டுபிடித்தது தலைப்புச் செய்தியாகிவிட்டபடியால் கோகோ மன்னரின் நினைவில் பின்னுக்குத் தள்ளப்பட்டது. கொலம்பஸ் கோகோவை ஸ்பெயினுக்கு அறிமுகப்படுத்தியிருக்கலாம். ஆனால், கோகோ வரலாற்றில் சிறப்பு இடம் பெறுபவர் ஹெர்னாண்டோ கோர்ட்டெஸ் (Hernando Cortez) என்ற ஸ்பெயின் நாட்டுக்காரர். புதிய நாடுகளைத் தேடிக் கண்டுபிடிக்கும் ஆசையில் பயணங்கள் மேற்கொள்ளும் துணிச்சல்காரர். கோர்ட்டெஸ் பயணம் செய்த கப்பல் மாயர் பகுதியில் கரை

தட்டியது. கோகோவின் சுவை கண்ட கோர்ட்டெஸ் கோகோ கொட்டைகளை ஸ்பெயினுக்கு எடுத்துப் போனார்.

மன்னர், பிரபுக்கள், பணக்காரர்கள் அதன் சுவையை விரும்பினார்கள். ஆனால், இப்போதும் கோகோ ஒரு பானமாகத்தான் இருந்தது. ஸ்பெயின் நாட்டு மக்கள் கோகோ பயிரிடத் தொடங்கினார்கள். கொட்டைகளைத் தூளாக்கி அந்தத் தூளால் பானம் தயாரித்தால் கூடுதல் சுவை வரும் என்று அறிந்தார்கள். இந்தத் தூளை, ஆஸ்திரியா, இங்கிலாந்து, பெல்ஜியம், ஜெர்மனி, பிரான்ஸ், இத்தாலி, ஸ்விட்ஸர்லாந்து, நெதர்லாந்து ஆகிய நாடுகளுக்கு ஏற்றுமதி செய்தார்கள். ஏற்றுமதி பெருகியது. ஆனால், தூள் எதிலிருந்து தயாரிக்கப்படுகிறது என்பதைப் பரம ரகசியமாக வைத்துக் கொண்டார்கள். அந்த நாடுகளும் கோகோ பயிரிட ஆரம்பித்துவிட்டால் ஸ்பெயினின் ஏற்றுமதி வியாபாரம் படுத்துவிடுமே?

ஆனால் இந்த விஷயங்களை எத்தனை நாள்கள் ரகசியமாகக் காப்பாற்ற முடியும்? பதினாறாம் நூற்றாண்டின் தொடக்கத்தில் கோகோ ரகசியம் ஐரோப்பிய நாடுகளுக்குக் கசிந்தது. குறிப்பாக பெல்ஜியம், இங்கிலாந்து, சுவிட்ஸர்லாந்து நாட்டுக்காரர்கள் கோகோவைப் பிடித்துக்கொண்டார்கள். கசப்பைப் போக்க, அவர்கள் இந்தப் பானத்தில் சர்க்கரை சேர்த்தார்கள். இங்கிலாந்தில் கோகோ கிளப்புகள் தொடங்கப்பட்டன. இங்கே இனிப்பு கோகோ பானம் மட்டுமே கிடைக்கும். இவை மக்களிடையே மிகுந்த வரவேற்பு பெற்றன. கோகோவின் சுவை மக்களுக்குப் பிடித்தது.

1674ல் சாக்லெட் தூளை கேக்களில் சேர்க்கும் வழக்கம் வந்தது. குடிப்பதற்குப் பதில் சாப்பிட முதன் முதலாகக் கோகோ பயன்பட்டது இப்போது தான். 1828ல் கொன்ராட் வான் ஹூட்டன் (Conrad Von Houten) கோகோவில் எண்ணெய் எடுக்க ஒரு இயந்திரம் உருவாக்கினார். கோகோவின் எண்ணெய் வெண்ணெய் என்று அழைக்கப்பட்டது. இதற்குப் பிறகு 19 ஆண்டுகள் ஓடின. ஜோஸஃப் ஃப்ரை (Joseph Fry) என்ற ஆங்கிலேயர் சாக்லெட்டின் முதல் வடிவை உருவாக்கினார். கோகோ தூள், சர்க்கரை, கோகோ வெண்ணைய் ஆகிய மூன்றையும் சேர்த்தார். பசைத் தன்மை கொண்ட மாவு கிடைத்தது. இவற்றைப் பல வடிவங்கள் கொண்ட சாப்பிடும் சாக்லேட்டு களாக மாற்றினார்.

1861- இல் ரிச்சர்ட் காட்பரி (Richard Cadbury) சாக்லெட் கடை தொடங்கினார். இவருடைய உற்பத்தி பெரிய அளவில் இருந்தது. சாப்பிடும் சாக்லெட் அதிக அளவு மக்களைச் சென்றடையத் தொடங்கியது. மில்க் சாக்லெட், ஃபைவ் ஸ்டார், ஜெம்ஸ், எக்லயர்ஸ் போன்ற உங்களுக்குப் பிடித்த சாக்லெட் ரகங்கள் தயாரிக்கும், உலக நாடுகள் பலவற்றிலும் தன் கிளைகளைப் பரப்பியிருக்கும் காட்பரி கம்பெனி பிறந்த கதை இதுதான். இன்னும் பதினைந்து வருடங்களுக்கு சாக்லெட் என்பது கோகோ தூள், சர்க்கரை, கோகோ வெண்ணெய் ஆகிய மூன்றின் கலவைதான். மாற்றம் தானே முன்னேற்றம்?

1879 - இல் டானியல் பீட்டர் (Daniel Peter) என்ற சுவிட்ஸர்லாந்து நாட்டுக் காரர் இந்த மூன்று பொருள்களோடு பால் கலந்தார். சுவை அமிர்தம்! அன்று முதல் இன்றுவரை எல்லோருக்கும் பிடித்த இனிப்பாக இருக்கிறது சாக்லெட்.

சோளம், கோகோ ஆகிய பொருள்களுக்கு ஈடாக மாயர்களின் வாழ்வில் மிக முக்கியமான பொருளாக உப்பு இருந்தது. உப்பில்லாப் பண்டம் குப்பையிலே என்ற பழமொழியை மாயர்கள் முழுக்க நம்பினார்கள்.

மாயர்கள் வாழ்க்கையில் சாப்பாடு தவிர உப்புக்கு இன்னொரு உபயோகமும் இருந்தது. காய்கறிகள், மாமிசம் ஆகியவற்றை உப்பில் போட்டு வைத்தால், அந்தப் பொருள்களைக் கெட்டுப் போகாமல் காப்பாற்றலாம் என்பது அவர்களுக்குத் தெரிந்திருந்தது.

நாம் இன்று உப்பு தயாரிப்பது போலவே மாயர்களும் உப்பு உற்பத்தி செய்தார்கள்.

கடல் நீரை கடற்கரையில் தேக்கி வைப்பார்கள். இந்த உப்பளங்களில் உள்ள தண்ணீர் வெயிலில் உலரும்போது உப்பு கிடைக்கும். கடற்கரைப் பகுதிகளில் தயாரிக்கப்பட்ட உப்பு நாட்டின் பல பாகங்களுக்கும் விநியோகம் செய்யப்பட்டது.

மாயர்கள் வாழ்க்கையில் ஆடைகள் மிக முக்கியமானவை. ஒருவர் அணியும் உடைகள் அவர்களுடைய சமூக அந்தஸ்தையும், பண்பாட்டையும் வெளிப் படுத்தும் என்பது அவர்களின் ஆழமான நம்பிக்கை.

ஒவ்வொரு கிராமத்துக்கும் தனித் தனியான வகை உடைகள் இருந்தன. அவற்றை அணிவதுதான் தன்மானமுள்ள, பெருமைக்கு உரிய விஷயம் என்று அவர்கள் நினைத்தார்கள். அடுத்த கிராமத்து ஸ்டைல் ஆடைகளை அணிபவர்கள் கேலி செய்யப்பட்டார்கள்.

ஆண்களின் உடை மிக எளிமையானது. இடுப்புப் பாகத்தை மட்டும் மறைக்கும் அரைத் துணிதான் அவர்கள் ஆடை. மகாத்மா காந்தியை நினைவு படுத்திக்கொள்ளுங்கள்.

பெண்களின் உடைகள் தனிக் கவனத்தோடு வடிவமைக்கப்பட்டன. பெண்கள் இடுப்பில் பாவாடை அணிவார்கள். அதற்கு மேல் Huipil என்ற பிளவுஸ் மாதிரியான மேல் உடை. இந்த உடை பருத்தி, கம்பளி, சணல், கற்றாழை நார் போன்றவற்றால் செய்யப்படும். இது செவ்வக வடிவத்தில் தைக்கப்பட்டிருக்கும். கழுத்தை நுழைப்பதற்காக ஓர் ஓட்டை இருக்கும். பெரும்பாலும் வெள்ளை நிறத்தில் தைக்கப்பட்டது. அதன் மேல் பல நிறங்களில் படங்கள், கை வேலைப்பாடுகள் செய்வார்கள். நீலம், சிவப்பு ஆகிய நிறங்கள் பிரபலமானவை. நீல நிறம் செடிகளிலிருந்து தயாரிக்கப் பட்டது. சிவப்பு நிறம் கோச்சினீயல் (Cochineal) என்ற பூச்சியைக் கொன்று அதன் ரத்தத்திலிருந்து எடுக்கப்பட்டது.

பூ வேலைகள், எம்ப்ராய்டரி போன்ற கைவினை வேலைகள் ஆடையின்மீது நெய்யப்பட்டன. இவையும் ஆடைகளில் வரையப்பட்ட படங்களும் கடவுள்களின் உருவங்களாகவும் இதிகாசக் கதைகளை அடிப்படையாகக் கொண்டவையாகவும் இருந்தன.

சோளக் கடவுளான கேட்ஸால்கோயோட்டெல் மாயர்களுக்கு மிக முக்கிய மானவர் என்பதால் அவர் படம் பெரும்பாலான ஆடைகளில் தீட்டப் பட்டது. அவர் பாம்பு வடிவானவர். எனவே பாம்புகள் மாயர்களின் ஆடைகளில் அடிக்கடி தோன்றின.

பெரும்பாலும் வீட்டுப் பெண்கள்தான் ஆடைகளைத் தைத்தார்கள், அவற்றில் ஓவியங்கள் வரைந்தார்கள், வேலைப்பாடுகள் செய்தார்கள். இதனால் பெண்களிடம் கற்பனைத் திறமை அதிகமாக இருந்தது. பெண்கள் சமுதாயத்தில் மதிக்கப்படுவதற்கு இந்தத் திறமை உதவியது. ஜேட் என்கிற பச்சை மணிக்கல் அதிர்ஷ்டமானது என்று மாயர்கள் நம்பினார்கள். இவற்றால் அங்கிகள்போல் உடைகள் தைத்து அணிந்து கொண்டார்கள்.

உணவு, உடை ஆகிய அடிப்படைத் தேவைகளில் கடவுள்களிடம் மரியாதை காட்டிய மாயர்கள் ஆண்டவனிடம் மட்டுமல்ல, தம்மை ஆண்ட அரசர் களிடமும் மரியாதையும் பயமும் கொண்டிருந்தார்கள். அரசர்கள் கடவுள்களின் அவதாரங்கள் என்று நம்பினார்கள். அவர்கள் என்ன கட்டளையிட்டாலும் மறு பேச்சுப் பேசாமல் மக்கள் ஏற்றுக் கொண்டார்கள்.

அரசர்களின் அதிகாரத்துக்கு எதிர்ப்பே இல்லாததால், நாட்டில் அமைதி நிலவியது. மன்னர்கள் நாட்டின் முன்னேற்றத்தில் தங்கள் முழுக் கவனத் தையும் செலுத்த முடிந்தது.

புதுப் புது நகரங்களை ஏற்படுத்துவதில் அரசர்களுக்கு உற்சாகமும் ஈடுபாடும் இருந்தது. இதன் மூலம் மக்களின் வாழ்க்கைத் தரத்தைக் கணிசமாக உயர்த்த முடியும் என்பது அவர்களுடைய பொருளாதாரக் கொள்கையின் அடிப்படை.

நகரம் உருவாக்கும்போது கட்டடங்கள் கட்ட வேண்டும். இதற்குக் கற்கள், சுண்ணாம்பு போன்ற பொருள்கள் பெரும் அளவில் தேவைப்படும். இந்தத் தொழில்கள் அமோகமாக வளரும்.

நூற்றுக்கணக்கில் கட்டடக் கலைஞர்கள், தச்சு வேலைக்காரர்கள், ஓவியர்கள் போன்ற பல்வேறுபட்ட தொழிலாளர்களின் உழைப்பு தேவை. இவர் களுக்கு வேலைகள் கிடைக்கும். வேலை வாய்ப்புகள் இருப்பதால் புதியவர்கள் இந்தத் தொழில்கள் படித்து இந்தத் துறைகளில் நுழைவார்கள்.,

அந்தக் காலகட்டத்தைக் கணக்கில் எடுத்துக்கொண்டால், மாயர்கள் உருவாக்கிய சில நகரங்கள் பிரம்மாண்டமானவை. டிக்கல் (Tikal), எல் மிராடர் (El Mirador) போன்ற நகரங்களில் அறுபதாயிரத்துக்கும் மேற்பட்ட மக்கள் வாழ்ந்தார்கள்.

இந்த மக்களுக்குச் சோளம், கொகோ, உப்பு, மீன் ஆகிய உணவுப் பொருள்கள் வேண்டுமே? இவை கிராமங்களில் இருந்து வந்தன. கிராம மக்களின் பொருளாதார நிலை உயர்ந்தது.

நகரங்கள், கிராமப் பொருள்களை விற்க வாய்ப்பு கொடுக்கும் சந்தை ஆனது. தாம் பொருள்களைத் தயாரித்தால், அவற்றை விற்கும் சந்தை இருக்கிறது என்ற ஊக்கத்தால் மக்கள் தொழில்களில், வியாபாரத்தில் தைரியமாக ஈடுபட்டார்கள்.

நாட்டின் பல பாகங்களும் வணிகத்தால் இணைக்கப்பட்டன. வியாபார எல்லைகளைத் தாண்டி, தாம் எல்லோரும் ஒரே நாட்டினர் என்கிற பாசப் பிணைப்பையும் நகர உருவாக்கம் கொண்டு வந்தது.

நகரங்களின் உருவாக்கம், கட்டமைப்பு ஆகியவை பொருளாதார வளர்ச்சியின் கிரியா ஊக்கிகள் என்பது அமெரிக்கா, சீனா, இந்தியா ஆகிய நாடுகள் கண்டறிந்த, அறியும் உண்மை. இந்தச் சித்தாந்தத்தை அன்றே நிரூபித்தவர்கள் மாயர்கள்.

நாம் என்ன எண்முறை பயன்படுத்துகிறோம்? 0, 1, 2, 3, 4, 5, 6, 7, 8, 9, 10.

இவற்றின் முன்னோடியாக இந்தியா வழிகாட்டிய காரணத்தால், இந்த எண்கள் இந்து அராபிய எண்கள் என்று அழைக்கப்படுகின்றன. இந்த எண் முறையின் பெயர் தசாம்ச முறை (Decimal System). தசம் என்றால் பத்து. அதாவது, இந்தக் கணித முறை தச அடிப்படையைக் கொண்டது. அது என்ன தச அடிப்படை?

உதாரணமாக 2875 என்ற எண்ணை எடுத்துக் கொள்ளுங்கள். இடமிருந்து வலமாக எண்களைப் பாருங்கள்.

முதல் இடத்தில் 5. இதன் மதிப்பு 5.

இரண்டாம் இடத்தில் 7. இதன் மதிப்பு 7 × 10 = 70.

மூன்றாம் இடத்தில் 8. இதன் மதிப்பு 8 × 10² = 8 × 100 = 800

நான்காம் இடத்தில் 2. இதன் மதிப்பு 2 × 10³ = 2 × 1000 = 2000

இந்த அடிப்படையில், எண்ணின் மொத்த மதிப்பு, இரண்டாயிரத்து எண்ணூற்று எழுபத்து ஐந்து.

இந்த எண்முறை நாட்டுக்கு நாடு, கலாசாரத்துக்குக் கலாசாரம் மாறுபடும். தமிழ் எண் முறையில், இந்த எண்களை எப்படி எழுதுவார்கள்?

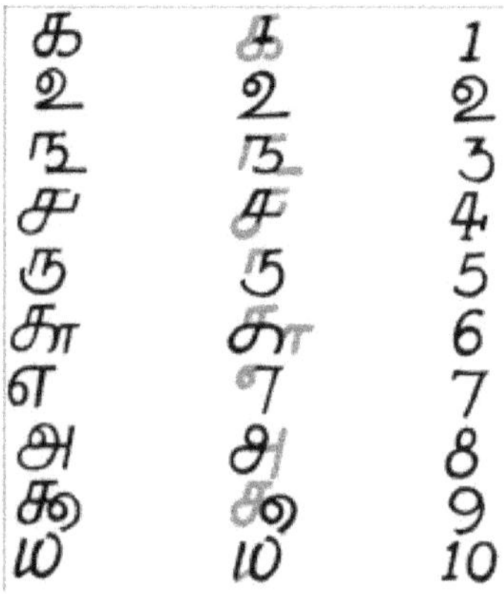

க	க	1
உ	உ	2
ங	ங	3
சு	சு	4
ரு	ரு	5
கா	கா	6
எ	எ	7
அ	அ	8
கூ	கூ	9
ம	ம	10

170

தமிழ் எண் முறையில் 0 கிடையாது.

மாயர்களும் கணித அறிவில் மாபெரும் முன்னேற்றம் கண்டிருந்தார்கள். ஆனால் அவர்களுடைய எண்முறை வித்தியாசமானது. இந்து அரபிய எண்களில், தசாம்ச முறையில், 0, 1, 2, 3, 4, 5, 6, 7, 8, 9 என்ற பத்து குறியீடுகள் உள்ளன.

மாயர்களின் எண்முறையிலும் பத்து எண்கள் உள்ளன. தமிழ் போலவே தனிப்பட்ட எண் முறையும் உண்டு. மேலே பார்த்ததுபோல், தமிழில் 9 குறியீடுகள் உள்ளன. ஆனால், மாயர்களுக்கு மூன்று குறியீடுகள்தாம். அவை:

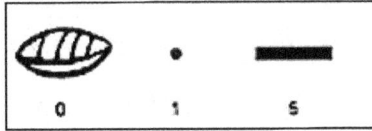

இந்தக் குறியீடுகளை அடிப்படையாக வைத்து மாயர்கள் எண்களை எப்படி எழுதினார்கள்?

இப்படித்தான்.

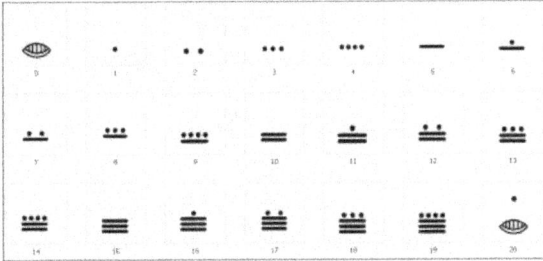

எப்படி கூட்டல் கணக்குப் போட்டார்கள்?

. +.. = ...

.. + ——————- = .. ——————————

மாயர்களின் எண் முறை தசாம்ச முறை அல்ல. அது Vigesimal System என்று அழைக்கப்படுகிறது. அது என்ன புது முறை?

உதாரணமாக மாயர்களின் கீழ்க்கண்ட எண்ணை எடுத்துக் கொள்ளுங்கள்; .

..   ..

——————   ——————————

முன் போல் வலமிருந்து இடமாக எண்ணுவோம்.

முதல் இடத்தில் 5. இதன் மதிப்பு 5.

171

இரண்டாம் இடத்தில் 7. இதன் மதிப்பு 7 X 20 = 140.

மூன்றாம் இடத்தில் 8. இதன் மதிப்பு 8 X 202 = 8 X 400 = 3200

நான்காம் இடத்தில் 2. இதன் மதிப்பு 2 X 203 = 2 X 8000 = 16000

எண்ணின் மொத்த மதிப்பு, 16000 + 3200 + 140 + 5 = 19345

மாயர்களின் எண் முறையில் கூட்டல், கழித்தல் செய்யலாம். பெருக்கல், வகுத்தல் செய்ய முடியுமா, செய்தார்களா? நமக்கு ஆதாரங்கள் எதுவும் கிடைக்கவில்லை.

மாயர்களின் இந்த எண்முறை ஏன் உலக அளவில் வெற்றி காணவில்லை?

எல்லா நாடுகளும் தசாம்ச முறையைப் பின்பற்றுவதற்கு என்ன காரணம்?

ஆராய்ச்சியாளர்கள் சொல்லும் ஒரு காரணம் ஏற்றுக் கொள்ளும்படியாக இருக்கிறது. நம் கைகளில் பத்து விரல்கள் இருக்கின்றன. நாம் சின்னக் குழந்தைகளாக இருக்கும்போது, அப்பா அம்மாவும், ஆசிரியர்களும், எப்படிக் கூட்டல் கணக்கு சொல்லிக் கொடுக்கிறார்கள்?

இரண்டும் மூன்றும் கூட்டினால் விடை என்ன? இதை நாம் எப்படிச் சிறு வயதில் கற்றுக்கொண்டோம்? கை விரல்களைக் கொண்டுதான் அல்லவா?

தசாம்ச முறையை உலகம் ஏற்றது சரி. அது மாயர்கள் முறையைவிட எளிதான தாகவும் இருக்கலாம். ஆனால், ஆயிரம் ஆயிரம் ஆண்டுகளுக்கு முன்னால், விஜெஸிமல் முறை கண்டுபிடித்த மாயர்களின் கணிதத் திறமையை, அறிவுக் கூர்மையை, இந்தக் காரணங்கள் கொஞ்சம்கூடக் குறைத்துவிட முடியாது.

காரணம்? இந்தக் கணிதத் திறமையை அடிப்படையாக வைத்து அவர்கள் வானியல் ஆராய்ச்சிகள் நடத்தினார்கள், நாள்காட்டிகள் உருவாக்கினார்கள். மனித சமுதாய முன்னேற்றத்தில் மாபெரும் சாதனைகள் அல்லவா இவை?

வானியல் சாதனைகள்

நாம் வாழும் உலகம் தனியான அமைப்பு அல்ல, மாபெரும் பிரபஞ்சத்தில் ஒரு பகுதி என்பது மாயர்களின் நம்பிக்கை. அவர்களுடைய இதிகாசக் கதைகள் இந்த நம்பிக்கையைப் பிரதிபலிக்கின்றன.

உலகத்தை முழு முதற் கடவுள் படைத்தார். அந்த உலகத்துக்கு மூன்று பகுதிகள். பூமி. அதற்கு மேல் 13 வகை உலகங்கள் கொண்ட சொர்க்கம். வானத்தின் நான்கு ஓரங்களிலும் நான்கு கடவுள்கள் வானத்தைப் பத்திர மாகத் தூக்கிப் பிடித்துக் கொண்டிருக்கிறார்கள்.

பூமிக்குக் கீழே 9 வகை உலகங்கள் கொண்ட பாதாள உலகம். சொர்க்கம், பூமி, பாதாளம் ஆகிய மூன்று வகை உலகங்களுக்கும் தனித்தனி ராஜாக்கள்.

தான் படைத்த உலகம் என்றும் செழிப்பாக இருப்பதற்காகக் கடவுள் உலக மரம் (World Tree) நட்டார். இதன் கிளைகள் சொர்க்கத்தில் உள்ளன. வேர்கள்

பாதாளத்தில். இந்த மரம்தான் மூன்று உலகங்களையும் தாங்கிப் பிடிக்கிறது என்பது மாயர்களின் நம்பிக்கை.

இங்கே உலக மரம் என்று குறிப்பிடப்படுவது விஞ்ஞானம் விளக்கும் பால் வழி விண்கூட்டம்தான் என்று வானியல் ஆராய்ச்சியாளர்கள் கூறுகிறார்கள். இந்தப் பால்வழி விண்கூட்டத்தில் கோடிக்கணக்கான நட்சத்திரங்கள் உள்ளன.

ரேடியோ மற்றும் ரேடார் வானியல் குறித்தெல்லாம் கி. பி. 1945 க்குப் பிறகுதான் விஞ்ஞான உலகம் தெரிந்துகொண்டது. அதற்குப் பல ஆயிரம் ஆண்டுகளுக்கு முன்னால், மாயர்கள் எப்படிப் பால்வழி விண்கூட்டம் பற்றித் தெரிந்து வைத்திருந்தார்கள்? விடை தெரியாத ஆச்சரியம் இது!

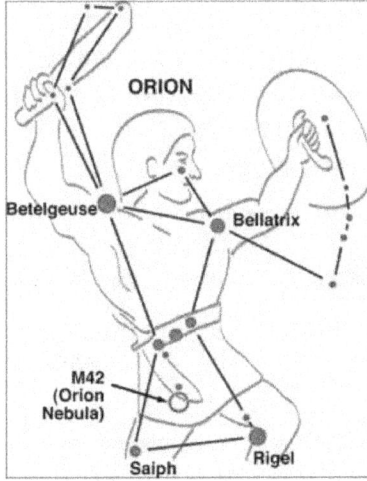

ஓரியன் விண்தொகுப்பு (Orion Constellation) என்பது மிகப் பிரகாசமான நட்சத்திர மண்டலங்களுள் ஒன்று. தமிழில் ஓரியனைப் பிரஜாபதி என்று சொல்கிறார்கள். இது வேடன் வடிவம் கொண்டதாக வர்ணிக்கப்படுகிறது. அவன் கையில் வாள்போல் ஒரு பகுதி தெரியும். இந்தப் பகுதியின் பெயர் ஓரியன் நெபுலா.

பதினேழாம் நூற்றாண்டின் தொடக்கத்தில்தான், ஓரியன் நெபுலா வானியல் ஆராய்ச்சியாளர்களால் கண்டுபிடிக்கப்பட்டது. இதன் புகைப்படமே 1880ல் தான் முதன் முதலாக எடுக்கப்பட்டது.

ஆனால், மாய நாகரிகப் பழங்கதைகளில் ஓரியன் விண்தொகுப்பு, நெபுலா ஆகியவற்றின் வர்ணனைகள் காணப்படுகின்றன. இவை புகைப்படம் காட்டும் தோற்றங்களோடு ஒத்தும் போகின்றன. விடை இல்லாத இன்னொரு ஆச்சரியம்!

உலகத்தை படைத்த முழு முதற் கடவுளான கேட்ஸால்கோயோட்டெல் நினைவாகக் கட்டப்பட்ட பிரமிட் ‘சீசென் யீட்ஸா (Chichen Itza)’ என்ற நகரத்தில் இருக்கிறது. இந்த பிரமிட் கி.மு. ஆறாம் நூற்றாண்டில் கட்டப்பட்டது.

மார்ச் 21, செப்டம்பர் 23 ஆகிய இரண்டு நாட்களில் மட்டும், இந்தப் பிரமிடின் நிழல் இறக்கைகள் கொண்ட பாம்பு வடிவமாக, ஆமாம், கேட்ஸால்கோயாட் டெல் வடிவமாக விழுகிறது. பிரமிட் படிகளில் சூரிய வெளிச்சம் பளீரென்று அடிக்கிறது. பல நூற்றாண்டுகளாக, உலகின் பல பகுதிகளிலிருந்தும் மக்கள் அந்த இரண்டு நாட்களில் தோன்றும் அதிசயத்தைப் பார்க்க வருகிறார்கள்.

மார்ச் 21, செப்டம்பர் 23 ஆகிய இந்த நாள்களின் பின்னால் விஞ்ஞானப் பின் புலம் உள்ளது. இவை சம பங்கு நாட்கள் (Equinox) அதாவது ஒரு வருடத்தில், இந்த இரண்டு நாட்களில் மட்டும்தான், பகல் பொழுதும் இரவுப் பொழுதும் சம அளவு நேரங்களில் அமையும். அதாவது, பன்னிரண்டு மணி நேரம் சூரியன் தெரிகிற பகல். பன்னிரண்டு மணி நேரம் சூரியன் மறைந்திருக்கும் இரவு.

சூரியன் மாயர்களின் முக்கியக் கடவுள். தங்கள் கோயில்களில் சூரிய வெளிச்சம் விழுவது நல்ல சகுனம் என்று அவர்கள் நினைத்தார்கள். கேட்ஸால் கோயாட்டெல் நினைவுச் சின்னத்தின் படிகளில், இந்த இரண்டு சம பங்கு நாட்களில் மட்டும் வெயில் விழும். மற்ற நாட்களில் வெயில் விழாது.

இப்படி வருமாறு எப்படி வடிவமைத்தார்கள், கட்டட நிழல் கேட்ஸால் கோயாட்டெல் வடிவாக எப்படி வருகிறது, சம பங்கு நாட்கள் பற்றி மாயர்களுக்கு எப்படித் தெரியும்? விடை இல்லா பல ஆச்சரியங்கள்!

சூரியன் மட்டுமல்ல, சந்திரனின் இயக்கத்தையும் அவர்கள் கூர்ந்து கவனித் தார்கள், பதிவு செய்தார்கள். அந்தப் பதிவுகள் சில ஆராய்ச்சிகளில் கிடைத்திருக்கின்றன.

இந்தக் கண்டுபிடிப்புகளுக்காக மாயர்கள் வான் ஆய்வுக்கூடங்களை ஏற்படுத் தியிருந்தார்கள். இங்கே தொலைநோக்கிகள் போன்ற கருவிகள் இருந்ததாகச் சான்றுகள் சொல்கின்றன.

காலண்டர்கள் என்று நாம் சொல்லும் நாள்காட்டிகள் காலத்தைப் பகுத்து ஒழுங்குபடுத்தி அமைக்கும் முறை. நாட்கள், மாதங்கள், வருடங்கள் எனக் காலம் படிப்படியாக அதிகரிக்கும் வகையில் பிரிக்கப்படுகிறது. காலண்டர்கள் சூரிய, சந்திரச் சுழற்சிகளின் அடிப்படையில் வடிவ மைக்கப்படுகின்றன.

சூரிய சந்திர இயக்கங்கள் தெரிந்தவர்கள், கணிதத்தில் வல்லவர்கள், வான் ஆய்வுக்கூடங்கள் கொண்டவர்கள் என்ற பல திறமைகளையும் ஒருங் கிணைத்த மாயர்கள் தங்கள் காலண்டர்களை உருவாக்கினார்கள்.

நாம் கடைப்பிடிக்கும் கிரிகோரியன் காலண்டர் வருடத்தில் 365 நாட்களைக் கொண்டது. மாயர்களின் காலண்டர்களில் இரண்டு வகை காலண்டர்கள் முக்கியமானவை.

ஒன்று 365 நாட்கள் கொண்டது. வருடத்துக்கு 18 மாதங்கள். மாதத்துக்கு 20 நாட்கள். இந்தக் காலண்டரை ஹாப் காலண்டர் (Haab) என்று அழைத்

தார்கள். மாதம் 20 நாட்களாக, இந்தக் காலண்டரில் வருடத்துக்கு 360 நாட்கள் வரும். ஆனால், வானியல் முறைப்படி வருடத்துக்கு 365 நாட்கள் வேண்டும் என்று மாயர்கள் தெரிந்து வைத்திருந்தார்கள்.

காலண்டர் வகுத்த 360 போக எஞ்சிய ஐந்து நாட்கள் அதிர்ஷ்டம் இல்லாத நாட்கள் என்று நம்பினார்கள். அந்த நாட்களில், எந்த நல்ல காரியங்களும் செய்யமாட்டார்கள். இந்தக் காலண்டர் சாமானியர்களின் உபயோகத்துக்காக உருவாக்கப்பட்டது. கி.மு. 550 - இல் இந்தக் காலண்டர் முறை நடை முறைக்கு வந்திருக்கலாம் என்கிறார்கள் ஆராய்ச்சியாளர்கள்.

அடுத்த வகை காலண்டர் வருடம் 260 நாட்கள் கொண்டது. ஒவ்வொரு வருடத்துக்கும் 13 மாதங்கள், மாதங்களுக்கு 20 நாட்கள். இந்தக் காலண்டருக்கு இஸால்கின் (Isalkin) என்று பெயரிட்டார்கள். இது புனிதக் காலண்டர் என அழைக்கப்பட்டது.

நாம் ஞாயிறு, திங்கள், செவ்வாய், புதன், வியாழன், வெள்ளி, சனி என கிரகங்களின் பெயரில் கிழமைகளுக்குப் பெயர் வைத்திருக்கிறோம். மாயர்கள் இதே முறையில், தங்களுடைய மாதத்தின் இருபது நாட்களுக்கும் ஒவ்வொரு கடவுள் பெயர் சூட்டினார்கள்.

ஹாப், இஸால்கின் ஆகிய இரண்டு காலண்டர்களும் 52 வருடங்களுக்கு ஒரு முறை இணையும். இந்த இணைப்பு நடக்கும்போது, அதாவது 52 வருடங்களுக்கு ஒரு முறை உலகில் மாபெரும் மாற்றங்கள் ஏற்படும் என்று மாயர்கள் நம்பினார்கள்.

மாயன் காலண்டர் 5126 வருடக் கால அளவு கொண்டது. 2012ம் வருடம் டிசம்பர் 21 அன்று இது முடிந்துவிட்டது. உலகம் அன்றோடு முடியப்போகிறது என்பதற்கான எச்சரிக்கை மணி என்று பலர் நினைத்தார்கள், பயந்தார்கள். ஆனால், அந்த பயங்கள் அர்த்தமற்றவை என்று காலம் நிரூபித்துவிட்டது. ஒரு வேளை, மாயன் காலண்டரின் அர்த்தம் வித்தியாசமானதோ, நாம் புரிந்துகொள்ளமுடியாத ஏதோ ஒரு தாத்பரியம் அதற்குள் மறைந் திருக்கிறதோ?

கி.பி. 250 - 900 காலத்தின் சிதிலம் அடைந்த கட்டடங்களை ஆராய்ச்சியாளர் கள் கண்டுபிடித்திருக்கிறார்கள். எகிப்தின் பிரமிட் போன்ற கட்டடங்கள், மன்னர்களின் அரண்மனைகள், கோயில்கள் ஆகியவை மிகுந்த கலைநயத்தோடு விளங்குகின்றன. குறிப்பாக மனித வடிவங்கள் மிகவும் துல்லியமாகப் படைக்கப்பட்டுள்ளன.

மாயர்கள் காலத்தில் மாடுகள், குதிரைகள் போன்ற உழைப்புக்குப் பயன்படும் மிருகங்கள் இருந்ததாக ஆதாரங்கள் இல்லை. அதனால், மனித முயற்சியும் உழைப்புமே இந்தக் கட்டடங்களை உருவாக்கப் பயன்பட்டன. கருங்கல், தண்ணீர் கலந்த சுண்ணாம்பு ஆகிய பொருள்கள்தாம் கட்டட மூலப்பொருள்கள்.

அரண்மனைகள் நகரங்களின் மையப்புறத்தில் இருந்தன. இவை பல மாடிக் கட்டடங்கள். ஏராளமான அறைகள் கொண்டவை. மன்னர், பிரபுக்கள் என தங்குபவர்களின் சமுதாய அந்தஸ்துக்கு ஏற்ப, அறைகளின் எண்ணிக்கைகள், வசதிகள், கலை நயங்கள் ஆகியவை இருந்தன.

மாயர்கள் அற்புதமான சிற்பங்களைக் கல்லிலும் மண்ணிலும் படைத் தார்கள். வகை வகையான வடிவ மண் பாண்டங்கள், பீங்கான் பாத்தி ரங்களின் மேல் தீட்டப்பட்ட ஓவியங்கள் ஆகியவை ரசிகர்களைப் பிரமிக்க வைக்கின்றன. மரப் பட்டைகளில், கடவுள்கள், இயற்கைக் காட்சிகள், மிரு கங்கள், பறவைகள் ஆகிய ஓவியம் வரைவது மிகப் பிரபலமாக இருந்தது.

தங்கம், வெள்ளி, செம்பு, பவழங்கள், ரத்தினங்கள் போன்ற இயற்கைச் செல்வங்கள் அவர்களிடம் இல்லை. ஆனால், தங்கத்தில் அவர்கள் ஆலய மணிகளையும் கடவுள்கள் வடிவ முகமூடிகளையும் உருவாக்கினார்கள்.

ஜேட் (என்கிற பச்சை மணிக்கல்லால் செய்த காதணிகள் அகழ்வாராய்ச்சி களில் கிடைத்திருக்கின்றன. இவை பெரும்பாலும் கடவுள்கள், மிருகங்கள் ஆகிய உருவங்களைத் தாங்கி இருக்கின்றன.

மாயர்களின் மத நம்பிக்கைகள்

மாயர்களின் வாழ்க்கையில் கடவுள்கள் மிக மிக முக்கியமானவர்கள். சாக்லெட்டுக்கு ஒரு கடவுள், சோளத்துக்கு ஒரு சாமி. மழை, காற்று, வானம்,

பிறப்பு, மரணம், கல்வி, சூரியன், சந்திரன், அன்பு, வியாபாரம், பாதாள உலகம் என எல்லாவற்றுக்கும் கடவுள்கள்!

மரணக் கடவுள் பெயர் ஆ புக் (Ah Puch). இடிக் கடவுள் பேக்காப் (Becab). நாலு பேக்காப்கள் பிரபஞ்சத்தின் நான்கு மூலைகளையும் தூக்கிப் பிடித்துக் கொண்டிருக்கிறார்கள் என்கிறது மாய ஐதீகம்.

சாக் (Chaac) மாயர்களின் வருண பகவானான மழை தெய்வம். காமஸோட்ஸ் (Camazotz) என்பவர் வௌவால் சாமி. தற்கொலை செய்பவர்களைக் காப் பாற்றும் கடவுள் இக்ஸ்டாப் (Ixtab). ஸிப்கானா (Zipcana) பாதாள உலக பூதம்.

மாயர்களுக்கு 166 கடவுள்கள் இருந்ததாக ஆதாரங்கள் சொல்கின்றன.

மாயர்களின் கடவுள் நம்பிக்கை மிக ஆழமானது. கடவுள்கள்மேல் வைத் திருந்த பக்தியின் சின்னங்களாக அவர்கள் பிரம்மாண்டமான கோயில்கள் கட்டினார்கள். இந்தக் கோயில்கள் பிரமிட்களின் உச்சியில் இருந்தன.

எகிப்து பிரமிட்கள் உலகப் புகழ் பெற்றவை. பிரமிட் என்றால் கூம்பு வடிவம். அடிப்பகுதி நீண்ட சதுரமாக இருக்கும். நான்கு சரிவான முக் கோணப் பகுதிகள் உச்சியில் ஒன்றாக இணையும். மாயர்களின் பிரமிட்கள் இதே வடிவக் கட்டடங்கள்தாம்.

உச்சியில் இருக்கும் கோயில்களுக்குப் போக, பிரமிட்களின் பக்கப் பகுதிகளில் படி வரிசைகள் அமைக்கப்பட்டிருந்தன. கோயில்களை அழகிய சிற்ப வேலைகள் செய்யப்பட்ட கற்களால் கட்டினார்கள். தரையில் ஓவிய வேலைப்பாடுகள் செய்யப்பட்டன. சுவரிலும் ஓவியங்கள்!

கோயில்கள் மதச் சடங்குகளுக்கும், மக்கள் ஒன்றுகூடிக் கொண்டாடும் சமுதாய விழாக்களுக்கும் பயன்பட்டன. எனவே கோயில்களுக்கு மாய நாகரிகத்தில் மிக முக்கிய இடம் உண்டு.

கோயில் பூசாரிகளுக்கு சமுதாயத்தில் மிக உயர்ந்த மதிப்பு இருந்தது. அவர்கள் அறிவில் சிறந்தவர்களாக விளங்கினார்கள். கணிதம், வானியல் ஆகிய துறைகளில் அவர்களுக்கு மிகுந்த புலமை இருந்தது.

காலண்டர் கண்டுபிடித்த மாயர்களுக்கு நல்ல நாள், கெட்ட நாள் என நாள் பார்ப்பதில் அதிக நம்பிக்கை. வருடத்தில் ஐந்து நாட்கள் அதிர்ஷ்டம் கெட்ட நாட்கள். அந்த நாட்களில் ஒரு நல்ல காரியமும் தொடங்க மாட்டார்கள். பூசாரிகள்தான் நல்ல நாள், கெட்ட நாள் குறித்துக் கொடுப்பார்கள்.

மாயக் கோயில்களில் பலி கொடுப்பது வழக்கம். மனித பலி சாதாரணமாக இருந்தது.

கைதிகள், அடிமைகள், குழந்தைகள் ஆகியோரைப் பலி கொடுத்தால், ஆண்டவன் மிக்க மகிழ்ச்சி கொள்வார் என்று மாயர்கள் நம்பினார்கள். மன்னர் குடும்பத்தில் வாரிசு பிறக்கும் நாட்களிலும் மன்னர் பதவி ஏற்கும்

தினங்களிலும் மனித பலி கொடுத்தேயாக வேண்டும். அப்போதுதான் ஆண்டவன் அவர்களையும் நாட்டையும் பத்திரமாகக் காப்பாற்றுவார்.

இந்தப் பலிகள் இரவு நேரங்களில், மைதானம் போன்ற பெரிய திறந்த வெளிகளில் நடக்கும். மக்கள் பெரும் கூட்டமாகக் கூடி இவற்றைப் பார்த்து ரசிப்பார்கள். பலர் தீப்பந்தங்கள் கொண்டு வருவார்கள், சங்கு ஊதுவார்கள். ஒரே கோலாகலக் கொண்டாட்டம் நடக்கும்.

மாயர்களின் நாகரிகத்தில் அவர்களுடைய இறுதிச் சடங்குகள் முக்கிய இடம் பிடித்தன. மரணம் வாழ்க்கையில் ஒரு நிகழ்ச்சிதான், இறப்பவர்களில் பெரும்பாலோனோர் மறுபடி பிறப்பார்கள் என்று நம்பினார்கள்.

உலகத்தில் நல்ல காரியங்கள் செய்பவர்கள், நாட்டுக்காக உழைப்பவர்கள், போர் வீரர்கள், பிறக்கும்போது இறக்கும் குழந்தைகள் ஆகியோர் மறு பிறவிகள் இல்லாமல் நேரடியாக சொர்க்க உலகம் போவார்கள் என்பது மாயர்களின் சித்தாந்தம். இந்த நம்பிக்கைகள் நம் இந்து மதத்தின் பிறப்பு-இறப்பு தத்துவங்கள் போலவேதான்.

ஒரே ஒரு விஷயத்தில் மட்டும் இந்து, மாய நம்பிக்கைகள் மாறுபடுகின்றன. தற்கொலை செய்து கொள்பவர்கள் பேய்களாக வேப்ப மர உச்சியில் வசிப் பார்கள், உலகத்தைச் சுற்றுவார்கள், மனிதர்களுக்குத் துன்பங்கள் தரும் வில்லன்கள் என்கிறது இந்து மதம். மாயர்களோ, தற்கொலை செய்து கொள் பவர்கள் மரணத்துக்குப் பின் நேராக சொர்க்கம் போகும் அதிர்ஷ்டசாலிகள் என்று நம்பினார்கள்.

மரணத்துக்குப் பிறகு என்ன நடக்கும் என்றும் மாயர்களுக்குத் தெளிவான எண்ணம் இருந்தது. சாதாரண மக்கள் மரணத்துக்குப்பின் பாதாள உலகம் போவார்கள். பணக்காரர்களும் பிரபுக்களும் சொர்க்கம் போவார்கள்.

வாழ்க்கையில் பாவம் செய்தால், கெட்டவர்களாக வாழ்ந்தால், அதற்குரிய தண்டனை மரணத்துக்குப் பின் கிடைத்தே தீரும். ஊருக்கு உழைக்கும் உத்த மர்களுக்கு மறு பிறவி கிடையாது. அவர்கள் மனித நிலையில் இருந்து கடவுள்கள் ஆவார்கள். இறந்தவர்களுக்கு மரியாதைகள், படையல்கள் செய்து அவர்களின் ஆவிகளை சந்தோஷமாக வைத்திருக்கப் பல சடங்குகள் வைத்திருந்தார்கள்.

மாயர்களின் இறுதிச் சடங்குகளிலும் நம் ஊர் சம்பிரதாயங்கள்போல் பல நடைமுறைகள் உள்ளன. நம் ஊரில் மரணம் அடைந்தவர்களின் வாயில் அரிசி போடுவார்கள். அவர்கள் சொர்க்கம் அல்லது நரகம் போவதுவரை அவர்களுடைய பசி தீர்க்க இந்த அரிசி உதவும் என்பது நம் நம்பிக்கை.

மாயர்களும் இப்படித்தான். இறந்தவர்களின் வாயில் அவர்கள் ஊர் 'அரிசி'யான சோளம் போட்டார்கள். மாயர்களைப் பொறுத்தவரை சோளம் வாழ்க்கையின் அடையாளம். சோளத்தோடு மறு உலகம் போனால் இறந்தவர்களின் மறுபிறவி வாழ்க்கை மகிழ்ச்சியானதாக இருக்கும் என்று அவர்கள் உறுதியாக நம்பினார்கள்.

அமரர் ஆனவர்கள் மேல் உலகம் போக வழிச் செலவுக்குப் பணம் வேண்டுமே?

ஜேட் போன்ற விலை உயர்ந்த மாணிக்கக் கற்களும் அவர்களுடைய உடல்கள்மீது வைக்கப்பட்டன.

இன்னொரு வினோதப் பழக்கமும் இருந்தது. கற்களால் செய்யப்பட்ட விசில் மறைந்தவர்கள் உடல்களோடு வைக்கப்பட்டது. இவை கடவுள்கள், மிருகங்கள் ஆகிய வடிவங்களில் இருந்தன. இந்த விசில்கள் உயிர் இழந்தவர்களைப் பத்திரமாக மேல் உலகம் கொண்டு சேர்க்கும் என்று நம்பினார்கள்.

சிவப்பு நிறம் பிறப்பு, மறு பிறவி ஆகியவற்றோடு தொடர்பு கொண்ட நிறமாகக் கருதப்பட்டது. உடலின் மேல் குங்குமம் போன்ற சின்னபார் என்ற சிவப்பு நிறத் தூள் தாராளமாகத் தூவப்பட்டது. இது ஒரு தாதுப் பொருள்.

உடல்கள் புதைக்கப்பட்டு கல்லறைகளும் அவற்றின்மேல் கோயில்களும் கட்டப்பட்டன. இந்த பந்தாக்கள் எல்லாம் கடவுள்களுக்கும் பணக்காரர்களுக்கும்தான். ஏழைகளை வெறுமனே புதைப்பதோடு சரி.

சில கல்லறைகளின் மேல் பிரமிட் போன்ற கட்டடங்கள் எழுப்பப்பட்டன. சில பிரமிட்களுக்கு 13 படிகள். சொர்க்கத்தில் 13 வகை உலகங்கள் இருப்பதாக மாயர்கள் நம்பியதன் பிரதிபலிப்பு இது. மற்றும் சில பிரமிட்களில் ஒன்பது படிகள் மட்டுமே. பாதாள உலகத்தில் ஒன்பது வகை உலகங்கள் இருப்பதாக அவர்கள் நம்பியது இதற்குக் காரணம்.

கல்லறைகளில் அழகிய பீங்கான் கைவினைப் பொருள்கள், ஜேட் ஆபரணங்கள், முகமூடிகள் போன்ற விலை உயர்ந்த பொருள்களையும் மறைந்தவரின் உடலோடு சேர்த்துப் புதைப்பது வழக்கம். சில சமயம், மறைந்தவரின் வேலைக்காரர்களையும் தங்கள் எஜமானர்களோடு சேர்த்துப் 'பரலோகம்' அனுப்புவதுண்டு.

காடுகளில் பிசாசுகள் இருக்கும் என்ற நம்பிக்கையும் பயமும் மாயர்களுக்கு உண்டு. அவற்றிலிருந்து தங்களைக் காப்பாற்றிக் கொள்வதற்காகப் பல வகையான தாயத்துகளை அவர்கள் அணிந்தார்கள்.

மாயர்களின் எழுத்து சித்திர எழுத்து என்ற வகையைச் சேரும். அதாவது வாசிக்கும் முறையில் இல்லாமல், படஅமைப்புடைய எழுதுதல் முறையை அடிப்படையாகக் கொண்டது.

தமிழ் அகர வரிசை எப்படி வருகிறது? அ, ஆ, இ, ஈ, எ, ஏ என்று. மாயர்கள் மொழியில் இவை எழுத்துக்களாக இருக்காது. படங்களாக இருக்கும்.

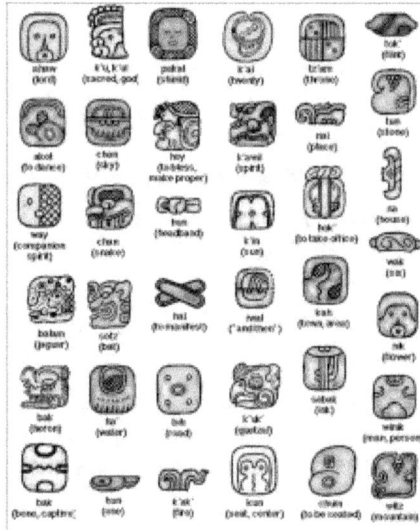

இப்படி மாயன் மொழியில் சுமார் 800 குறியீடுகள் இருந்தன. எழுதக் கற்றுக் கொள்வது கடவுளின் ஆசீர்வாதத்தால் மட்டுமே நடக்கிற காரியம் என்று கருதப்பட்டது. எல்லா மாயர்களும் எழுதக் கற்றுக்கொள்ள முடியாது. குறிப்பிட்ட ஒரு சிலரை மட்டுமே மன்னர் அதற்குஅனுமதிப்பார்.

கல்வெட்டுகளிலும், மான் தோல், மர இலைகளால் தயாரிக்கப்பட்ட காகிதம் ஆகியவற்றிலும் இந்தக் குறியீடுகளைப் பயன்படுத்தி, தம் கருத்துக்களை மாயர்கள் வெளிப்படுத்தினார்கள்.

இலக்கியம்

ஸ்பெயின் நாடு பெரும்பாலான பழங்கால மாயர் கதைகளைக் கொண்ட புத்தகங்களை அழித்தது. வழிவழியாக வரும் வாய்வழிக் கதைகளை இப்படி அழிக்க முடியாதே? அத்தகைய பல சுவையான கதைகள் நமக்குக் கிடைத் திருக்கின்றன. முயலும் ஓநாயும் என்கிற ஒரு கதையைப் பார்ப்போம்.

காட்டில் ஒரு முயல் வசித்தது. ஒரு நாள் ஓநாய் அதைத் துரத்தியது. முயல் மிகுந்த புத்திசாலி. தன்னை ஓநாய் பிடித்துவிடும், அப்படிப் பிடித்தால், தன்னைக் கொன்று தின்றுவிடும் என்று அதற்குத் தெரியும். பலமும் வேகமும் கொண்ட ஓநாயோடு சண்டை போட்டு ஜெயிக்க முடியாது என்பதும் முயலுக்குத் தெரியும்.

என்ன தந்திரம் பண்ணலாம் என்று முயல் யோசித்தது. வழியில் ஒரு பாறையின் பக்கம் போனது. அந்தப் பாறையை இறுக்கமாகப் பிடித்தபடி நின்றது.

'முயலாரே, நீங்கள் ஏன் திடீரென நின்றுவிட்டீர்கள்? ஓட முடிய வில்லையா? நான் உங்களைச் சாப்பிடப் போகிறேன் என்ற பயத்தால் ஓட முடியவில்லையா?' என்றது ஓநாய்.

'ஓநாய் மாமா, நீங்கள் என்னைச் சாப்பிடுவதுபற்றி எனக்கு பயமும் இல்லை, கவலையும் இல்லை. நீங்கள்தான் வலியே இல்லாமல் என்னைக் கொன்று விடுவீர்களே? உங்களை நினைத்துத்தான் நான் கவலைப்படுகிறேன்.'

'உளறாதே. என்னைப் பற்றி நீ ஏன் கவலைப்பட வேண்டும்?'

'என்னைக் கொன்ற உடனேயே, என்னைச் சுவைத்துச் சாப்பிடுவதற்கு முன்னால், நீங்கள் பரிதாபமாகச் செத்துப் போகப் போகிறீர்கள்.'

'என்னைக் கொல்லும் தைரியம் இந்தக் காட்டில் யாருக்கு இருக்கிறது? சிங்கமா, யானையா, புலியா?'

'இவர்களும் உங்களோடு சேர்ந்து சாகப் போகிறார்கள்.'

'முயலாரே, பயத்தில் உமக்குப் பைத்தியம் பிடித்துவிட்டது என்று நினைக்கிறேன். நாங்கள் ஏன் செத்துப் போகப் போகிறோம்?'

'இன்னும் கொஞ்ச நேரத்தில் வானம் இடிந்து இந்தக் காட்டில் விழப் போகிறது. இந்தப் பாறையின் அடியில் நின்றால் மட்டுமே நாம் தப்புவோம்.'

'எனக்கும் இடம் கொடும் முயலாரே.'

'ஓநாய் மாமா, உங்களுக்கு இல்லாத இடமா? இந்தப் பாறையிலிருந்து நான் விலகி வந்தால், அது உருண்டு கீழே என் மேல் விழுந்து என்னை நசுக்கி விடும். நீர் ஒரு நிமிடம் பாறையைத் தாங்கிப் பிடித்துக் கொள்ளும். அதற்குள் நான் ஓடிப் போய் ஒரு மரக் குச்சி கொண்டு வருகிறேன். அதை தாங்கலாகக்

கொடுத்து, பாறையை நேராக நிறுத்துவோம். அப்புறம் வானம் கீழே விழும் போது, நாம் இரண்டு பேரும் பாறையின் கீழ் பத்திரமாக இருக்கலாம். அப்புறம் நீங்கள் என்னைச் சாப்பிடலாம்.'

ஓநாய் பாறையைப் பிடித்துக் கொண்டது. முயல் ஓடிப் போயிற்று. நேரம் பறந்தது. முயல் வரவில்லை.

'முயலாரே, முயலாரே, என் கை வலிக்கிறது. சீக்கிரம் வாரும். நான் நகர்ந்தால், பாறை என் மேல் விழுந்து என்னைச் சட்டினி ஆக்கிவிடும்.'

முயல் அங்கே இருந்தால்தானே, ஓநாயின் சப்தம் அதன் காதில் விழும்?

தன்னைக் கொல்ல வந்த ஓநாயை, முயல் தன் தந்திரத்தால் வென்ற கதை இது. இந்தக் கதையில் முயல் புத்திசாலியாக, ஹீரோவாகச் சித்தரிக்கப் பட்டுள்ளது. மாயர்களின் பெரும்பாலான கதைகளில் புத்திசாலி முயல்தான் ஹீரோ. இதற்கு என்ன காரணம் என்பது தெரியவில்லை.

முயலைக் கெட்ட குணமுள்ளதாக, வில்லனாகக் காட்டும் சில கதைகளும் உள்ளன.

உதாரணத்துக்கு இதோ ஒன்று.

முயலுக்குக் கொம்பு உண்டா? கிடையாது. மானுக்குக் கொம்பு உண்டா? உண்டு. ஆனால், ஆயிரம் ஆயிரம் ஆண்டுகளுக்கு முன்னால் முயலுக்குக் கொம்புகள் இருந்தன, மானுக்குக் கொம்புகள் கிடையாது. எப்படி வந்தது இந்த மாற்றம்? சொல்கிறது மாயர்களின் கதை.

முயல் காட்டில் ஓடி விளையாடிக் கொண்டிருந்தது. அதற்கு அழகான கொம்புகள் இருந்தன. இந்தக் கொம்புகள் வித்தியாசமானவை. தொப் பியைப் போல் இவற்றைக் கழற்றலாம், மறுபடியும் மாட்டிக் கொள்ளலாம். தன் கொம்புகளைப் பற்றி முயலுக்கு மிகுந்த கர்வம் உண்டு.

வழியில் ஒரு மான் வந்தது. முயலின் கொம்பை மான் மிகவும் ரசித்தது.

'முயலாரே, உங்கள் தொப்பி ரொம்ப அழகாக இருக்கிறது. நான் அதைக் கொஞ்ச நேரம் போட்டுக் கொண்டு பார்க்கலாமா?'

'தாராளமாக. ஆனால் ரொம்ப நேரம் நீங்கள் வைத்துக் கொள்ளக்கூடாது. என்னிடம் சீக்கிரம் திருப்பிக் கொடுத்துவிட வேண்டும்.'

மான் முயலிடமிருந்து கொம்பை வாங்கியது, தலையில் போட்டுக் கொண்டது, வேகமாக ஓடிப் போனது. திரும்பி வரவில்லை.

என்ன செய்யலாம் என்று முயல் யோசித்தது. மக்களுக்குக் குறை என்றால் மன்னனிடம்தானே முறையிடவேண்டும்? கடவுளுக்குச் சமமான அரசர் தானே ஏழை எளியோரைக் காப்பாற்றுவார்கள்?

முயல் மன்னரிடம் போனது.

‘அரசரே, என் கொம்பை மான் என்னிடமிருந்து ஏமாற்றி எடுத்துக் கொண்டு போய்விட்டது. நீங்கள்தான் என் கொம்பை எனக்குத் திரும்பி வாங்கிக் கொடுக்க வேண்டும்.’

‘சரி, உன் புகார் உண்மையானதாக இருந்தால் உனக்கு நியாயம் வாங்கிக் கொடுப்பது என் வேலை.’

‘மன்னா, எனக்கு இன்னும் ஒரு வேண்டுகோள்.’

‘என்ன அது? சொல்.’

‘அரசரே, நான் உருவத்தில் சிறியவனாக இருப்பதால்தான் மான் போன்ற மிருகங்கள் என்னை ஏமாற்றுகின்றன. எனக்கு நீங்கள் கடவுளிடம் சொல்லிப் பெரிய உருவம் வாங்கித் தர வேண்டும்.’

‘நீ நேர்மையாக நடந்தால் இவை அத்தனையும் உனக்குக் கட்டாயமாகக் கிடைக்கும். நான் உனக்கு ஒரு பரிட்சை வைக்கப்போகிறேன். அதில் நீ ஜெயித்தால் கொம்பும் பெரிய உருவமும் உனக்குக் கிடைக்கும்.’

‘சொல்லுங்கள் மகராஜா.’

‘நீ நான்கு மிருகங்களின் தோலை முதலில் எனக்குக் கொண்டு வா.’

முயல் வீட்டுக்குப் போனது. வெகு நேரம் ஆலோசித்தது. ஒரு திட்டத்தை முடிவு செய்தது. முயலுக்கு நன்றாகக் கிடார் வாசிக்கத் தெரியும். கிடாரையும் ஒரு பெரிய தடியையும் கைகளில் எடுத்துக் கொண்டு காட்டுக்குள் புறப்பட்டது.

கிட்டாரில் இனிய இசை எழுந்தது. ஒரு பெரிய பாம்பு எதிரே வந்தது.

‘முயலாரே, முயலாரே, நீங்கள் இனிமையாக கிட்டார் வாசிக்கிறீர்கள். உங்கள் பாட்டுக்கு ஆட நான் ஆசைப்படுகிறேன்.’.

‘ரொம்ப சந்தோஷம் பாம்பு அண்ணா. இதோ உங்களுக்காக ஒரு பாட்டு.’

பாம்பு தன்னை மறந்து ஆடியது. பாட்டில் லயித்திருந்த பாம்பின் தலையில் முயல் தன் தடியால் அடித்தது. பாம்பு இறந்தவுடன் அதன் தோலை முயல் எடுத்துக்கொண்டது.

அடுத்தது, சிங்கம், முதலை ஆகியவை முயலின் கொலைகாரத் திட்டத் துக்குப் பலியானார்கள்.

அடுத்ததாக முயல் பெரிய குரங்குக் கூட்டத்தைப் பார்த்தது. ‘இவர்கள் அத்தனை பேரையும் தீர்த்துக் கட்டினால் நிறையத் தோல்கள் தேறும்.’

குரங்குகள் புத்திசாலிகள். வெறும் பாட்டால் அவர்களை ஏமாற்ற முடியாது. எனவே முயல் நிறைய வாழைப் பழங்களைக் கைகளில் எடுத்துக்கொண்டு குரங்குகள் அருகே வந்தது.

'முயல் மாமா, முயல் மாமா, எங்களுக்குப் பழம் தாருங்கள்' என்று குரங்குகள் கெஞ்சின.

'காட்டில் இருக்கும் குளத்துக்குப் பக்கத்தில் மீன் பிடிக்கும் வலை இருக்கிறது. அதைக் கொண்டு வாருங்கள். எல்லாப் பழங்களையும் உங்களுக்கே தந்துவிடுகிறேன்.'

குரங்குகள் ஓடிப் போய் வலையைக் கொண்டு வந்தன. முயல் எல்லாப் பழங்களையும் அவர்களிடம் கொடுத்தது.

குரங்குகள் வாழைப் பழங்களைச் சாப்பிடத் தொடங்கின. அந்த ஆனந்த மயக்கத்தில் தம்மையே மறந்தன. முயல் வலை வீசியது. அத்தனை குரங்குகளும் வலைக்குள் மாட்டிக் கொண்டன. இப்போது முயல் எல்லாக் குரங்குகளையும் கொன்று தோலை எடுத்துக்கொண்டது.

அரசர் இட்ட கட்டளையை நிறைவேற்றிவிட்டோம், திருட்டுப் போன கொம்பு திரும்பக் கிடைக்கும். யானை போலப் பெரிய உருவத்தோடு உலா வரலாம் என முயல் மனத்தில் ஆயிரம் ஆசைக் கனவுகள்.

'ராஜா, நீங்கள் ஆணையிட்டபடி மிருகங்களின் தோல்களைக் கொண்டு வந்திருக்கிறேன்.'

மன்னர் பார்த்தார்.

'முயலாரே, இத்தனை மிருகத் தோல்களை எப்படிச் சேர்த்தீர்கள்?'

முயல் தன் வீர சாகசங்களை விவரித்தது.

மன்னர் கோபப்பட்டார்.

'நீ நல்லவனாக இருந்தால், காட்டில் இறந்து கிடக்கும் மிருகங்களின் தோல்களைச் சேர்த்துக் கொண்டு வந்திருப்பாய். உன் சுயநலத்துக்காக, மற்ற மிருகங்களைக் கொன்ற நீ மகா அயோக்கியன். கொம்பும் பெரிய உருவமும் இருந்தால் நீ இன்னும் என்னென்ன கொடுமைகள் செய்வாயோ? உனக்கு இனிக் கொம்பு கிடையவே கிடையாது. அது மானுக்குத்தான். உன் உருவமும் சிறியதாகவே இருக்கும்.'

அத்துடன் முயலின் காதையும் மன்னர் பிடித்து இழுத்தார். முயலின் காதுகள் நீண்டுபோயின.

அதனால்தான் இன்றும் முயல்களுக்கு நீண்ட காதுகள் இருக்கின்றன. கொம்புகள் இல்லை. சக உயிர்களைக் கொன்றால் மன்னிப்பே கிடையாது, அரசரின் முடிவுதான் இறுதி முடிவு என்ற கருத்துகளை அழகாக வெளிப் படுத்துகிறது இந்தக் கதை.

மாயர்களின் பழங்காலக் கதைகள் இந்தியப் பஞ்சதந்திரக் கதைகள் போல் முயல், நரி, ஓநாய் போன்ற மிருகங்களை மையமாகக் கொண்ட நீதி போதனைக் கதைகள்.

ரோம நாகரிகம்

நாம் இதுவரை பார்த்த ஆறு நாகரிகங்களுக்குள் ஒரு ஒற்றுமை உண்டு. மெசபொடோமியா, எகிப்து, சீனா ஆகியவை பெரிய நாடுகள். மாயன் நாகரிகம் நடந்த இடம் இன்று ஐந்து நாடுகளாக இருக்கும் நிலப்பரப்பு. சிந்து சமவெளி சுமார் பதின்மூன்று லட்சம் சதுர மைல் பரப்பளவு. கிரேக்கம் நூற்றைம்பதுக்கும் மேற்பட்ட நகர ராஜ்ஜியங்கள் கொண்டது. ரோம நாகரிகம் தழைத்து வளர்ந்தது ரோம் என்கிற ஒரே ஒரு நகரத்தில்!

நாகரிகச் சான்றுகள்

பழங்கால நாகரிகங்களை ஆராய்ச்சி செய்பவர்களுக்கு முக்கியப் பிரச்னை தகுந்த ஆதாரங்கள் கிடைப்பதுதான். இந்த வாக்கு ரோமாபுரிக்குப் பொருந் தாது. ஏராளமான ஆதாரங்கள் கல்வெட்டுகளாக, பண்டைக் கால சரித்திரப் படைப்புகளாகக் கொட்டிக் கிடக்கின்றன. அவற்றுள் முக்கியமானவை:

புத்தகங்கள்

முதலில், கிரேக்க நாட்டு வரலாற்று ஆசிரியர் புளூடார்க். கி.மு 45 முதல் கி.மு 120 வரை வாழ்ந்த இவர் மொத்தம் 227 புத்தகங்கள் எழுதியிருக்கிறார். அவற்றுள் 'பேரலல் லைவ்ஸ்' என்னும் நூல் ரோமாபுரியின் வரலாற்றுப் பிரியர்களுக்குத் தங்கச் சுரங்கம்.

இங்கிலாந்து நாட்டு வரலாற்று எழுத்தாளர் எட்வர்ட் கிப்பன் படைத் திருக்கும் 'ரோம சாம்ராஜ்ஜியத்தின் எழுச்சியும் வீழ்ச்சியும்' என்ற மாபெரும் வரலாற்றுப் புத்தகம். பன்னிரெண்டு வருட ஆராய்ச்சியில் உருவானது. ஆறு பாகங்கள், 2768 பக்கங்கள் கொண்ட ஒரு தொகுப்பு அது.

பாலிபியஸ் கி.மு. 200 - கி, மு 117 எழுதிய 'The Histories' என்ற புத்தகம் 40 பகுதிகள் கொண்டது. இதில் கி.மு. 220 முதல் கி.மு. 146 வரையிலான ரோமாபுரி வரலாறு, ரோமின் அரசியல் சட்டம் ஆகியவை பற்றி விவரமாக எழுதியுள்ளார். இவற்றுள் 5 முழுப் புத்தகங்களும் 35 புத்தகங்களின் பகுதிகளும் கிடைத்துள்ளன.

சிசரோ கி.மு. 106 - கி.மு. 43 எழுதிய On The Republic, On The Laws என்னும் புத்தகங்கள் அன்றைய அரசியல் நிலைமையையும், நிர்வாகத்தையும் அற்புதமாகப் படம் பிடித்துக் காட்டுகின்றன. இவர் எழுதிய 774 கடிதங்

களையும் தேடிக் கண்டுபிடித்து, தொகுத்துப் பிரசுரித்திருக்கிறார்கள். அன்றைய ரோமை அற்புதமாகப் படம் பிடித்துக் காட்டுகிறார் இவர்.

ரோம் என்றாலே, நம் நினைவுக்கு வருபவர் ஜூலியஸ் சீஸர். கி.மு. 100 முதல் கி.மு. 44 வரை வாழ்ந்த இவர் மாவீரர் மட்டுமல்ல, மிகச் சிறந்த படைப்பாளி. 'Commentaries on the Gallic War', 'Commentaries on the Civil War' ஆகிய இரண்டு புத்தகங்களும் சீஸரின் போர்க்கள நினைவுக் குறிப்புகள். அக்கால ராணுவம், போர் முறைகள், ஆட்சி, அரசியல் ஆகியவை பற்றித் தெளிவாக இவை விளக்குகின்றன.

சாலஸ்ட் (Sallust) கி.மு. 86 - கி.மு. 35. Jugurthine War, Catiline Conspiracy, Histories ஆகியவை இவருடைய படைப்புகள். அன்றைய அரசியலை, ராஜதந்திரங்களை, சூழ்ச்சிகளைப் புரிந்துகொள்ள இவை உதவும்.

லிவி (Livy) கி.மு. 59 - கி. பி. 17. முழுநேரச் சரித்திர எழுத்தாளர். ரோமா புரியின் வாழ்க்கையை எழுதுவதற்காகத் தன் வாழ்க்கையை அர்ப்பணித் தவர். முப்பதாம் வயதில் ரோமாபுரியின் வரலாற்றை எழுதத் தொடங்கிய இவர் தன் 142 - வது புத்தகத்தை முடித்தபோது வயது 76.

ஸூட்டோனியஸ் (Suetonius) கி.பி. 70 - கி.பி. 130. பன்னிரெண்டு சீஸர்கள் என்கிற இவருடைய புத்தகம் ஜூலியஸ் சீஸர் முதல் டொமிஷியன் சீஸர் வரை கி.மு. 49 முதல் கி.பி. 96 வரையிலான காலகட்டத்தின் வரலாற்றை விவர மாகச் சொல்கிறது. பிற எல்லா ரோம வரலாறுகளும் பேரரசர்கள், அவர்கள் ஆட்சி, அரசியல், மக்கள் வாழ்க்கை முறை ஆகியவை பற்றியே எழுதப்பட் டுள்ளன. ஸூட்டோனியஸ் மட்டும்தான் பன்னிரெண்டு சீஸர்களின் அகம், புறம், அந்தப்புரம் என அவர்களின் லீலா விநோதங்களையும் விவரிக்கிறார்.

நாள்குறிப்புகள்

ரோமர்களின் வாழ்க்கையில் மதம், கோயில்கள், இறை வழிபாடு ஆகியவை முக்கியப் பங்கு வகித்தன. வருட வாரியாக டயரி போன்ற குறிப்பேடுகள் எழுத வேண்டியது கோயில் பூசாரிகளின் கடமைகளுள் ஒன்று. இவற்றில் உள்ளூர் நீதிபதிகளின் பெயர்கள், அவர்கள் பணியாற்றிய பகுதிகளில் நடந்த முக்கிய நிகழ்வுகள் ஆகியவை பதிவாகியிருந்தன. இதேபோல் ஏராளமான பிரபுத்துவக் குடும்பங்களிலும் பதிவேடுகள் இருந்தன. கி.மு. 753 முதல் கி.மு. 200 வரையிலான 453 வருட வரலாற்றை உருவாக்க இந்தக் குறிப்புகள் மிக உதவுகின்றன. இவை, கி.மு. 133 - இல் Annales Maximi என்னும் தலைப்பில் ஒரே புத்தகமாகத் தொகுக்கப்பட்டன. பாப்பிரஸ் என்னும் செடியின் நாரிலிருந்து தயாரிக்கப்பட்ட காகிதத்தில் எழுதப்பட்ட இவற்றுள் பல சேதாரமின்றிக் கிடைத்துள்ளன.

ரோமன் நீதிபதிகளின் டயரிக் குறிப்புகள், Fasti. கி.மு. 300 தொடங்கி ரோம் செய்த ஒப்பந்தங்கள், சாதனைகள், போர் வெற்றிகள் ஆகியவை துல்லிய மாகப் பதிவு செய்யப்பட்டுள்ளன.

கல்வெட்டுகள்

கி.மு. ஆறாம் நூற்றாண்டில் கட்டப்பட்டு, இன்றும் இருக்கும் Lapis Nige என்னும் கோயில் கல்வெட்டில் ரோமாபுரி பற்றிக் கண்டெடுக்கப்பட்டிருக்கும் மிகப் பழைய கல்வெட்டு இதுதான். மதச்சடங்குகள், நியதிகள் ஆகியவை குறித்த விவரங்கள் இந்தக் கல்வெட்டில் கிடைக்கின்றன.

பொறிப்புகள்

அரசு ஆவணங்களைக் கற்களிலும், பித்தளைத் தகடுகளிலும் பொறிப்பது ரோமர் வழக்கம். ஒரு லட்சத்துக்கும் அதிகமான இத்தகைய பொறிப்புக்கள் / கல்வெட்டுகள் கிடைத்துள்ளன. குறிப்பாக, கி.மு. இரண்டாம் நூற்றாண்டு முதல் சட்டங்கள், அரச ஆணைகள், முக்கிய நிகழ்வுகள், ஒப்பந்தங்கள், போர் வெற்றிகள், அரசர்களின் சாதனைகள் என அவர்கள் பொறிக்காத அம்சங்களே இல்லை. இதைவிடச் சிறந்த ஆதாரங்கள் வேறு என்ன வேண்டும்?

நாணயங்கள்

கி.மு. 300 வாக்கில் ரோம் வெண்கல நாணயங்களைப் புழக்கத்துக்குக் கொண்டுவந்தது. சீக்கிரத்திலேயே தங்கம், வெள்ளி நாணயங்களும் நடைமுறைக்கு வந்தன. இவற்றில் உள்ள படங்கள் ரோமன் அரசர்கள், போர்கள், வெற்றிகள், மதம், கடவுள்கள், முக்கியக் கட்டடங்கள் ஆகிய பல அம்சங்களைப் பிரதிபலிக்கின்றன.

காலகட்டங்கள்

கி.மு. ஏழாம் நூற்றாண்டின் முடிவில் டைபர் நதியின் கரையிலிருந்து இட்ருஸ்கர்கள்(Etruscans) ரோமைக் கைப்பற்றினார்கள். அப்போது ரோம் நகரமாக இருக்கவில்லை. குடிசைகள் இருந்த சின்னக் கிராமம்.

கி.மு. ஐந்தாம் நூற்றாண்டின் முடிவில் உள்ளூர் மக்கள் இட்ருரியர்களை வெளியேற்றி தங்கள் குடியரசை ஏற்படுத்தினார்கள். கி.மு. மூன்றாம் நூற்றாண்டில் அயல் நாடுகளை வென்றார்கள். இதற்குப் பின் பல உள்நாட்டுக் கலவரங்கள்.

கி.மு. 27 - இல் ரோம சாம்ராஜ்யம் உருவானது. ஐநூறு ஆண்டுகளுக்குப் பரந்து விரிந்தது. 476 -இல் மேற்கு சாம்ராஜ்யம் எதிரிகளுக்கு வீழ்ந்தது. கிழக்கு சாம்ராஜ்யமும் நாகரிகமும் ஆயிரம் ஆண்டுகளுக்கு நீடித்தன.

ரோம் நகரம் பிறந்த கதை

கிரேக்கர்களின் போர்க் கடவுள் செவ்வாய். இவருக்கும் ரியா ஸில்வியா என்கிற பெண் பூசாரிக்கும் இரட்டைக் குழந்தைகள் பிறந்தார்கள். இவர்கள் பெயர்கள் ரோமுலஸ், ரேமஸ். செவ்வாயின் எதிரியான அமுலியஸ் குழந்தைகளை டைபர் நதியில் எறிந்தான். ஒரு ஓநாய் அவர்களைக் காப்பாற்றியது. ஆட்டிடையன் ஒருவன் குழந்தைகளைக் கண்டுபிடித்தான். பதினெட்டு வயதில் தங்கள் பிறப்பு ரகசியம் புரிந்துகொண்ட அவர்கள் அமுலியஸைக்

கொன்றார்கள்.ஆனால், விரைவிலேயே அண்ணன் தம்பிகளுக்குள் சண்டை வந்தது. ரோமுலஸ் ,ரேமஸைக் கொன்றார். கி.மு. 753 - இல் ரோம் நகரை நிறுவி, அரச கட்டில் ஏறினார்.

அரசியல் கட்டமைப்பு

மேல்சபை, கீழ்ச் சபை என்று உலகம் எங்கும் இன்றும் பின்பற்றப்படும் மக்கள் பிரதிநித்துவ முறைக்கு அடிக்கோல் போட்டது ரோம்தான். ரோம் நகரை நிறுவிய ரோமுலஸ் அரசர் தொடக்க நாள்களிலேயே. நாட்டை நிர்வாகம் செய்யவும், தனக்கு ஆலோசனை கூறவும் இரண்டு சபைகள் உருவாக்கினார். அவை கமிஷா க்யூரியட்டா, செனட் என்பவை. இவற்றுள் நம் லோக் சபாபோல் மக்கள் குரலே மகேசன் குரலாக கமிஷா க்யூரியட்டா ஒலித்தது. செனட் அரசர்களை மக்கள் தேர்ந்தெடுக்க உதவுதல், பேரரசர்கள் பாதை தவறும்போது அவர்களுக்குக் கடிவாளம் போடுதல் என ராஜ்யச பாவின் இலக்கணமாக, அறிவுஜீவிகளின் அரங்கமாகத் திகழ்ந்தது. மன்ன ராட்சி மட்டுமே நிலுவையில் இருந்த பண்டைய காலகட்டத்தில், மக்கள் கருத்துக்கு மதிப்புக் கொடுத்த ரோமின் வழிகாட்டல்தான், ஏராளமான நாடுகளில் மக்களாட்சி மலரக் கிரியா ஊக்கியாக இருந்தது.

நாட்டின் போர்க்குணம்

கி.மு 753 - ல், ஒரே ஒரு சிறிய ஊராகப் பிறந்த ரோம், சுமார் 650 ஆண்டுகளில் இத்தாலி, கிரீஸ், திரேஸ், பாசிடோனியா, ஸ்பெயின், பிரான்ஸ், பிரிட்டன், சிரியா, பாலஸ்தீனம், எகிப்து, ஆசியா, ஆப்பிரிக்கா, மத்தியதரைக்கடல் தீவுகள் ஆகிய பூகோளப் பாகங்கள்மீது போர் தொடுத்து வெற்றி கொண்டு 59 லட்சம் சதுரக் கிலோமீட்டர் பரப்பளவில் தன் கொடியைப் பறக்க வைத்தது. இந்த ஏரியா எத்தனை பெரியது தெரியுமா? இந்தியாவின் பரப் பளவு 32,87,590 சதுரக் கிலோ மீட்டர்கள். அதாவது, இரண்டு இந்தியா அளவுக்கு! அண்டை நாடுகள்மீது போர் தொடுத்து, களமெல்லாம் கண்ட வெற்றிகள் இந்த அசுர வளர்ச்சிக்குக் காரணம். ரோமாபுரியின் படைபலம், பயன்படுத்திய ஆயுதங்கள், காலமாற்றங்களுக்கு ஏற்ப ஆயுதங்களில் வந்த புதுமைகள். அரசர்களின் ராஜ தந்திரங்கள், அவர்கள் வகுத்த யுத்த வியூ கங்கள், தளபதிகளின் தலைமைப் பண்புகள், போர் வீரர்களின் கட்டுப் பாடு... என்று இன்றும் உலகம் வியக்க பல விஷயங்கள் ரோமில் உள்ளன.

சாதாரணமாகப் பண்டைய நாகரிகங்களில், எல்லா நாடுகளிலும் சிறிய போர்ப்படைகள் இருக்கும். யுத்தங்கள் வரும்போது, பெரும் படையினரைத் திரட்டுவார்கள், பயிற்சி தருவார்கள், களத்தில் இறக்குவார்கள். ஆனால், ரோமாபுரியில் ராணுவம், ஆட்சியின் ஒருங்கிணைந்த அம்சம். ஒவ்வொரு நகர சாம்ராஜ்யத்திலும் சுமார் 5000 காலாட்படை வீரர்கள் நிரந்தரப் படையாக இருந்தார்கள். இவர்களுக்கு, மாதச் சம்பளம் ஓய்வூதியம் ஆகியவற்றோடு நிலமும் வழங்கப்பட்டது. அமைதி காலத்தில் போர் வீரர்கள், பாதுகாப்பு, சாலை போடுதல், கட்டடங்கள் கட்டுதல் போன்ற பணிகளில் ஈடுபடுத்தப் பட்டார்கள்.

இரண்டாம் நூற்றாண்டில் ரோம்தான் மேற்கத்திய உலகின் பெரிய, சிறந்த நகரம். பிரம்மாண்டமான பொதுமக்கள் கூடும் இடம், அதைச் சுற்றி அரசுக் கட்டடங்கள் எனச் சீராக வடிவமைக்கப்பட்டிருந்தது. பொது இடங்களுக்கு அருகே குறுகிய தெருக்கள். இந்தத் தெருக்களில், மக்கள், வியாபாரிகள், சாமான் தூக்கிச் செல்லும் அடிமைகள் என ஒரே நெரிசல். இந்தத் தெருக்கள் மனிதர் நடப்பதற்கே. எந்த வண்டிகளும் போகக்கூடாது.

மக்கள் தீவுகளாக வாழவில்லை. சமுதாயக் கூட்டு வாழ்க்கை ரோமாபுரியின் பெருமைக்குரியச் சின்னம். சந்தைகள், விழாக்கள், விளையாட்டுக்கள், சந்திப்புகள் என அவர்களுக்குள் ஏராளமான உறவுச் சங்கிலிகள் இருந்தன. இதற்காகவே, நகரின் மையப் பகுதியில் ஃபாரம் என்னும் இடம் இருந்தது. இங்கே பொதுக்கூட்டங்கள், அரசு விழாக்கள் ஆகியவையும் நடந்தன.

அன்றைய ரோமில் குடிநீர் விநியோகம் இருந்திருக்கிறது. ஏனென்றால், நீர் நிலைகளிலிருந்து நகரின் பல பாகங்களுக்குத் தண்ணீர் எடுத்துச் செல்லும் கால்வாய்கள்பற்றிய சான்றுகள் கிடைத்துள்ளன. குடிநீரில் ஈயம் கலக்கக் கூடாது என இன்றைய அறிவியல் சொல்கிறது. இதையே அன்றைய ரோம் கடைப்பிடித்திருக்கிறது. ரோமில் அப்போது பல ஈயப் பட்டறைகள் இருந்தன. இவற்றில் வேலை பார்த்த பலருக்கு உடல்நலப் பிரச்னைகள் வந்தன. இந்த அடிப்படையில், வீட்டுத் தண்ணீர்க் குழாய்களை ஈயத்தால் செய்யக்கூடாது, களிமண் குழாய்களை உபயோகிக்கவேண்டும் என்று அரசு நெறிமுறை வகுத்திருந்தது.

குடிநீர் விநியோகத்தோடு, கழிவுநீர் அமைப்பும் கனகச்சிதமாக இருந்தது. கி.மு. 600 - இல் உருவாக்கப்பட்டதாகக் கருதப்படும் Cloaca Maxima (இந்த லத்தீன் வார்த்தைக்கு மாபெரும் கழிவுநீர் அமைப்பு என்று பொருள்) என்னும் இத்திட்டம்தான் உலகின் கழிவுநீர்த் திட்டங்களுக்கு முன்னோடி.

ரோம் நகரத்தில் பல தாழ்வான பகுதிகள் இருந்தன. நகரமே மலைகளும் சமவெளிகளும் நிறைந்த இடம். இதனால், மழைக் காலங்களில் தாழ்வுப் பகுதிகளில் தண்ணீர் தேங்கியது, மக்கள் நடமாட இடைஞ்சல் கொடுத்த தோடு அவர்கள் உடல்நலம் பாதிக்கும் நோய்கள் பரவவும் காரணமாக இருந்தது. மேற்கண்ட திட்டத்தின்மூலம் உபரித் தண்ணீர் வெளியேற்றப் பட்டு தைபர் நதியில் கலந்தது. இதன் சில பகுதிகள் பூமிக்கு அடியிலும், சில

பகுதிகள் திறந்தவையாகவும் கட்டப்பட்டிருந்தன. இந்தக் கழிவுநீர் அமைப்பின் சில பகுதிகள் இன்றும் காணக் கிடைக்கின்றன.

சமுதாய அமைப்பு

கி.மு. 600ம் ஆண்டே மக்கள் தொகைக் கணக்கெடுப்பு நடத்தினார்கள். கணக் கெடுப்பில் ஒவ்வொருவராக வந்து தாங்கள் சொல்லப்போவது அத்தனையும் உண்மை என்று சத்தியப் பிரமாணம் செய்யவேண்டும். அதற்குப் பிறகு தங்களின் வயது, சொத்து, தொழில் ஆகிய விவரங்களைச் சொல்லவேண்டும். இந்த விவரங்களின் அடிப்படையில் மக்கள் ஐந்து வகையினராகப் பிரிக்கப்பட்டார்கள். வரி விதிக்கவும், போர்களுக்கு வீரர்களைக் குறுகிய காலத்தில் திரட்டவும் இந்தப் புள்ளிவிவரங்கள் பயன்படுத்தப்பட்டன.

வீடுகள்

பிரம்மாண்டமான பெரிய பங்களாக்கள், தனி வீடுகள், வரிசை வரிசையாகச் சிறிய வீடுகள் என வகை வகையான வீடுகள் இருந்தன. எல்லா வீடுகளின் நடுப்பகுதியிலும், அட்ரியம் என்னும் முற்றம் இருக்கும். வீட்டின் அளவைப் பொறுத்து இவை சிறியவை அல்லது பெரியவையாக இருக்கும். அட்ரியம் விருந்தாளிகளை வரவேற்று உட்காரவைக்கும் அறையாகவும், குடும்பத்தார் எல்லோரும் சேர்ந்து பொழுதுபோக்கும் இடமாகவும் பயன்படுத்தப்பட்டது. முற்றத்தைச் சுற்றியோ அல்லது வாசல் பக்கமோ நிறையச் சின்ன அறைகள் இருக்கும். சில வீடுகளில் தனியான குளியல் அறைகளும் இருந்தன. ஒரு கதவும், ஒன்றோ இரண்டோ ஜன்னல்களோ தெருவை பார்த்தபடி இருக்கும்.

வீட்டின் அளவும் அமைப்பும் வீட்டு சொந்தக்காரரின் பணவசதியைப் பொறுத்து அமைந்தன. பெரும் பணக்காரர்களின் வீடுகளில் பெரிய முற்றம் இருந்தது. இவை விருந்தாளிகள் உட்காரும் வரவேற்பு அறைகளாகவும், குடும்பத்தார் எல்லோரும் சேர்ந்து பொழுதுபோக்கும் இடமாகவும் பயன் படுத்தப்பட்டன. முற்றத்தைத் தாண்டினால், டாபுலே என்னும் அறை வரும். இது குடும்ப ஆவணங்கள், முன்னோர்களின் பொருள்கள், படங்கள் ஆகியவை பாதுகாக்கப்படும் அறை. இவை தவிரப் படுக்கை அறைகள் (க்யுபிக்குலி), ட்ரிக்லினியா என்னும் சாப்பாட்டு அறை, ஓசி என்னும் வரவேற்பு அறை, அடுக்களை, கழிப்பறை எனத் தனித் தனி அறைகள் இருந்தன. சிலர் வீட்டில் நூலகங்களும் வைத்திருந்தார்கள்.

கி.மு. முதல் நூற்றாண்டில், மக்கள் தொகைப் பெருக்கத்தால், நகரங்களில் நிலம் தட்டுப்பாடானது. தனி வீடுகள் கட்டப் போதிய இடம் இல்லை. எனவே, வீடுகள் வரிசை வரிசையாகச் சேர்ந்திருக்கும் குடியிருப்புகள் வரத் தொடங்கின. அடுத்த கட்டமாக, மூன்றடுக்குக் கட்டடங்கள் வந்தன. இவற்றில் எட்டு குடியிருப்புகள் இருந்தன. சில குடியிருப்புகளில் தெருவை எதிர் கொண்டபடி கடைகளும் இருந்தன.

வீடுகளுக்குக் கற்களால் அஸ்திவாரம் போட்டார்கள். வீடு கட்ட வேல மரங்கள் பயன்படுத்தப்பட்டன. வேலமர விளார்களில் களிமண் தோய்த்து

உபயோகப்படுத்தும் வழக்கம் இருந்தது. களிமண் செங்கல்களும் பயன்பட்டன. வீட்டின் கீழ்ப்பகுதியைச் சிவப்பாகவும், மேல்பகுதியை வெள்ளையாகவும் வண்ணம் அடிப்பார்கள்.

ரோமர்களுக்குத் தங்கள் வீடுகளை ஓவியங்களால் அலங்கரிப்பதில் அமோக விருப்பம். இயற்கைக் காட்சிகள் கொண்ட படங்களை வாங்கித் தங்கள் வீடுகளில் மாட்டினார்கள்.

வீட்டுச் சுவர்களைப் பல வண்ண மார்பிள் கற்களால் அலங்கரித்தார்கள்; வீட்டின் உட்புறச் சுவர்களில் மரங்கள், செடிகள், மிருகங்கள், கட்டங்கள் ஆகிய படங்கள் வரைந்தார்கள். வீட்டில் சிற்பங்கள் வைக்கும் பழக்கம் ஆரம்பத்தில் இல்லை, பின்னாட்களில்தான் வந்தது.

கடைகள்

வீடுகள், குடியிருப்புகள் ஆகியவற்றின் முன்பக்கம் கடைகள் இருந்தன. வீடுகளும் குடியிருப்புகளும் கட்டும்போதே கடைகள் அவற்றின் ஒரு பகுதியாகத் திட்டமிடப்பட்டுக் கட்டப்பட்டன. சாதாரணமாக ஓர் அறை மட்டுமே கொண்ட கடைகள் அவை. பல கடைகளில் சாமான்கள் ஸ்டாக் செய்துவைக்கக் கிடங்கும் இருந்தது. கடைகளில் உணவுப் பொருள்கள், வீட்டுச் சாமான்கள், ஒயின், ரொட்டி ஆகியவை விற்கப்பட்டன. கடை வீதிகளில் பலசரக்குக் கடைகளோடு, மதுபானம் அருந்தும் இடங்களும் இருந்தன. கிரேக்கம், அரேபியா, எகிப்து, கால் ஆகிய பல நாட்டு வணிகர்கள் அங்கே வருவார்கள்.

கட்டடக் கலை

கட்டடங்கள், ரோம சாம்ராஜ்ஜியத்தின் பெருமையைப் பறைசாற்றும் ஒளிவிளக்குகள். இன்றைய நிபுணர்களையே பிரமிக்கவைக்கும் பொறியியல் சாதனைகள். சில உதாரணங்கள்:

சர்க்கஸ் மாக்ஸிமஸ் (Circus Maximus)

கி.மு. ஆறாம் நூற்றாண்டில் கட்டப்பட்ட விளையாட்டு அரங்கம் இது. தேரோட்டப் பந்தயங்கள், வீர விளையாட்டுகள் ஆகியவை இங்கே நடந்தன. மரத்தால் உருவான இந்த அரங்கம் கி.மு. 31, கி. பி. 64 என்று இரண்டு முறை தீப்பற்றி எரிந்தது. இரண்டு முறையும் மறுபடி கட்டப்பட்டது. கி.மு. 103 ல் ரோம் தன் அதிகார உச்சியில் இருந்த காலம், ட்ராஜன் மன்னர் அரங்கத்தை 2000 x 500 அடி அளவில் பெரிதாக்கினார். அரங்கமும் மார்பிள் கற்களால் இரண்டு அடுக்கு மாளிகையாக உயர்ந்தது. இங்கே இறுதியாக கி.பி. 549ல் தேரோட்டப் போட்டி ஒன்று நடந்ததாக நிரூபணங்கள் கிடைத்துள்ளன. இன்று சர்க்கஸ் மாக்ஸிமஸ் இல்லை. அங்கே வெறும் புல்தரை மட்டுமே இருக்கிறது.

கொலோசியம் ஸ்டேடியம்

50,000 பேர் உட்காரும் சுற்றரங்கம். மக்கள் ரசித்துப் பார்த்த வாள் சண்டை, வீரர்களுக்கான போட்டிகள், விலங்கு மனித விளையாட்டுப் போட்டிகள்,

மாதிரி கப்பற்படைப் போர்கள். இந்த ஆடுகளம் இன்று சிதிலமடைந்திருந்தாலும், நிலைத்து நிற்கிறது, பிரமிக்க வைக்கிறது. எப்போது கட்டினார்கள் தெரியுமா? கி.பி. 70 தொடங்கி, கி.பி. 80 முடித்த பொறியியல் பிரம்மாண்டம்!

பிரம்மாண்ட கட்டடங்கள் இன்னும் பல பண்டைய நாகரிகங்களிலும் உள்ளன. ஆனால், அவற்றை அன்றே, அறிவியல் பூர்வமாக அணுகியவர்கள் ரோமர்கள். மார்க்கஸ் விட்ருவியஸ் போலியோ(Marcus Vitruvius Pollio), கி.மு 80 முதல் கி.மு 17 வரை வாழ்ந்ததாகக் கருதப்படும் கட்டடக் கலை நிபுணர், பொறியியல் வல்லுநர், எழுத்தாளர். ஜுலியஸ் சீஸரின் போர்ப் படையில் பொறியியல் வல்லுநராகப் பணியாற்றிய இவர்தான் உலகத்தின் முதல் எஞ்சினியர் என்று சில சரித்திர ஆசிரியர்கள் சொல்கிறார்கள். டீ ஆர்க்கிட்டெக்ச்யுரா என்னும் தலைப்பில் கட்டடக் கலை பற்றி இவர் பத்துப் புத்தகங்கள் எழுதியிருக்கிறார். கட்டடக் கலைக் களஞ்சியம் இது. கட்டக்கலை தாண்டி கட்டட நிர்வாகம், சிவில் எஞ்சினியரிங், கெமிக்கல் எஞ்சினியரிங், மெக்கானிக்கல் எஞ்சினியரிங், மிலிட்டரி எஞ்சினியரிங், நகர உருவாக்கத் திட்டம் என ஏராளமான தொழில்நுட்பத் துறைகளை இந்தப் புத்தகங்கள் ஆழமாக அலசுகின்றன.

நெடுஞ்சாலை

Appian Way என்னும் சாலை ரோமின் புராதனப் பெருமைகளில் ஒன்று. கி.மு. 312 - இல் அப்போதைய கான்சலாக இருந்த அப்பியஸ் க்ளாடியஸ் என்பவரால் நிர்மாணிக்கப்பட்டது. பெயர்க் காரணமும் அவர்தான். ரோம் நகரத்தையும், ப்ரிண்டிஸி துறைமுகத்தையும் இணைக்கும் இந்த 132 மைல் சாலை இன்றும் நிலைத்து நிற்கிறது. 2300 வருடங்களுக்கு முன்னால் ரோமர்கள் கையாண்ட தொழில்நுட்பம் இன்றைய பொறியியல் வல்லுநர்களையே பிரமிக்கவைக்கிறது.

பாதையில் ஒரு பகுதி காடும் புதருமான இடம், இன்னொரு பகுதி சதுப்பு நிலம், மிச்சப் பகுதி புழுதி படர்ந்த இடம். புதரையும், காட்டையும் வெட்டிச் சீராக்கினார்கள். சதுப்பு நிலத்தில் சேறை நீக்கி அடிப்பாகத்தை உறுதியாக்கினார்கள்.

இந்த அடிப்படை வேலைகள் முடிந்தவுடன் முழு சாலையும் தரைமட்டமாக்கப்பட்டது. அதன்மேல் ஜல்லி அடித்தார்கள். இதற்குமேல் சுண்ணாம்புக் கலவை பூசி பெரிய கற்கள் வைத்தார்கள், சமசீராய், கத்தியின் கூர்முனைகூட நுழையமுடியாமல் நெருக்கமாக, இறுக்கமாக சாலைகள் இருந்தன என்று ஆதாரங்கள் சொல்கின்றன.

சாலையின் நடுப்பாகம் மேடாகவும், ஓரங்கள் நடுவிலிருந்து ஒரே கோணத்தில் சரிவாகவும் இருந்தன. ஓரங்களில் பள்ளமான ஓடைகள் இருந்தன. மழை பெய்யும்போது தண்ணீர் கட்டாமல், போக்குவரத்து பாதிக்கப்படாமல் இருக்க அவர்கள் செய்த யுக்தி இது. இந்த அபார வேலையை ஒரே வருடத்தில் முடித்துக் காட்டியது நம்ப முடியாத இன்னொரு ஆச்சரியம்!

வசதியுள்ளவர்களின் அன்றாட வாழ்க்கை

அதிகாலை விழிப்பு. ஏழைகளுக்கு அன்னதானம். தன் நிலபுலன், விவசாயம் பற்றி விசாரித்துத் தகுந்த நடவடிக்கைகள் எடுத்தல், அரசாங்கப் பணிகள். அன்றாட வேலைகள் இத்துடன் முடிந்தன. லேசான சாப்பாடு, கொஞ்சம் தூக்கம். இதற்குப் பிறகு பொதுக் குளியல் அறைகளில் வெந்நீர்க் குளியல், பூங்காக்களில் உலா, உடற் பயிற்சிகள், புத்தகங்கள் படித்தல். மறுபடி வெந்நீர்க் குளியல், அடிமைகள் கொடுக்கும் மஸாஜ்.

குடும்பம்

ஆண்தான் குடும்பத் தலைவர். திருமணம் ஆனபிறகும், மகன் தன் வருமானம் முழுக்கத் தந்தையிடம் கொடுத்துவிட வேண்டும். அவர் காலம் வரை, அவன் தனக்கெனத் தனியாக எந்த சொத்துகளும் வைத்துக்கொள்ள முடியாது.

குடும்பத்தோடு வசித்து, அவர்கள் வாழ்க்கையின் ஓர் அங்கமாக இருந்து, ஆனால், தாமரை இலைத் தண்ணீர்போல் எஜமானர்களோடு ஒட்ட அனுமதிக்கப்படாத அடிமைகளின் வாழ்க்கை சோக காவியம். ஏழைகளும், கொடுத்த கடனைத் திருப்பிக் கொடுக்க முடியாதவர்களும், பிற நாடுகளில் இருந்து கைதிகளாகப் பிடித்துவரப்பட்டவர்களும் அடிமைகளாக்கப்பட்டார்கள். இவர்கள் சொந்தக்காரரின் சொத்து. அவர் அடிமைகளை வாங்கலாம், விற்கலாம். அடிமைகளின் குழந்தைகளும் அடிமைகள்தாம். அடிமைகளை வாங்கவும் விற்கவும் அடிமைச் சந்தைகள் இருந்தன.

வீட்டு வேலைகள், விவசாயம், தொழிற்சாலைகள் ஆகிய பல தளங்களில் அடிமைகள் பயன்படுத்தப்பட்டார்கள். பெரும்பாலான இடங்களில், அடிமைகளுக்கு அடி, உதை, அரைப் பட்டினி, அநியாய வேலைச்சுமை ஆகியவைதான் கிடைத்தன. அவர்களை அன்போடு நடத்தி, கல்வியறிவு கொடுத்து, வாழ்க்கை ஏணியில் ஏறவைத்த ஒரு சில நல்ல குடும்பங்கள் விதிவிலக்கானவை.

குழந்தைகள்

மக்கள் தொகைப் பெருக்கம் நாட்டின் கொள்கை. எனவே, குழந்தையின் வரவு கோலாகலமாக வரவேற்கப்பட்டது. குழந்தை பிறந்தவுடன் அதை அப்பா முன்னால் கொண்டுவந்து வைப்பார்கள். அவர் குழந்தையைக் கைகளில் தூக்கினால், அது தன் குழந்தை என்று ஒத்துக்கொள்கிறார் என்று அர்த்தம். அப்படித் தூக்காவிட்டால், அந்தக் குழந்தை உயிர் வாழ வேண்டுமா, வேண்டாமா என்பதை முடிவு செய்யும் உரிமை அவருக்கு உண்டு. ஆரோக்கியமில்லாத குழந்தைகளும், உடல் ஊனமுற்ற குழந்தைகளும் கொல்லப்படும் அல்லது பெற்றோரால் கைவிடப்படும். யாராவது எடுத்து வளர்ப்பார்கள். பின்னர் அவர்கள் அடிமைகள் ஆகிவிடுவார்கள்.

குழந்தை பிறந்த எட்டு நாட்கள் விதவிதமான பூஜைகள், சடங்குகள், பரிகாரங்கள் நடக்கும். முக்கியமாக, காத்து கருப்புகள் குழந்தைகளைத் தொந்தரவு செய்யும் என்று நினைத்தார்கள். இதற்குப் பரிகாரமாக, வீட்டு வாசலை இரவில் மூடுவார்கள். வாசலில் மூன்று ஆண் அடிமைகள் ஒரு கையில் கோடரியும், இன்னொரு கையில் உலக்கையும் வைத்துக்கொண்டு காவல் இருப்பார்கள். வீட்டு வாசலைக் கோடரியாலும், உலக்கையாலும் பலமுறை தட்டுவார்கள். பிறகு வாசல்புறத்தைச் சுத்தமாகப் பெருக்கு வார்கள். இவற்றைச் செய்தால், துர்தேவதைகள் வீட்டுப் பக்கமே வராமல் பயந்து ஓடிவிடும் என்பது நம்பிக்கை.

குழந்தைகள் கழுத்தில், புல்லா என்னும் தாயத்தைப் பூசாரி கட்டுவார். தங்கத்தால் செய்யப்பட்ட அதனுள் மந்திரித்த ஈயத்தகடு வைக்கப்பட்டி ருக்கும். சிறுவர்கள் இளைஞர்களாகும்போது, சில மதச் சடங்குகள் செய்து விட்டு, இந்தப் புல்லாவைக் கழற்றவேண்டும். பெண் குழந்தைகளுக்கு புல்லா கிடையாது.

சமூக வாழ்க்கை

ஆண்கள் அடிக்கடி சந்தித்துக்கொண்டார்கள். ஃபாரம் என்னும் நகரின் மையப் பகுதியில் சந்தித்துப் பேசினார்கள். பொதுக்கூட்டங்களில் கலந்து கொண்டு உரைகளைக் கேட்டார்கள். வீர விளையாட்டுகளில் ஈடுபட்டார்கள். அல்லது அவற்றைக் கண்டு களித்தார்கள். பெண்களுக்கு இத்தனை சுதந்தரம் இல்லை. கடைகளுக்கும் சொந்தக்காரர்களையும் நண்பர் களையும் சந்திப்பதற்கும் மட்டுமே தனியாக வீட்டைவிட்டு வெளியே போனார்கள். திருவிழாக்கள், சர்க்கஸ், கோயில், விருந்துகள் ஆகிய வற்றுக்குக் கணவனுடன் மட்டுமே போக அனுமதிக்கப்பட்டார்கள்.

சமூக உறவுகளைப் பலப்படுத்தும் நோக்கத்தோடு அரசாங்கம் ஒவ்வொரு வருடமும் மூன்று விதமான மத அல்லது சமூகக் கொண்டாட்டங்களைத் திருவிழாக்களாக ஏற்பாடு செய்தது. இவை:

★ Feriae Stativae - ஒவ்வொரு வருடமும் குறிப்பிடப்பட்ட அதே நாட்களில் இந்த விசேஷங்கள் நடக்கும்.

★ Feriae Conceptivae - இவற்றுக்குக் குறிப்பிட்ட நாள்கள் கிடையாது. பூசாரிகள் ஒவ்வொரு வருடமும் இவற்றுக்கான நாட்களைக் குறித்துக் கொடுப்பார்கள்.

★ Feriae Imperativae - இவை வருடா வருடம் நடப்பவையல்ல. சாதாரணமாகப் போர்களில் வெற்றி பெற்றால் கொண்டாடப்படும் விழாக்கள் இவை.

உணவுகள்

கோதுமைக் கஞ்சியும் ரொட்டியும்தான் முக்கிய உணவுகள். ரொட்டியைத் தேன், பாலாடை, முட்டை, சிக்கன், மீன், இறைச்சி ஆகியவற்றோடு

சேர்த்துச் சாப்பிட்டார்கள். மீனும், சிப்பியும் சுவையான உணவுகளாகக் கருதப்பட்டன. அவரைக்காய், வெங்காயம், பூண்டு, முட்டைக்கோசு ஆகிய காய்கறிகள் அவர்களுக்குப் பிடித்தமானவை. பழங்கள், தேன், வினிகர் என்னும் புளிச்சாறு ஆகியவற்றோடு சேர்த்து இறைச்சியும் காய்கறிகளும் சமைக்கப்பட்டன.

ரோமர்களுக்குப் பிடித்த பானம் ஒயின் என்னும் திராட்சை ரசம். ஆனால், இந்த ஒயின் போதைக்காக அருந்தப்படவில்லை. புளித்த திராட்சை ரசத்தில் தண்ணீர் ஊற்றி நீர்க்கவைத்துக் குடித்தார்கள். பால் குடிப்பது அநாகரிகமாகக் கருதப்பட்டது. பாலாடை செய்ய மட்டுமே பால் பயன்பட்டது.

பணக்காரர்களின் காலை உணவு பலமானது - பாலாடை, பழம், ரொட்டி, பால் அல்லது திராட்சை ரசம். பகல் உணவில் முதலில் முட்டை, மீன், பச்சைக் காய்கறிகள். அடுத்து வேகவைத்த மாமிசம், காய்கறிகள், கடை சியாகப் பழங்கள், இனிப்புக்கள். சோபாக்களில் படுத்துக்கொண்டு சாப்பிடு வார்கள். அடிமைகள் உணவு பரிமாறுவார்கள்.

உணவு சமைக்க மண், வெண்கலப் பாத்திரங்களும், பரிமாற மரம், வெண்கலம், வெள்ளி, எலும்பு ஆகியவற்றால் செய்யப்பட்ட கரண்டிகளும் பயன்பட்டன. உணவைக் கை விரல்களால் சாப்பிட்டார்கள்.

ரோமன் ஆடைகள்

அன்றைய ரோமர்களின் ஆடைகள் அதிகமாகக் கிடைத்த ஆட்டு ரோமம், லினன் ஆகியவற்றால் நெய்யப்பட்டன. பட்டும், பருத்தியும் குறைவான அளவில் பயன்படுத்தப்பட்டிருக்கலாம் என்று ஆராய்ச்சியாளர்கள் கூறுகிறார்கள்.

பல உள்ளாடைகள் இருந்தன, பல வடிவங்களில் வந்தன. வடிவங் களுக்கேற்ப subligaculum, campestre, licium, cinctus என்னும் பல பெயர்களில் அழைக்கப்பட்டன. நம் ஊர்க் கோவணம் போன்ற இடுப்புத் துணியும் உண்டு. ஆண் பெண் இருபாலரும் இந்த உள்ளுடைகளை அணிந்தார்கள். இவற்றோடு பெண்கள் பிரா போன்ற மார்புக் கச்சு அணிந்தார்கள்.

மேலாடைகள் ட்யூனிக் என்று அழைக்கப்பட்டன. ஆண்களின் உடைக்கும், பெண்களின் உடைக்கும் ஒரே பெயர்தான். சாமானிய ரோமர்கள் உள்ளாடைகளுக்குமேல் ட்யூனிக் மட்டுமே அணிவார்கள். ஆண்களின் ட்யூனிக் அரைக்கைச் சட்டைபோல் இருக்கும், முட்டிவரை வரும். பெண்களின் ட்யூனிக்கில் சட்டை முழுக்கை. அவர்களின் கால்களை மூடித் தரையைத் தொடும் நீளம் இருக்கும்.

ரோமன் நாட்டுக் குடிமக்கள், வெளிநாட்டிலிருந்து வந்து ரோமில் வசிப்பவர்கள் ஆகிய எல்லோருமே ட்யூனிக் அணியலாம். ஆனால், ரோமன் பிரஜைகள் மட்டுமே அணிய அனுமதிக்கப்பட்ட உடை டோகா. போர்வை

போல் நீளமாக அரைவட்ட வடிவத்தில் இருக்கும். சுமார் 27 அடி நீளமும் 20 அடி அகலமும் சாதாரண அளவுகள். உடலின் மேல் பாகத்தையும் ஒரு கையையும் இது மறைக்கும். ஆரம்ப நாட்களில் வெற்றுடம்பில் டோகாவைப் போர்த்திக்கொள்ளும் வழக்கம் இருந்தது. நாளவட்டத்தில் ட்யூனிக் அணிந்து அதன்மேல் டோகா போர்த்திக்கொள்ளும் நடைமுறை வந்தது.

ஆண்களும், பெண்களும் செருப்பு அணியும் வழக்கம் இருந்தது.

அழகுபடுத்துதல்

ஆண்கள் தாடி வளர்த்தார்கள், தினமும் சவரம் செய்துகொண்டார்கள். தலை முடியைக் குட்டையாக வெட்டிக்கொண்டார்கள். இளம்பெண்கள் முடியைச் சுருட்டி முதுகுப் பக்கமாகப் பந்துபோல் வைத்துக்கொள்வார்கள். திருமணமான பெண்கள் தலைமுடியைச் சுற்றி வளைத்து தலை நடுவில் பந்துபோல் ரிப்பன்களால் கட்டி வைத்துக்கொண்டார்கள். பொய்முடி வைத்துக் கேசத்தின் அடர்த்தியை அதிகமாக்கிக்காட்டுவது சர்வ சாதாரணமாக இருந்தது.

பெண்கள் இரும்பு, வெண்கலம், தங்கம் ஆகியவற்றால் செய்த நகைகளை அணிந்தார்கள். தம்மை அலங்கரித்துக்கொள்ள அவர்கள் பயன்படுத்திய ஆபரணங்கள் - நெக்லஸ் போன்ற கழுத்தணி, காதுத் தொங்கட்டான்கள், கைகளில் ப்ரேஸ்லெட்கள் ஆகியவை. தங்கத்தால் செய்யப்பட்ட இந்த நகைகளில் முத்துகள் பதிக்கப்பட்டிருக்கும்.

பொழுதுபோக்குகள்

விளையாட்டுப் போட்டிகள் - மக்கள் கூட்டம் அலைமோதிய இரண்டு நிகழ்ச்சிகள் தேரோட்டப் போட்டிகளும், கிளேடியேட்டர் சண்டைகளும் தாம். தேரோட்டிகளுக்கு நாடு முழுக்க ரசிகர் கூட்டம் இருந்தது. தேரோட்டிகளுக்கு அடுத்தபடியாக மக்கள் ஆதரவு பெற்றவர்கள் கிளேடியேட்டர்கள். லத்தீன் மொழியில் கிளேடியேட்டர் என்றால் வாள் வீரர் என்று பொருள். இவர்கள் பெரும்பாலும் அடிமைகள் அல்லது கைதிகள். வாள் சண்டை விளையாட்டை முழு நேரத் தொழிலாகக் கொண்டவர்கள்.

நாடக அரங்குகள் - விளையாட்டுகள் நடக்கும் நாள்களில் நாடகங்கள் அரங் கேறுவது வழக்கமாக இருந்தது. இதற்காக தியேட்டர்கள் என்னும் தனியான நாடக அரங்குகள் இருந்தன. நாடகங்களில் ஆண் அடிமைகள் மட்டுமே நடித்தார்கள். பெண் வேடங்கள் போடுவதும் இவர்கள்தாம். பாத்தி ரங்களுக்கு ஏற்ப முகமூடி அணிவார்கள். வயதைக்காட்ட வெள்ளை, கறுப்பு விக் போடுவார்கள். ஒரே நடிகர் இரண்டு வேஷம் நடிப்பதும் உண்டு. காமெடி, டிராஜெடி நாடகங்கள் ஆகிய இரண்டு வகைகளும் இருந்தன.

கி.மு. முதல் நூற்றாண்டில் ஊமைக்கூத்துக்கள் (pantomimes) தொடங்கின. பாட்டு, நடனம் ஆகியவற்றின் துணையோடு நடிகர்கள் சைகைகளால்

நடிப்பை வெளிப்படுத்துவார்கள். காலப்போக்கில் ஊமைக்கூத்துக்கள் ஆபாசக் களஞ்சியங்களாயின.

பொதுக் குளிப்பிடங்கள் - ரோமன் பொழுதுபோக்குகளில் பொதுக் குளிப் பிடங்களுக்குத் தனி இடம் உண்டு. ஆண், பெண், ஏழை, பணக்காரர் என்ற வேறுபாடு இல்லாமல் எல்லோருமே இந்த வசதியை அனுபவித்தார்கள். ஆண்களுக்கும் பெண்களுக்கும் தனித்தனியான குளிப்பறைகள் இருந்தன.

பொதுக் குளிப்பிடங்கள் 32 ஏக்கர் பரப்பளவில் அமைந்திருந்தன. சில குளிப்பிடங்களின் சிதிலங்கள் இன்றும் காணக் கிடைக்கின்றன. குளிப் பிடங்களின் மையப் பகுதியில் 200 அடிக்கு 100 அடி அளவில் நீச்சல் குளம் இருக்கும். அருகில் சூடான தண்ணீர் கொண்ட தனி நீச்சல் குளமும் இருக்கும். நெருப்பின் மூலமாக நீராவியை உருவாக்கினார்கள். இதைத் தரையின் அடியில் ஓடும் குழாய்கள் மூலமாக நீச்சல் குளத்தின் அடிப் பாகத்துக்குக் கொண்டு போனார்கள்.

குளிப்பதற்கு மட்டுமல்லாமல், மக்கள் சந்திப்பதற்கும் இந்தக் குளிப் பிடங்கள் உதவின. கடைகள், உணவு விடுதிகள், பூங்காக்கள், உடற் பயிற்சி மையங்கள், மஸாஜ் செய்யும் இடங்கள், நூல் நிலையங்கள், பொருட்காட்சி சாலைகள் ஆகிய வசதிகளும் இந்தக் குளிப்பிடங்களில் வந்தன.

தினமும் ஒரு முறையாவது இங்கே வந்து குளித்துவிட்டுப் போவது எல்லா ரோமர்களின் பழக்கம்.

விளையாட்டுக்கள் - அரசாங்கத்தால் அடிக்கடி நாடு தழுவிய விளை யாட்டுக்கள் ஏற்பாடு செய்யப்பட்டன. இந்தப் பொது விளையாட்டுகளுக்கு லத்தீன் மொழியில் ‘லுடி’ என்று பெயர். இவை சாதாரணமாக ஒரு வாரம் அல்லது பத்து நாட்கள் நடந்தன.

உடற் பயிற்சிகள் - தைபர் நதிக்கரையில் காம்ப்பஸ் என்னும் பெயரில் விளையாட்டு மைதானங்கள் இருந்தன. பொது மக்கள் ஓடவும், உடற் பயிற்சிகள் செய்யவும் இங்கே வருவார்கள். இளைஞர்கள் மேற்கொண்ட முக்கிய உடற்பயிற்சிகள் ஓடுதல், குதித்தல், குஸ்தி, மல்யுத்தம், நீச்சல் போன்றவை. காலால் பந்தை உதைத்தல், கையால் தூக்கி எறிந்து பிடித்தல் போன்றவை.

பணம் படைத்தவர்களின் சிறப்பான பொழுதுபோக்குகள் - ஆடம்பர விருந்துகள், பாட்டு, நடனக் கச்சேரிகள், கவிதை அரங்குகள், பட்டிமன்றம் போன்றவை. இந்த வசதி இல்லாத சாமானியர்கள் சங்கங்கள் அமைத் தார்கள். இவைமூலமாக விருந்துகளும் பிற கோலாகலங்களும் நடத்தி, அந்தச் செலவுகளைப் பகிர்ந்துகொண்டார்கள்.

இசை ரசனை

ரோமர்கள் இசையை அனுபவித்தார்கள். குழந்தையின் பெயர் சூட்டு விழாக்கள், கொண்டாட்டங்கள், திருமணங்கள், தனியார் விருந்துகள், மரண

ஊர்வலங்கள் எனப் பிறப்பு முதல் இறப்புவரை ரோமர்கள் வாழ்க்கையில் இசைக்கு முக்கிய பங்கு இருந்தது.

ரோமின் தனித்துவமான சில இசைக் கருவிகள் இருந்தன. அவை:வாயால் ஊதி வாசிக்கும் கருவிகள்: ட்யூபா என்னும் வெண்கல டிரம்பெட், கோர்னு என்னும் ஆங்கில எழுத்து ஜி வடிவக் கருவி, புல்லாங்குழல் போன்ற ஒரு கருவி. சித்தாரா, லையர், லூட் ஆகியவை முக்கிய மீட்டும் இசைக் கருவிகள். ட்ரம், சிஸ்ட்ரம் போன்றவை நம் ஊர் மிருதங்கம்போல், தட்டுவதால் இசை எழுப்பும் இசைக் கருவிகள்.

மத நம்பிக்கைகள்

ரோமர்களின் வாழ்க்கை யுத்தத்தையும், மத நம்பிக்கைகளையும் சுற்றியே சுழன்றது. தொட்டில் தொடங்கி, கட்டிலில் தொடர்ந்து, கல்லறை வரை சடங்குகள். குழந்தை பிறந்தால் பூஜை, பதினாறு வயதானதும் பூஜை, திருமணம் செய்தால், யுத்தம் தொடங்கினால், ஜெயித்தால், தோற்றால், மரணமடைந்தால் அனைத்துக்கும் பூஜைதான்.

ரோம் நகரத்தைப் படைத்த ரோமுலஸ், ரேயஸ் ஆகிய இருவருமே மார்ஸ் என்னும் போர்க் கடவுளின் வாரிசுகள். ஜுப்பிடர் என்னும் சூரியன் தலைமை தெய்வம். இவரோடு, கணக்கில்லாக் கடவுள்கள், துறை வாரியாக தெய்வங்கள்:

விவசாயம்: சேரஸ்

வேட்டையாடுதல்: டயனா

வசந்தம்: ஃப்ளோரா

அதிர்ஷ்டம்: ஃபார்ச்சூனா

செல்வம்: ஃப்ளோரா

காதல்: க்யூப்பிட்

திருமணம்: ஜுனோ

ரோமர்களுக்கு அருள் வாக்கு பெறுவதில் அசைக்கமுடியாத நம்பிக்கை இருந்தது. கோயில்களில் பிதியாக்கள் என்ற பெயரால் அழைக்கப்பட்ட ஊடாளர்கள் (மீடியம்) இருந்தார்கள். பெண்கள் மட்டுமே பிதியாக்களாக முடியும். இவர்கள்மேல் 'சாமி வந்து' அருள் வாக்கு வழங்குவார். ஒவ்வொரு மாதமும் ஏழாம் நாள் அருள்வாக்கு நடக்கும். மக்கள் கூட்டம் கூட்டமாக வந்து ஆண்டவனிடம் தங்கள் பிரச்னைகளைச் சமர்ப்பித்து, அருள் வாக்குத் தீர்வுகளைப் பெற்றுச் செல்வது வழக்கம்.

கி. பி. 313 - இல் கான்ஸ்டன்டின் சக்கரவர்த்தி ஆட்சியில் கிறிஸ்தவ மதம் ஏற்றுக் கொள்ளப்பட்டு நாடு முழுவதும் பரப்பப்பட்டது. வாட்டிகன் நகரம், கத்தோலிக்கத் திருச்சபையின் தலைமையகமானது, புனித நகரமாக

எல்லோராலும் ஏற்றுக்கொள்ளப்பட்டது. போப் ஆண்டவர் இதன் தலைவரானார்.

கல்விமுறை

அப்பாதான் குழந்தைகளுக்கு எழுதப் படிக்கவும், ஆயுதங்கள் பயன் படுத்தவும் கற்றுக் கொடுத்தார். பொது நிகழ்ச்சிகள், மதச் சடங்குகள் ஆகிய வற்றுக்கு மகன்களை அழைத்துச் சென்று ஏட்டுப் படிப்பைத் தாண்டி, உலகியல் படிப்பையும் வாரிசுகளுக்குக் கற்றுக்கொடுத்தார்கள். இந்த உரிமை பெண் குழந்தைகளுக்கு இருக்கவில்லை. உயர் குடும்பத்து ஆண் வாரிசுகள் பதினாறாம் வயதில் அரசு அல்லது அரசியல் நிபுணரிடம் பயிற்சிக்கு அனுப்பப்பட்டார்கள். பதினேழாம் வயதில் அவர்கள் கட்டாய ராணுவ சேவைக்குப் போகவேண்டும்.

பணக்கார வீட்டுக் குழந்தைகள் வீட்டிலேயே கல்வி கற்றார்கள். கல்வி அறிவு கொண்ட அடிமை இவர்களுக்கு ஆசிரியராக இருந்து இவர்கள் படிப்பில் தனிக் கவனம் செலுத்தினார். சாமானியர்கள் தங்கள் குழந்தைகளைப் பள்ளிக்கூடங்களுக்கு அனுப்பினார்கள்.

கி.மு. மூன்றாம் நூற்றாண்டில், கல்விமுறை சீர்திருத்தி அமைக்கப்பட்டது. படிப்பு ஏழு வயதில் தொடங்கும். ஏழு முதல் பதினொரு வயது வரையிலான படிப்பு ஆரம்பக் கல்வி என்று அழைக்கப்பட்டது. ஆண்களுக்கும் பெண் களுக்கும் ஆரம்பக் கல்வி வழங்கப்பட்டது. இதில் லத்தீன் மொழி எழுதப் படித்தல், கணிதம் ஆகியவை கற்றுக்கொடுப்பார்கள். சில பள்ளிகளில் லத்தீனோடு கிரேக்க மொழியும் பயிற்றுவித்தார்கள். பெண்கள் ஆரம்பக் கல்விக்குமேல் படிக்க முடியாது. கணிதத்தில் வாய்ப்பாடு எல்லோரும் கட்டாயம் மனப்பாடம் செய்யவேண்டும்.

நடுத்தரக் கல்வி 12 முதல் 15 வயதுவரை. இது ஆண்களுக்கு மட்டுமே. லத்தீன், கிரேக்க மொழிகள், கணிதம், இலக்கியம் ஆகியவை இப்போது போதிக்கப்பட்டன. கி.மு. இரண்டாம் நூற்றாண்டு முதல் பேச்சுக் கலை ஒரு பாடமானது. கி.மு. இரண்டாம் நூற்றாண்டு முதல் பேச்சுக்கலை வளர்க்கும் தனிப் பள்ளிகள் தொடங்கப்பட்டன. புரூட்டஸ், மார்க் ஆண்டனி போன்ற தலைவர்கள் தங்கள் பேச்சுத்திறமையால் ரோமின் தலைவிதியையே மாற்றி எழுதினார்கள். அதற்கு வித்திட்டவை இந்தப் பேச்சுப் பாசறைகள்தாம்.

படிப்பின் மூன்றாம் கட்டம் பதினைந்து வயதாகும்போது தொடங்கும். ரோமன் பொது வாழ்க்கையில் பேச்சுத் திறமை மிக முக்கியமானது. சமுதாய அந்தஸ்தும், பதவிகளும் பேச்சாளர்களுக்கு மட்டுமே கிடைத்தன. கி.மு. இரண்டாம் நூற்றாண்டு முதல் பேச்சுக் கலை பள்ளிக்கூடங்களில் கட்டாயப் பாடமாக இருந்தது. இதே காலகட்டத்தில், பேச்சுக்கலை வளர்க்கும் தனிப் பள்ளிகளும் தொடங்கப்பட்டன.

கிரேக்கம் அறிவின் மையமாகக் கருதப்பட்டது. வசதி படைத்த இளைஞர்கள் உயர் கல்வி கற்க, கிரேக்க நாட்டுக்குப் போனார்கள்.

உலகத்துக்கு ரோம நாகரிகம் தந்திருக்கும் பரிசுகளில் முக்கியமான சில:

★ நாம் பயன்படுத்தும் எண்முறை ரோம் தந்ததுதான்.

★ ரோமர்களின் மொழி லத்தீன். இதன் எழுத்துமுறைதான் ஆங்கில எழுத்துமுறையின் முன்னோடி. பல ஐரோப்பிய நாடுகளில் லத்தீன் பயன்படுத்தப்பட்டது. ஆனால், இருபதாம் நூற்றாண்டில் பிரெஞ்சு மொழி லத்தீன் மொழியின் இடத்தைப் பிடித்துவிட்டது.

இலக்கியம்

ரோமன் படைப்பாளிகளுள் வர்ஜில், கேட்டுலஸ் ஆகியோர் முக்கிய மானவர்கள்.

விர்ஜில் - கி.மு. 70 முதல் கி.மு. 19 வரை வாழ்ந்த இவர்தான் ரோமின் நிரந்தரக் கவிச்சக்கரவர்த்தி. இவர் படைத்த இதிகாசமான 'இனிட்' ரோமின் மகாபாரதம் அல்லது ராமாயணம்.

'க்லோக்ஸ்' விர்ஜிலின் இன்னொரு சாதனைப் படைப்பு. பத்து ஆயர் பாடல்கள் கொண்ட இந்தக் காவியத்தில் வரும் ஒரு பாடல் இயேசுநாதரின் வருகையைக் குறிக்கும் பாடலாக உள்ளது. இன்னொரு படைப்பு 'ஜியார் ஜிக்ஸ்'. கிராம நிலங்களை மக்களுக்குப் பகிர்ந்தளித்தல், விவசாயத்தைச் சீர்ப்படுத்துதல் போன்ற சமுதாயப் புரட்சிக் கருத்துகளை இந்தக் கவிதைத் தொகுப்பு அறிவிக்கிறது.

கேட்டுலஸ் - கி.மு. 84 முதல் கி.மு. 34 வரை சுமார் 50 ஆண்டுகள் வாழ்ந்த தாகக் கருதப்படும் இவர் ரோமின் முக்கியக் கவிஞர். 116 கவிதைகள் எழுதி யிருக்கிறார். காதல், நட்பு, லெஸ்பியனிஸம், நையாண்டி ஆகிய மாறுபட்ட உணர்வுகளை அற்புதமாக வெளிப்படுத்தியிருக்கிறார்.

நாளிதழ்

கி.மு. 131ல் அதாவது 2165 ஆண்டுகளுக்கு முன்னால் ரோமாபுரியில் Acta Diurna* என்னும் நாளிதழ் வெளியானது.

ரோமன் சட்டங்கள்

கி.மு. 449 - இல் பன்னிரெண்டு கட்டளைகள் என்னும் சட்டமுறை ரோமாபுரியில் உருவாக்கப்பட்டது. இந்தச் சட்டம் உலகின் பல நாடுகளின் இன்றைய நீதி, நியாய முறைகளுக்கு வழிகாட்டியாக இருக்கிறது.

பன்னிரெண்டு டேபிள்கள்: முக்கிய ஷரத்துகள் சுருக்கமாக:

1. நீதிமன்றத்தில் தோன்றுமாறு அழைப்பு வந்தால் நீங்கள் கட்டாயம் போயே ஆக வேண்டும். அப்படிப் போகாவிட்டால், வலுக் கட்டாயமாக நீங்கள் இழுத்துச்செல்லப்படுவீர்கள்.

(*இந்த லத்தீன் வார்த்தையின் பொருள் - தினசரி நிகழ்வுகள்.)

2. உங்கள் வழக்கில் சாட்சிகளாக யாரேனும் தேவைப்பட்டு அவர் வராவிட்டால், மூன்று நாட்களுக்கு ஒரு முறை நீங்கள் அவர் வீட்டின் முன்னால் போய் குரல் எழுப்பி அவரை அழைக்கலாம்.

3. கொடுக்கல் வாங்கல் தொடர்பான வழக்குகளில் நீதிமன்றம் தீர்ப்பு வழங்கிய 30 நாட்களுக்குள் கடன் தொகையைத் திருப்பிக் கொடுக்க வேண்டும்.

4. உடல் ஊனத்தோடு பிறக்கும் குழந்தைகளைக் கொன்றுவிட வேண்டியது பெற்றோரின் கடமை.

5. வயது வந்தாலும், பெண்கள் ஆண்களின் பாதுகாப்பில்தான் இருக்க வேண்டும்.

6. கணவனிடமிருந்து விடுதலை பெற விரும்பும் பெண் ஒரு வருடத்தில் மூன்று நாட்களாவது அவனிடமிருந்து பிரிந்து வாழ்ந்திருக்கவேண்டும்.

7. உங்கள் பக்கத்து வீட்டுக்காரரின் மரம் காற்றடித்து உங்கள் பகுதியில் விழுந்தால் அந்த மரத்தை அவர்தான் எடுக்க வேண்டும். அவர் அப்படிச் செய்யாவிட்டால், நீங்கள் நீதிமன்றத்தின் உதவியை நாடலாம்.

8. இரவு நேரங்களில் கூட்டங்கள் நடத்தும் உரிமை யாருக்கும் கிடையாது.

9. நீதிபதிகள் லஞ்சம் வாங்கினால், மரண தண்டனை பெறுவார்கள்.

10. இறந்தவர்களின் உடலை நகர எல்லைக்கு வெளியேதான் புதைக்கவோ, எரிக்கவோ செய்யலாம்.

11. குடிமக்கள் இரண்டு ‘ஜாதிகளாக’ பிரிக்கப்பட்டிருந்தார்கள். பிரபுக் குடும்பத்தினரும், நிலச் சுவான்தார்களும் பெட்ரீஷியன்கள் என்று அழைக்கப்பட்டார்கள். இவர்கள் தவிர மீதி அனைவரும், அவர்கள் பணக்காரர்களாக இருந்தாலும், ஏழைகளாக இருந்தாலும், ப்ளீபியன்கள். ஜாதி மாறி திருமணங்கள் செய்துகொள்ளக்கூடாது.

12. பெரும்பாலான மக்களின் கருத்து சட்டத்தால் ஏற்றுக்கொள்ளப்படும்.

காலண்டர்

ரோமாபுரியை நிறுவிய ரோமுலஸ்தான் நாள்காட்டிகளின் தந்தை என்று சொல்கிறார்கள். கி.மு. 753 -இல் அவர் வகுத்த காலண்டரில் 10 மாதங்களும் 304 நாட்களும் இருந்தன. இரண்டாம் மன்னரான ந்யூமா கி.மு. 713ல் இதை 12 மாதங்களும், 355 நாட்களும் கொண்டதாக மாற்றினார். கி.பி. 46 ல் ரோமச் சக்கரவர்த்தி ஜூலியஸ் சீஸர் அமைத்த தத்துவ மேதைகள், கணித வல்லுநர்கள், வானியல் அறிஞர்கள், மத குருக்கள் ஆகியோர் கொண்ட குழு 12 மாதங்கள், 365 நாள்கள் கொண்ட காலண்டரை உருவாக்கியது. இதன் அடிப்படையில், கி.மு. 1562 ல் பதின்மூன்றாம் கிரெகோரி என்னும் போப் ஆண்டவர் கிரெகோரி காலண்டர் கொண்டுவந்தார்.

காலெண்டர்களோடு தொடர்புகொண்ட ரோமுலஸ், ந்யூமா, ஜுலியஸ் சீஸர், போப் கிரெகோரி ஆகிய அத்தனைபேரும் ரோமர்களே!

வரலாற்றில் நிரந்தரத் தடம் பதித்த ரோமர்கள்

நல்லரசர்கள்

ந்யூமா பாம்ப்பிலியஸ் - ஆட்சிக்காலம் கி.மு.715 - கி.மு.673

அகஸ்டஸ் சீஸர் - ஆட்சிக்காலம் கி.மு.63 - கி.பி.14

நெர்வா - ஆட்சிக்காலம் கி.பி. 96 - கி.பி.98

ட்ராஜன் - ஆட்சிக்காலம் கி.பி. 98 - கி.பி.117

ராணுவ மேதைகள்

ஸிப்பியோ - தோற்றம் கி.மு. 236 - மறைவு கி.மு. 184

பாம்பே - தோற்றம் கி.மு. 106 - மறைவு கி.மு. 48

ஜுலியஸ் சீஸர் - தோற்றம் கி.மு. 100 - மறைவு கி.மு. 44

தத்துவ மேதைகள்

சீசரோ - தோற்றம் கி.மு. 106 - மறைவு கி.மு. 43

செனிகா - தோற்றம் கி.மு. 4 - மறைவு கி.பி. 65

மார்கஸ் அரேலியஸ் - தோற்றம் கி.பி.121 - மறைவு கி.பி.180

★★★

உதவிய நூல்கள்

1. Creation Mythology and origins of the Universe – Christopher Alan Bryne – CreateSpace Independent Publishing Platform, USA – 2010

2. The Grandparent's new guide to the Universe: Finally! Truthful answers to kids' questions about God, science, religion and their Universe – Dan Milburn - CreateSpace Independent Publishing Platform, USA – 2014

3. First Light: A history of creation myths from Gilgamesh to the God–particle – G. R. Christopher Alan Bryne – G. R. Evans – I. B. Tauris, USA – 2013

4. The Origin of Life on Earth – David A. Anderson – Sights Production, USA – 1996

5. Big Bang: The origin of the Universe – Simon Singh – Harper Perennial, USA - 2005

6. The evolution of Gods : The scientific origin of divinity and religion – Ajay Kansal – Harper Collins Publishers India Private Limited - 2012

7. The Origin of Species (150th Anniversary Edition) – Charles Darwin – Signet Classics, USA – 2003

8. The Penguin Historical Atlas of Ancient Civilizations – John Haywood & Simon Hall – Penguin Books, USA – 2005

9. The Penguin Encyclopedia of Ancient Civilizations – Arthur Cotterell – Penguin Books, USA – 1989

10. Ancient Civilizations – Christopher Scarre – Pearson, England – 2007

11. The New Penguin Atlas of Ancient History – Colin McEvedy – Penguin Books, USA – 2003

12. World History: Ancient Civilizations – McDougal Little (Author & Publisher) - 2006

13. The Sumerians: Their history, Culture and Character – Samuel Noah Kramer University of Chicago books, USA – 1971

14. Myths from Mesopotamia : Creation, the Flood, Gilgamesh and Others – Stephanie Dalley – Oxford University Press, UK – 2009

15. The Sumerians (The Cradle of Civilization) – Elaine Landau – Millbrook Press, USA – 1997

16. Sumerian Mythology – Samuel Noah Kramer – University of Pennsylvania Press, USA - 1998

17. A history of Chinese Civilization – Jacques Gernett& J. R. Foster – Cambridge University Press, UK – 1996

18. The formation of Chinese Civilization: An Archeological Perspective – Kwang-chih Chang – Yale University Press, USA – 2002

19. Early China: A social and cultural history (New approaches to Asian history) – Cambridge University Press, UK – 2013

20. Chinese Civilization: A sourcebook – Patricia Buckley Ebrey – The Free Press, USA – 1993

21. Egyptian Civilization – L. A. Wadell – Bridger House Publishers Inc., UK– 2010

22. Before the Pyramids:The origins of Egyptian civilization – Emily Teeter – Oriental Institute Museum Publications, USA – 2011

23. The Material World of Ancient Egypt – William H. Peek – Cambridge University Press, UK – 2013

24. Ancient Egypt 39,000 BCE: The History, technology, philosophy of civilization X – Edward F. Malkowski – Bear & Company, USA – 2010.

25. The New Penguin Historical Atlas of Ancient Egypt – Bill Manley – Penguin Books, USA – 1997

26. The Indus Civilization – Mortimer Wheeler – Cambridge University Press, UK – 1968.

27. The Ancient Indus Valley: New Perspectives (Understanding ancient civilizations) – Jane R. Mcintosh – ABC Clio, USA – 2007

28. A Peaceful Realm: The Rise and Fall of the Indus Civilization – Jane R. Mcintosh – Basic Books, USA – 2001.

29. Lost Civilizations: 10 Societies That Vanished Without a Trace – Michael Rank - CreateSpace Independent Publishing Platform, USA – 2013

30. The First Great Civilizations: Life in Mesopotamia, the Indus Valley and Egypt (The history of human society) – Jacuetta Hopkins Hawkes – Alfred a Knopf, USA – 1973

31. The Penguin Historical Atlas of Ancient Greece – Robert Morkot – Penguin Books, USA – 1997

32. Greek Civilization and Character - The self-revelation of ancient Greek society – Arnold Toynbee – The New American library, USA – 1953.

33. Ancient Greek Civilization – David Sansone – Wiley-Blackwell, USA – 2009.

34. The Greeks and Greek civilization - Jacob Burckhardt, Oswyn Murray & Sheila Stern – St. Martins, USA – 1998.

35. The Ancient Maya – Robert Sharer & Loa Taxler – Stanford University Press, USA – 2005

36. A Forest of Kings: The untold story of the Ancient Maya – David Fredel & Linda Schele – William Marrow Paperbacks, USA – 1992

37. The Maya (ancient peoples and places) – Michael D. Coe – Thames & Hudson, USA - 2011

38. Popol Vuh: The definitive edition of the Mayan Book of the dawn and glories of Gods and kings – Dennis Tedlock – Touchstone, USA – 1996

39. Roman Civilization Vol. I, Selected Readings. The Republic and the Augustan Age – Naphtali Lewis & Meyer Reinhold – Columbia University Press, New York – 1990

40. The Early History of Rome – Livy. Translated by Aubrey de Selincourt – Penguin Classics, London - 1960

41. Ancient Rome: A complete history of the rise and fall of the Roman Empire, chronicling the story of the most important and influential civilization the world has ever known – Nigel Rodgers & Hazel Dr. Dodge – Hunter Publishing, USA – 2006.

42. Rome and Vatican – Cinzia Valigi – Plurigraf, Italy – 2000.

உதவிய இணையத்தளங்கள்

1. www.ancien.eu
2. www.heritage-history.com

உதவிய நண்பர்

ச. ந. கண்ணன், எழுத்தாளர், சென்னை.

_____

www.ingramcontent.com/pod-product-compliance
Lightning Source LLC
Chambersburg PA
CBHW032225080426
42735CB00008B/722
* 9 7 8 9 3 8 4 1 4 9 0 5 5 *